കിനാവ്

kinaavu

•

b m zuhara

•

first chintha edition
may 2018

•

typesetting
star communications, thiruvananthapuram

•

published
chintha publishers, thiruvananthapuram

•

cover
amarnath praful

വിതരണം

ദേശാഭിമാനി ബുക്ക് ഹൗസ്

H O തിരുവനന്തപുരം-695 035
phone: 0471-2303026, 6063026
www.chinthapublishers.com
chinthapublishers@gmail.com

ബ്രാഞ്ചുകൾ

ഹെഡ്ഡാഫീസ് ബ്രാഞ്ച് കുന്നുകുഴി • സ്റ്റാച്യു തിരുവനന്തപുരം • കെ എസ് ആർ ടി സി ബസ് സ്റ്റേഷൻ ആലപ്പുഴ • കെ എസ് ആർ ടി സി ബസ് സ്റ്റേഷൻ എറണാകുളം • മച്ചിങ്ങൽ ലെയ്ൻ തൃശൂർ • ഐ ജി റോഡ് കോഴിക്കോട് • മാവൂർ റോഡ് കോഴിക്കോട് • എൻ ജി ഒ യൂണിയൻ ബിൽഡിങ് കണ്ണൂർ • സെൻട്രൽ ബസ് ടെർമിനൽ കോംപ്ലക്സ് താവക്കര കണ്ണൂർ

CO - 2693 / 4669
ISBN - 978-93-87842-43-3

കിനാവ്
(നോവൽ)

ബി എം സുഹറ

ചിന്ത പബ്ലിഷേഴ്സ്
തിരുവനന്തപുരം-695 035

ബി എം സുഹറ

കോഴിക്കോട് താലൂക്കിൽ തിക്കോടി പഞ്ചായത്തിൽ മാളിയേക്കൽ വീട്ടിൽ ജനനം. വൈദ്യേരകത്ത് മമ്മദുകുട്ടി ഹാജിയുടെയും ബടയക്കി മാളിയേക്കൽ മറിയുമ്മയുടെയും മകൾ. തിക്കോടി പ്രൈമറി സ്കൂൾ, കോഴിക്കോട് പ്രോവിഡൻസ് ഹൈസ്കൂൾ, പ്രോവിഡൻസ് വിമൻസ് കോളേജ് എന്നിവിടങ്ങളിൽ വിദ്യാഭ്യാസം. *കിനാവ്* എന്ന ആദ്യനോവലിന് യുവസാഹിത്യകാരിക്കുള്ള ലളിതാംബിക അന്തർജ്ജനം അവാർഡ് (1992), കെ ബാലകൃഷ്ണൻ സ്മാരക അവാർഡ് (2004), ഉണ്ണിമോയി മെമ്മോറിയൽ അവാർഡ് (2006), കേരള സാഹിത്യ അക്കാദമി അവാർഡ് (2008) എന്നീ പാരിതോഷികങ്ങൾ കിട്ടിയിട്ടുണ്ട്.

കൃതികൾ: *മൊഴി, ഇരുട്ട്, നിലാവ്, നിഴൽ, ആകാശ ഭൂമികളുടെ താക്കോൽ, പ്രകാശത്തിനുമേൽ പ്രകാശം* (നോവലുകൾ) *ചോയിച്ചി, ഭ്രാന്ത്, കുഹു... കുഹു, രചനയിലെ ചില പ്രശ്നങ്ങൾ, കരച്ചപ്പെട്ടി, ഒരു വേനലിന്റെ അന്ത്യം, സുഹറയുടെ കഥകൾ* (ചെറുകഥാ സമാഹാരങ്ങൾ) *കുട്ടികളുടെ അറബിക്കഥകൾ, മലമുകളിലെ അപ്പൂപ്പൻ, മന്ത്രമോതിരം, പവിഴപ്പുറ്റ്, നീലക്കുറുക്കൻ* (ബാലസാഹിത്യകൃതികൾ), *അമൃതപുരി, കൊട്ടാരത്തെരുവ്, സൈനിന്റെ കല്യാണം* (പരിഭാഷകൾ) *ഉമ്മക്കുട്ടിയുടെ കുഞ്ഞിക്കിനാവുകൾ* (അനുഭവക്കുറിപ്പുകൾ), *മുഖാമുഖം* (അഭിമുഖങ്ങൾ), *ആരോടു ചൊല്ലേണ്ടു നാം?* (ലേഖനങ്ങൾ)

നിലാവ് എന്ന നോവൽ ഇംഗ്ലീഷിൽ പരിഭാഷപ്പെടുത്തി ഓക്സ്ഫോർഡ് യൂണിവേഴ്സിറ്റി പ്രസ് പ്രസിദ്ധപ്പെടുത്തിയിട്ടുണ്ട്. (*Five Novellas*, Oxford University Press, 2008) *ദി ഹിന്ദു, ഇന്ത്യൻ ലിറ്ററേച്ചർ, മലയാളം ലിറ്ററി സർവ്വേ* തുടങ്ങിയ ഇംഗ്ലീഷ് പ്രസിദ്ധീകരണങ്ങളിൽ സുഹറയുടെ ചെറുകഥകൾ പരിഭാഷപ്പെടുത്തി വന്നിട്ടുണ്ട്.

എഴുത്തുകാരനായ ഡോ. എം എം ബഷീറാണ് ഭർത്താവ്.

മക്കൾ : എം അജ്മൽ ബഷീർ, എം അനീസ് ബഷീർ
വിലാസം : മാളിയേക്കൽ, എക്സ്പ്രസ് എൻക്ലേവ്
ചേവായൂർ പി ഒ, കോഴിക്കോട് 673017

പ്രസാധകക്കുറിപ്പ്

ബീപാത്തു ഹജ്ജുമ്മയെന്ന പത്തുപെറ്റ ഉമ്മ, അവരുടെ ഇളയമകൾ സൈനു എന്നിവരുടെ കാഴ്ചപ്പാടുകളിലൂടെ ഇതൾ വിരിയുന്നതാണ് *കിനാവ്* എന്ന നോവലിന്റെ ഇതിവൃത്തം. കൃതഹസ്തയായ കഥാകാരിയും നോവലിസ്റ്റുമായ ബി എം സുഹറയുടെ ആദ്യ നോവലാണിത്. വ്യക്തിതലത്തിലെ പ്രശ്നങ്ങളുടെ ആഖ്യാനം സാമൂഹ്യതലത്തിലേക്ക് ഉയരുകയാണിതിൽ. മുഖ്യകഥാപാത്രങ്ങളായ രണ്ടു സ്ത്രീകൾ അവരുടെ വീക്ഷണങ്ങൾ രണ്ടു തലമുറയിൽ നിന്നുകൊണ്ടാണെങ്കിലും നൈതികമായി തൊടുന്നത് പുരുഷകേന്ദ്രീകൃതമായ സാമൂഹ്യാവസ്ഥയെയാണ്. മുസ്ലിം ജീവിതത്തെ അപരവല്ക്കരിക്കാൻ കൊണ്ടുപിടിച്ച് ശ്രമിക്കുമ്പോൾ ഇസ്ലാമിക ജീവിതത്തിന്റെ ഉള്ളറകൾ തുറന്നു കാട്ടുന്നുണ്ട് സുഹറ ഈ നോവലിൽ. മതാതീതമായി എല്ലാ ഗൃഹാന്തർഭാഗങ്ങളും സൂക്ഷ്മാംശങ്ങളിലൊന്നു തന്നെയാണ്. പെണ്ണിന്റെ ഇടം അടുക്കളയാണെന്ന കാര്യത്തിൽ ഒരു മതത്തിനും സംശയമില്ല. പെൺ വർത്തമാനങ്ങളിലൂടെ ആൺകോയ്മയ്ക്കെതിരെ തൊടുത്തുവിടുന്ന അസ്ത്രങ്ങളായി മാറുന്നു സുഹറയുടെ വാക്കുകൾ.

ചിന്ത പബ്ലിഷേഴ്സ്

അവതാരിക

സർഗ്ഗപ്രതിഭയുടെ വെളിച്ചം പൊഴിക്കുന്ന രചന

എൻ പി മുഹമ്മദ്

ശ്രീമതി ബി എം സുഹറയെ അവരുടെ കുട്ടിക്കാലം മുതല്ക്കേ എനിക്കറിയാം. ബഹുഭൂരിപക്ഷം മുസ്ലിം സ്ത്രീകളെപ്പോലെ ഒരു കുടുംബിനിയായി അവർ ഒതുങ്ങുമെന്നായിരുന്നു എന്റെ ധാരണ. ആ പൊതു ധാരണ തകർന്നുപോയി. ആ നോവൽ വായിച്ചുകൊണ്ടിരുന്നപ്പോൾ ഞാൻ തെല്ലൊന്ന് അമ്പരക്കുകയും അതിലേറെ ആഹ്ലാദിക്കുകയും ചെയ്തിരുന്നു.

നോവൽകാരിയുടെ കുടുംബപശ്ചാത്തലം എനിക്ക് അപരിചിതമല്ല. ഉത്തരകേരളത്തിലെ സമ്പന്നകുടുംബത്തിലാണ് അവർ പിറന്നു വീണത്. സാഹിത്യകലാദികളിൽ അഭിരുചിയുള്ള കുടുംബമായിരുന്നു അത്. സുഹറയുടെ ഏട്ടത്തിയുടെ ഭർത്താവ് വി അബ്ദുള്ള വിപുലമായ ഗ്രന്ഥപരിചയമുള്ള ആസ്വാദകനും നിരൂപകനും നാടകപ്രേമിയും ആണ്. പല മലയാളകൃതികളും ആംഗലഭാഷയിലേക്ക് അദ്ദേഹം വിവർത്തനം ചെയ്തിട്ടുണ്ട്. സഹോദരൻ പേരുകേട്ട കാർട്ടൂണിസ്റ്റും ചിത്രകാരനും പത്രപ്രവർത്തകനുമാണ്. ഭർത്താവാകട്ടെ പ്രശസ്ത നിരൂപകനും അദ്ധ്യാപകനുമാണ്. ഈ സവിശേഷ വ്യക്തിത്വങ്ങളുടെ ഇടയിൽനിന്ന് സാഹിത്യരചനയിൽ ഏർപ്പെടാൻ കഴിയുമെന്ന് ധരിച്ചുവശാകരുത്. വാസ്തവത്തിൽ ഇതൊരു അനുകൂല സാഹചര്യമായിരുന്നില്ല. മറിച്ച് സർഗ്ഗവാസന നാമ്പിടുമ്പോഴൊക്കെ അജ്ഞാതമായ ഭീതി മനസ്സിൽ പടർന്നു പിടിക്കാനാണ് സാദ്ധ്യത. ഈ ഭീതിയെ തള്ളിയകറ്റാൻ ഒരു മുസ്ലിം സ്ത്രീക്ക് അസാധാരണമായ കരുത്തു വേണം. ഭീതിയിൽനിന്നു മോചനം കിട്ടണം. സർഗ്ഗക്രിയയിൽ അതിയായ ആത്മബലം വേണം. സ്വന്തം വ്യക്തിത്വത്തെ വികസിപ്പിക്കാനുള്ള ഉൽക്കടമായ വികാരാവേശം വേണം. ഇതെല്ലാമാണ് സുഹറ സാധിച്ചെടുത്തിട്ടുള്ളത്. ഭീതിയിൽനിന്നുള്ള മോചനവും സ്വാതന്ത്ര്യത്തിലേക്കുള്ള പ്രവേശനവുമായി ഞാൻ ഈ നോവലിനെ

കാണുന്നു.

മാപ്പിളപ്പെണ്ണുങ്ങൾ മുമ്പൊരിക്കലും ഒരു നോവലെഴുതാൻ മിനക്കെട്ടിട്ടില്ല. ഞാനേതായാലും വായിച്ചിട്ടില്ല. പുരുഷപ്രാമാണ്യമുള്ള ഒരു സമൂഹമാണ് അവർക്ക് വിധിക്കപ്പെട്ടിട്ടുള്ളത്. അടുക്കളയിലെ റാണി മാരായി അവരെ വിശേഷിപ്പിക്കപ്പെടുന്നു. അവരുടെ ദുഃഖമോഹാദികൾ ഒരിക്കലും മലയാള സാഹിത്യത്തിൽ അവരിൽ നിന്നുണ്ടായിട്ടില്ല. എന്നെ പ്പോലുള്ള ചുരുക്കം ചിലർ അന്തഃപുരത്തിൽ വറ്റാത്ത കണ്ണീരുമായി ജീവിത മവസാനിപ്പിക്കുന്ന ദുഃഖപുത്രികളെക്കുറിച്ച് കഥകൾ എഴുതിയിട്ടുണ്ട്. ആചാരബന്ധിതവും ദൂഷിതവുമായ ഒരു വലയത്തിൽ കറങ്ങി കത്തി യെരിയുന്ന കഥകൾ ഉണ്ടായിട്ടില്ലെന്നല്ല. പക്ഷേ, അവ ബാഹ്യനിരീക്ഷ ണങ്ങളാണ്. പുരുഷന്മാർ അവരുടെ ദുഃഖത്തെക്കുറിച്ചെഴുതിയ ആഖ്യാ നങ്ങളാണവ. അവരുടെ ഉള്ളുരുക്കം അവരുടെ ഭാഷയിൽ, ശൈലിയിൽ കലാരൂപം പ്രാപിക്കുന്നത് ഞാൻ മുമ്പ് കണ്ടിട്ടില്ല. അതു മറനീക്കി കാണിച്ചു തരാൻ സുഹറ ശ്രമിച്ചു എന്നതാണ് എന്നെ ആകർഷിച്ച വലിയ ഘടകം.

സ്ത്രീകളുടെ ആന്തരികജീവിതത്തെക്കുറിച്ച് പുരുഷന്മാർ എന്തെ ഴുതിയാലും അത് പാർശ്വവീക്ഷണമോ, അപൂർണ്ണചിത്രമോ മാത്രമേ ആകുകയുള്ളൂവെന്ന ഒരു സിദ്ധാന്തം പ്രബലമായിട്ടുണ്ട്. സ്ത്രീ ലേഖി കകളാണ് ഈ അഭിപ്രായം പ്രകടിപ്പിച്ചിട്ടുള്ളത്. ടോൾസ്റ്റോയിയുടെ ഭുവന പ്രഥിതമായ *അന്നാകരിനീനാ* എന്ന നോവലിലെ അന്ന എന്ന ദുരന്തനായികപോലും സ്ത്രീത്വത്തിന്റെ യഥാതഥവും സത്യസന്ധവു മായ ആത്മീയചിത്രമാകുന്നില്ലെന്നുവരെ ഇവർ കൂസലില്ലാതെ വിമർശി ച്ചിട്ടുണ്ട്. സ്ത്രീയുടെ ആന്തരിക ജീവിതം സ്ത്രീക്കുമാത്രമേ ചിത്രീക രിക്കാനാവൂ. അഥവാ അവർ ചിത്രണം ചെയ്താൽ മാത്രമേ സത്യ സന്ധവും ആന്തരികവും ഹൃദയാവർജ്ജകവും ആവൂ.

ഈ അവബോധംതന്നെയാണ് സുഹറയെയും ഈ നോവലെഴു തുന്നതിൽ നയിച്ചിട്ടുള്ളതെന്ന് ഒറ്റനോട്ടത്തിൽ മനസ്സിലാക്കാം.

*കിനാവി*ലെ പ്രധാനകഥാപാത്രം ബീപാത്തു ഹജ്ജുമ്മയാണ്. പത്തുപെറ്റ അവരുടെ ജീവിതസുഖദുഃഖാദികൾ സ്വപ്നാടനത്തിലെ ന്നോണം അവർ അയവിറക്കുന്നു. അവരുടെ ഇളയമകൾ സൈനുവിന്റെ ആന്തരഭാഷണവും നോവലിന്റെ വികാസഗതിയെ നിയന്ത്രിക്കുന്നു. രണ്ടും സ്ത്രീകളാണ്. തലമുറകൾ തമ്മിലുള്ള വ്യത്യാസം അവർ തമ്മിലുണ്ട്. അവരുടെ വീക്ഷണവികാരാദികൾ പ്രകടമാണ്. ഈ ഭിന്ന ഭാവത്തിന്റെ സൂക്ഷ്മതലങ്ങളെ അനാവരണം ചെയ്യുന്നു *കിനാവ്.* ഉപ്പയും ഉപ്പാപ്പയും ഭർത്താവും സന്താനങ്ങളുമെല്ലാം അവരുടെ കാഴ്ചപ്പാടിൽനിന്നുകൊ ണ്ടാണ് നോവലിൽ ചിത്രീകരിച്ചിട്ടുള്ളത്. ഓർമ്മകളെ നീന്തിമുറിക്കുന്ന ഈ രണ്ടു സ്ത്രീകഥാപാത്രങ്ങൾ വഴിയോരങ്ങളിലെ ചാരുതയാർന്ന കാഴ്ചകൾപോലെ അവരെ കാണുന്നു. ബീപാത്തുഹജ്ജുമ്മയുടെ ദുഃഖ മയമായ ജീവിതത്തിന്റെ അഗാധതലങ്ങളെ കൈയൊതുക്കം വന്ന എഴു ത്തുകാരിയെപ്പോലെയാണ് സുഹറ ആവിഷ്കരിച്ചിട്ടുള്ളത്. ഭർത്താവി

നോട് അതിരറ്റ സ്നേഹം ഉപ്പയോട് അതിലും മികച്ച സ്നേഹം. പുരുഷന്മാർ രണ്ടുപേരുമാണെങ്കിൽ വിപരീത സ്വഭാവത്തിലുള്ളവർ. കയ്ച്ചിട്ട് ഇറക്കാനും വയ്യ, മധുരിച്ചിട്ട് തുപ്പാനും വയ്യ എന്ന മട്ടിലുള്ള അവരുടെ കദനഭരിതമായ ജീവിതം മകളുടെ ദൃഷ്ടിയിലൂടെ ശക്തമായി നോവൽകാരി ചിത്രണം ചെയ്തിരിക്കുന്നു.

ഈ കുടുംബപുരാണം വ്യക്തികളുടെ വികാരവിചാരാദികളോടനുബന്ധപ്പെടുന്നു. അവരുടെ വികാരവിചാരാദികളാകട്ടെ തികച്ചും സ്വതന്ത്രമാണെന്നു പറഞ്ഞുകൂട. മതവിശ്വാസത്തിന്റെയും ആചാര ബാഹുല്യത്തിന്റെയും കെട്ടുപാടുകളിൽനിന്നുകൊണ്ടുള്ള വ്യക്തിത്വ വികസനങ്ങളാണവ. നോമ്പ്, പെരുന്നാൾ, ഹജ്ജ് തുടങ്ങിയ മതാനുഷ്ഠാനബന്ധികളായ വസ്തുതകളുടെ ആഘാത പ്രത്യാഘാതങ്ങൾ വ്യക്തികളിലുണ്ടാക്കുന്ന സ്വഭാവ സവിശേഷതകളിലൂടെയാണ് കഥാഖ്യാനം. വിശ്വാസത്തിനനുരോധമായി നില്ക്കുന്ന ആചാരാദികളും നിറപ്പകിട്ടു നല്കുന്നു. സുന്നത്ത് (മാർക്കം) കല്യാണം തുടങ്ങിയവ നോവൽകാരി ആവിഷ്കരിച്ചിട്ടുണ്ട്. അതായത് ഒരു കുടുംബപുരാണത്തോടൊപ്പം സമൂഹ ജീവിത ചിത്രീകരണവും *കിനാവിൽ* ആവിഷ്കരിക്കുന്നു. ഒരു പുരാവൃത്തം മാത്രമല്ല ഇവിടെ പറയുന്നത്. രണ്ടു തലമുറകൾ തമ്മിലുള്ള പ്രകടമായ വൈരുദ്ധ്യവും കാലം മാറ്റിയ ബോധതലവും ഭാഷാവിഷ്കാരത്തിനുള്ള ഉപാധികളായി സ്വീകരിച്ചിരിക്കുന്നു. വാസ്തവത്തിൽ രണ്ടു ലോകങ്ങളാണ് ഇവിടെ വിടർന്നു വരുന്നത്. പൂർവ്വമഹിമയിൽ മാത്രം ഊറ്റംകൊണ്ടിരുന്ന അല്ലലറിയാത്ത ഒരു ലോകം, കാലപ്രവാഹത്തിൽ ജീവിതത്തിൽ ഉരുത്തിരിഞ്ഞുവന്ന പരുഷമായ മറ്റൊരു ലോകത്തോട് സഹവർത്തിത്വം പുലർത്താൻ വെമ്പുന്ന പുതിയ തലമുറ. ആദ്യത്തെ തലമുറയെ ബീപാത്തു ഹജ്ജുമ്മ പ്രതിനിധീകരിക്കുന്നു. രണ്ടാം തലമുറയെ സൈനുവും. സാധാരണ നാം വായിച്ചിട്ടുള്ള മുസ്ലിം സാമൂഹ്യ നോവലുകളിൽനിന്നും വ്യത്യസ്തമായ ഒരു പശ്ചാത്തലം ഈ നോവലിനുണ്ട്. ഇടത്തരക്കാരാണ് അത്തരം നോവലുകളിൽ പ്രധാന പാത്രങ്ങളായി വരാറുള്ളത്.

ഇവിടെ പ്രതാപശാലികളായ സമ്പന്നവർഗ്ഗത്തിന്റെ പശ്ചാത്തലത്തിലാണ് നോവൽ. ജന്മിത്തത്തിന്റെ അടിയാധാരങ്ങളിൽ വിശ്വാസമുറപ്പിച്ച ആ പഴയ തലമുറയിൽനിന്നു വിടർന്നുണ്ടായ സന്തതികൾ ആധുനിക വിദ്യാഭ്യാസത്തിന്റെ കാര്യത്തിലും ദത്തശ്രദ്ധരാണ്. ഈ ആധുനികത എവിടെ എത്തും? കരീമിന്റെ ഭാര്യയായ ശാഹിദയെപ്പോലെ ആയാൽ കുടുംബസൗഭാഗ്യം എന്നത് നാമാവശേഷമായിപ്പോകില്ലേ? അമ്മയ്ക്കും ഭാര്യക്കുമിടയിൽ തൊണ്ടയിൽ കുടുങ്ങിയ മുള്ളിനെപ്പോലെ വേദനിച്ചിരുന്ന കരീമിന്റെ സഹതാപാർദ്രമായ ചിത്രം വരച്ച കൈയും മനസ്സും വിശുദ്ധമാണെന്നു മാത്രം പറയട്ടെ. മകനെ കാണാൻ കഴിയാത്ത അമ്മയുടെ ദുഃഖം ഒരുവശത്ത്. ഭാര്യയുടെ തൻപോരിമ മറ്റൊരു വശത്ത്. ഹൃദ്രോഗിയായ കരീമിന്റെ അന്ത്യത്തോടുകൂടി അമ്മയും തകരുന്നതിന്റെ ദാരുണരംഗം വരഞ്ഞുകൊണ്ടാണ് *കിനാവ്* പരിസമാപ്തി കുറിക്കുന്നത്.

മറ്റുള്ള മുസ്ലീം സാമൂഹ്യനോവലുകളിൽനിന്നും ഭിന്നമായി കാണുന്ന ഒരു ഘടകം കൂടി *കിനാവി*ലുണ്ട്. കഷ്ടപ്പെടുന്നവരല്ല പ്രധാനമായും പാത്രങ്ങൾ. അവർ വിശപ്പിന്റെ വിളി അറിഞ്ഞിട്ടില്ല. സമ്പന്നമായ കുടുംബത്തിന്റെ അസ്തമയമാണ് കഥാവതരണ മുഹൂർത്തം. എന്നാൽപ്പോലും ദാരിദ്ര്യത്തിന്റെ ക്രൂരത അവർ അറിയുന്നില്ല. എന്നാലും അവർ അറിയുന്ന വികാരബന്ധുരമായ ജീവിതദുഃഖം എത്രയോ ശക്തമാണ്. ഭൗതികമായ സമ്പന്നതയുടെ നടുവിലും ആത്മീയമായ ദുഃഖം പേറിനടക്കുന്ന മനസ്സുകളുടെ ചിത്രശാലയാണ് ഈ നോവൽ. ബീപാത്തുഹജ്ജുമ്മയുടെ ഉപ്പ സെയ്തുട്ടിഹാജിയും ഭർത്താവ് ആലിക്കുട്ടിഹാജിയും കരീമും എല്ലാവരും ഈ മഹാദുഃഖത്തിന്റെ വിചിത്ര സന്തതികളാണ്. ഇതാകട്ടെ മുസ്ലിം സാമൂഹ്യ ജീവിതമെന്ന ബാഹ്യതലത്തിലുള്ള അടപ്പ് ഊരുകയും ഏതു മതാനുയായികളാണെങ്കിലും മനുഷ്യ വികാരങ്ങൾ മതാതീതമാണെന്ന് തെളിയിക്കുകയും ചെയ്യുന്നു. മറിച്ചു പറഞ്ഞാൽ, മനുഷ്യത്വത്തെ തന്നെയാണ് നോവൽകാരി ഉപാസിക്കുന്നത്. സങ്കുചിത വീക്ഷണങ്ങളുടെ പ്രകാശനം മനുഷ്യത്വത്തെ അനാവരണം ചെയ്യുവാനാണ് ഉപയുക്തമാക്കിയിട്ടുള്ളത്.

സുഹറയുടെ ആദ്യത്തെ നോവലാണ് *കിനാവ്.* എന്റെ ആസ്വാദനത്തെ വിപുലപ്പെടുത്തിയ നിരവധി നിരീക്ഷണങ്ങൾ ഈ കൃതിയിലുണ്ട്. ഒരേ പാത്രത്തിൽ വിവാഹസദ്യയിൽ അലിസയുടെ നടുവിൽ കുഴിയുണ്ടാക്കി നെയ്യൊഴിച്ചുവച്ചതിൽനിന്നു ചാലുകീറി നെയ്യതിലൂടെ ഒഴുകുമ്പോൾ "ഇതാ തലശ്ശേരീന്ന് കോയിക്കോട്ടേക്കുള്ള ബയി" എന്നു പറയുന്ന കഥാപാത്രം അവിസ്മരണീയമാണ്. ഒന്നിച്ചിരുന്ന് ഓരോ പാത്രത്തിൽ നിരവധി കൈകൾ ഭക്ഷണത്തിനുവേണ്ടി താഴ്ത്തുമ്പോൾ ഇത്തരമൊരു ശക്തമായ നർമ്മത്തിലൂടെ ഒരാചാരസവിശേഷതയുടെ മിഴിവാർന്ന ചിത്രം നമുക്കു ലഭിക്കുന്നു. കല്യാണവീട്ടിൽ ചെന്നപ്പോൾ തന്റെ ഇളംപ്രായത്തെ കളിയാക്കുന്നതിൽ മനംനൊന്ത സൈനു ഉമ്മയുടെ കാച്ചിത്തല പിടിച്ചുകൊണ്ട് "ഉമ്മക്ക് എന്നെ നേരത്തെ പെറ്റൂടൈനോ" എന്നു പറയുന്നത് ഈ നോവലിലെ ഏറ്റവും ആകർഷകമായ രംഗമാണ്. എപ്പോഴും നൂറ്റൻപതു പവൻ ആഭരണത്തിന്റെ ഭാരവുമണിഞ്ഞ് അകത്തളങ്ങളിൽ നടക്കുന്ന ബീപാത്തുമ്മയുടെ ചിത്രം ഒരു കാലഘട്ടത്തിന്റെ പ്രതാപത്തിന്റെ പ്രതീകമായി വർത്തിക്കുന്നു. അതുപോലെ മനോഹരമായ രംഗമാണ് തേങ്ങ കക്കുന്ന കണ്ണനെ കൊല്ലാൻ പുറപ്പെട്ട പിടിവാശിക്കാരനായ ആലിക്കുട്ടിഹാജിയോട് കൊച്ചുമകൻ "ഉപ്പാവാ കണ്ണനെ കൊല്ലല്ലേ" എന്നു പറഞ്ഞപ്പോൾ ഉണ്ടായത്. ആലിക്കുട്ടി ഹാജി ആറിത്തണുക്കുക മാത്രമല്ല ചെയ്യുന്നത്. മറിച്ച് കണ്ണന് അഞ്ചുറുപ്പിക കൊടുക്കുകയും തെങ്ങിലുരസി തൊലിപൊളിഞ്ഞ കണ്ണന് വൈദ്യരുടെ പീടികയിൽ ചെന്നു തൈലം വാങ്ങിക്കൊടുക്കാൻ കാര്യസ്ഥൻ അറബിഅവുള്ളയോട് കല്പിക്കുകയും ചെയ്യുന്നു. ഈ രംഗം കലാപരമായ ഔന്നത്യമുള്ളതാണല്ലോ. എണ്ണിപ്പറയുന്നില്ല. എന്നാലും ഇത്തരം സജീവരംഗ

ങ്ങൾകൊണ്ട് സമ്പന്നമാണ് *കിനാവ്.*

സുഹറയുടെ ആദ്യപരിശ്രമമാണിത്. നോവലിന്റെ രചനാസങ്കേതം അവർക്ക് കരഗതമായിരിക്കുന്നു. ലളിതമായ ഭാഷാശൈലി ചാരുതയുള്ളതാണ്. പാത്രാവിഷ്കാരം കിനാവിലെ സ്മരണാപ്രവാഹത്തിൽ മുഖ്യഘടകമായി വരുന്നില്ല. യഥാർത്ഥത്തിൽ വിശദാംശങ്ങളോടെ ബീപാത്തുഹജ്ജുമ്മയെയും സൈനുവിനെയും ചിത്രീകരിച്ചിരുന്നെങ്കിൽ എന്നു ഞാനാശിച്ചു പോകുന്നു. സാങ്കേതികമേന്മയുടെ കാര്യത്തിൽ കിനാവിൽ നിന്നു ബഹുദൂരം സഞ്ചരിച്ചിരിക്കുന്നു കഥാകാരി എന്ന വസ്തുത അവരുടെ അടുത്ത കാലത്തു പ്രകാശിതമായ "ഇസ്രായിൽ" (മാതൃഭൂമി ആഴ്ചപ്പതിപ്പ്) എന്ന ചെറുകഥ അസന്ദിഗ്ദ്ധമായി പ്രഖ്യാപിക്കുന്നു. ജീവിതത്തിന്റെ ഇരുളടഞ്ഞ ഇടവഴികളിലേക്ക് സർഗ്ഗപ്രതിഭയുടെ വെളിച്ചം ഇനിയുമിനിയും പൊഴിക്കാൻ നോവൽകാരിക്കു സാധിക്കുമെന്നതിന്റെ വാഗ്ദാനമാണ് *കിനാവ്.* ഉത്തരകേരളത്തിലെ സമ്പന്ന കുടുംബങ്ങളുടെ വികാസപരിണാമങ്ങൾ നന്നായറിയുന്ന ഗ്രന്ഥകാരിയിൽനിന്ന് പാത്രാവിഷ്കാര സുരഭിലമായ ഒരു മനുഷ്യകഥയാണ് ഞാൻ പ്രതീക്ഷിക്കുന്നത്. അതിനുള്ള കഴിവ് അവർ നേടിയിരിക്കുന്നു.

കിനാവ് മലയാള സഹൃദയലോകത്തിന്റെ മുമ്പിൽ അവതരിപ്പിക്കുന്നതിൽ എനിക്ക് അനല്പമായ ആഹ്ലാദമുണ്ട്. സഹൃദയലോകം ഈ നോവലിനെ മാനിക്കുമെന്ന ഉറപ്പോടെ ഞാനീ പടുകുറിപ്പ് നിർത്തട്ടെ.

സ്നേഹം... നന്ദി*

എൻ പിയുടെ അവതാരികയുള്ളപ്പോൾ ആമുഖമായി കൂടുതൽ ഒന്നും പറയുന്നില്ല. എങ്കിലും ഈ നോവലെഴുതാൻ, പ്രസിദ്ധീകരിക്കാൻ ഒക്കെ എന്നെ സഹായിച്ചവരെക്കുറിച്ച് സൂചിപ്പിച്ചില്ലെങ്കിൽ നന്ദികേടാവും.

കിനാവിന് അവതാരിക എഴുതിത്തന്ന എൻ പിയോടുള്ള കടപ്പാട് എഴുതിത്തീർക്കാൻ പറ്റുമോ? *കിനാവ്* പുസ്തകമാക്കുകയാണെങ്കിൽ എൻ പിയെക്കൊണ്ടുതന്നെ അവതാരിക എഴുതിപ്പിക്കണം. ഏറെനാളേയുള്ള മോഹം. എൻ പിയെ ചെറുപ്പം മുതൽ അറിയാം. എന്നിട്ടും മനസ്സിൽ ഭീതി. ഭർത്താവിനോട് സംഗതി പറഞ്ഞു.

നീ വേണമെങ്കിൽ ചോദിച്ചു നോക്ക്.

അദ്ദേഹം കൈയൊഴിഞ്ഞു.

എൻ പിയുടെ വീട്ടിൽ ഇടയ്ക്ക് പോകാറുണ്ട്. അന്ന് ചെന്നപ്പോൾ മനസ്സ് വല്ലാതെ മിടിച്ചു. കേരളത്തിലെ പേരുകേട്ട സാഹിത്യകാരൻ. ചോദിക്കുന്നത് ധിക്കാരമാകുമോ? പേടിച്ചാണ് സംഗതി പറഞ്ഞത്. അദ്ദേഹം ഒരു വിരോധവും പറഞ്ഞില്ല. സന്തോഷത്തോടെ സമ്മതിക്കുകയും ചെയ്തു. മാത്രമല്ല, നോവൽ ശ്രദ്ധാപൂർവ്വം വായിച്ച് നിസ്സാരമായ തിരുത്തലുകളും വരുത്തി. നിസ്സാരമാണെങ്കിലും അദ്ദേഹത്തിന്റെ തിരുത്തലുകൾ കഴിഞ്ഞപ്പോൾ നോവലിന് കുറേക്കൂടി തിളക്കം കൂടിയതുപോലെ. അദ്ദേഹത്തിന്റെ വിലയേറിയ സമയം എനിക്കുവേണ്ടി ചെലവഴിക്കുന്നതിൽ ഒരു മടിയും കാട്ടിയില്ല. അദ്ദേഹത്തിന്റെ അവതാരിക വായിച്ചപ്പോൾ എനിക്കുതന്നെ അത്ഭുതം. ഇത്രയും ഞാൻ അർഹിക്കുന്നുണ്ടോ എന്നുപോലും തോന്നി. നന്ദി വാക്കുകളിൽ ഒതുങ്ങില്ല.

---

* ആദ്യപതിപ്പിന് എഴുതിയ കുറിപ്പ്

എനിക്ക് വായിക്കാൻ നല്ല പുസ്തകങ്ങളും സമയവും ലഭിച്ചു. ഒരുപാട് വായിച്ചപ്പോൾ എഴുതണമെന്നു തോന്നി. ഒരു നോട്ടു പുസ്തകത്തിൽ മനസ്സിൽ തോന്നിയതൊക്കെ കുറിച്ചുവച്ചു. ഒരിക്കൽ എന്റെ ഭർത്താവ് അത് കാണാനിടയായി. എന്റെ ഇക്കാക്ക ബി എം ഗഫൂറിനെ കാണിച്ചു. അതു വായിച്ചപ്പോൾ മൂപ്പർക്ക് അമ്പരപ്പ്. എടീ, ഇത് തരക്കേടില്ലല്ലോ എന്നായിരുന്നു കമന്റ്. എനിക്കറിയാത്ത പല പഴങ്കഥകളും പറഞ്ഞുതരികയും ചെയ്തു. ഇക്കാക്ക പറഞ്ഞ കഥകൾ കൂടി കൂട്ടിയിണക്കി ഞാൻ പുതിയൊരു നോവലെഴുതി. ആദ്യമെഴുതിയതിൽനിന്ന് വ്യത്യസ്തമായിരുന്നു അത്. കൈയെഴുത്തു പ്രതി ഭർത്താവിന്റെ അടുത്ത സുഹൃത്തായ എം എൻ കാരശ്ശേരിയെ ഏല്പിച്ചു. അദ്ദേഹം സാങ്കേതികത്തകരാറുകൾ ചൂണ്ടിക്കാണിച്ചു തന്നു. അദ്ദേഹത്തിന്റെ പ്രോത്സാഹനവും ഒത്താശയുമില്ലായിരുന്നെങ്കിൽ *കിനാവ്* വെളിച്ചം കാണുകയില്ലായിരുന്നു.

എന്റെ ആദ്യത്തെ നോവൽ ഏറെ പരസ്യം നല്കി പ്രസിദ്ധപ്പെടുത്താൻ തയ്യാറായ ഗൃഹലക്ഷ്മി പത്രാധിപ ശ്രീമതി ലൽക്കറിനെ മറക്കാനാവില്ല.

എല്ലാവർക്കും സ്നേഹം, നന്ദി.

15-8-90 ബി എം സുഹറ

കിനാവിലെ കഥാപാത്രങ്ങൾ
സാങ്കല്പിക സൃഷ്ടികളാണ്. ആരോടെങ്കിലും സാദൃശ്യം
തോന്നുന്നുണ്ടെങ്കിൽ യാദൃച്ഛികം മാത്രം

ഒന്ന്

ബീപാത്തുഹജ്ജുമ്മ നടുവകത്തെ കസേരയിലിരുന്ന് പത്രം വായിക്കുകയാണ്. ബസ് തീവണ്ടിയുമായി കൂട്ടിമുട്ടി പത്തുപേർ മരിച്ചു എന്ന ഞെട്ടിക്കുന്ന വാർത്ത വായിക്കുമ്പോഴാണ് മകളുടെ ഉറക്കെയുള്ള സംസാരം കേട്ടത്. അവൾ പുതിയാപ്ലയുമായി തർക്കിക്കുയാണ്.

“നിങ്ങളെ ചങ്ങായിമാർക്ക് എന്നുമെന്നും ഇങ്ങനെ വെച്ചുവിളമ്പാൻ എനിക്കാവൂലാ. നേരേം കാലോം നോക്കാതെയാ ഓരോരുത്തരെ കഞ്ഞിക്കും ചോറിനും ക്ഷണിക്കുന്നത്. ബാപ്പാക്കും മക്കൾക്കും ഒരുക്കാൻ തന്നെ എനക്കാവുന്നില്ല. ഇത്തലവേദനയുംകൊണ്ട് മാർക്കറ്റിൽ പോയി സാധനം വാങ്ങിവരുമ്പളത്തിന് നേരം ഉച്ചകഴിയും. അപ്പളേക്ക് വന്നോല് വെശന്ന് വലയും. അത്തറ സാമർത്ഥ്യം നിങ്ങക്ക് നന്നല്ല. ചെന്ന് സാധനങ്ങൾ വാങ്ങിച്ച് കൊടുത്തയച്ചാ ചോറ് ഇതാന്ന് പറയുമ്പളത്തിന് റെഡിയാക്കിത്തരാം...”

സൈനു പിന്നെയും തർക്കം തുടങ്ങിയല്ലോ.... ബീപാത്തുഹജ്ജുമ്മ വിചാരിച്ചു.

“നമ്മളെ കാലത്ത് പെണ്ണുങ്ങള് ആണുങ്ങളോട് ഇങ്ങനെ കയർത്ത് വർത്തമാനം പറയോ? പറഞ്ഞാ വായിൽ പല്ലും കാണൂലാന്ന് കൂട്ടിക്കോളീ.” ബീപാത്തുഹജ്ജുമ്മ തന്നോടെന്നോണം പറഞ്ഞു. പക്ഷേ, അന്നൊരു കാര്യമുണ്ട്. സാധനം വാങ്ങാനൊന്നും സ്ത്രീകള് മെനക്കെടണ്ട. വീട്ടുകാര്യം ഒന്നും അവരറിയണ്ട. ആവശ്യമുള്ള സാധനങ്ങൾ അതാത് സമയത്ത് അടുക്കളയിലെത്തിക്കോളും. തീരുമ്പോൾ അറിയിച്ചാൽ വീണ്ടും എത്തും. അടുക്കള നിറയെ പണിക്കാരുണ്ടാകും. സാമാനമുറിയിൽനിന്ന് നേരാനേരത്തിന് സാധനങ്ങളെടുത്തുകൊടുക്കണം. അടുക്കളക്കാരികൾക്ക് നിർദ്ദേശങ്ങൾ കൊടുക്കണം. അവരെക്കൊണ്ട് രുചി

യുള്ള തീറ്റി സാധനങ്ങളുണ്ടാക്കിച്ച് ആണുങ്ങൾക്ക് എത്തിക്കണം. ഇത്രയുമായാൽ പെണ്ണുങ്ങളുടെ പണിതീർന്നു. ഇപ്പഴോ? പണം സൂക്ഷിക്കുന്നതും കണക്കു നോക്കുന്നതും അങ്ങാടിയിൽപോകുന്നതും ഒക്കെ സ്ത്രീകൾ തന്നെ. “കിയാമം” അടുത്തുപോയി. ഇങ്ങനെ ഒരു കാലം വരുമെന്ന് പണ്ട് ഏതോ തങ്ങൾ ‘വഅള്’ പറഞ്ഞത് ഓർമ്മയുണ്ട്. പുറത്തിറങ്ങിയാൽ പുരുഷന്മാരേക്കാൾ സ്ത്രീകളാണ് കൂടുതൽ. തലയിൽ തട്ടമിട്ടവരെ കാണാനേ ഇല്ല. ഇതെന്തു കാലം! *ഖുർആനിൽ* പറഞ്ഞതെല്ലാം ഒത്തുവരുന്നുണ്ട്. ഭൂമിയിൽ സൂചികുത്താൻ ഇടമില്ലാതാവും. പെണ്ണ് ആണിനെ വകവെക്കാത്തകാലം വരും. ഇതെല്ലാം ചെറുപ്പം മുതലേ കേൾക്കുന്നുണ്ട്. എല്ലാം ഒത്തുവരുന്നുണ്ട്. ഇനി ദജ്ജാൽ ഇറങ്ങിയാൽ മാത്രം മതി.

“യാ അള്ളാ ഓന്റെ ശെർറിനെത്തൊട്ട് നീ കാക്ക് റബ്ബേ.”

സൈനുവിന് കലിയിളകുന്നതിൽ തെറ്റു പറയാനില്ല. പുറത്തിറങ്ങി ശീലമില്ലാത്ത കുട്ടിയാണ്. അവളൊരുത്തി ഒറ്റയ്ക്ക് എന്തെല്ലാം ചെയ്യും? പുതിയാപ്ല പേരുകേട്ട വക്കീൽ. കേസും കക്ഷികളുമായി കെട്ടിമറിയാനേ നേരമുള്ളൂ. ദോഷം പറയരുതല്ലോ. ചെലവിനു കൊടുക്കുന്നതിന് പിശുക്കൊന്നുമില്ല. ബാക്കിയൊന്നും തിരിഞ്ഞുനോക്കില്ല. വീട്ടുഭാരം മുഴുവൻ സൈനുവിന്റെ തലയിൽത്തന്നെ. മക്കളാണെങ്കിൽ മൂന്നും ആണ്. ഓരോന്നിനും ഓരോ ഇഷ്ടങ്ങൾ.

ഒരാൾക്ക് ചപ്പാത്തിയാണെങ്കിൽ മറ്റവന് പത്തിരി വേണം. എന്തിനും സൈനു വേണം. രാവിലെ സ്കൂളിൽ പോകാൻ നേരം സൈനുവിന് ചെവിതല കേൾക്കില്ല. ഉമ്മാ ചെരിപ്പെവിടെ... ഉമ്മാ കുപ്പായമെവിടെ... എന്നും പടതന്നെ. പണിക്കാണെങ്കിൽ ചൊവ്വിന് ആളെ കിട്ടാനില്ല. ഒരുത്തിയുണ്ട്. ഒന്നിനും പോരാ. ആവുന്ന കാലത്ത് കുതിരപോലെ പാഞ്ഞവളാ ബീപാത്തു. ഇപ്പോ ഒന്നിനും വയ്യാതായി. വയസ്സും ഏറെയായെന്നു കൂട്ടിക്കോ.

“നിങ്ങള് കൊറേ കഷ്ടപ്പെട്ടതല്ലേ. ഇനി നിസ്കാരവും ഓത്തുമായിട്ട് കഴിഞ്ഞോളീ” എന്നാണ് സൈനു പറയുന്നത്.

വീട്ടിൽ എന്നും വിരുന്നുകാരുടെ തിരക്ക്. പുതിയാപ്ലയെ അന്വേഷിച്ചെത്തുന്നവർക്ക് തരാതരം നോക്കി ചായയോ സർബ്ബത്തോ കൊടുക്കണം. ഉച്ചയ്ക്കാണെങ്കിൽ ചോറ്. രാത്രിയിലാവുമ്പോൾ കഞ്ഞിയും പത്തിരിയും. അടുക്കളയിൽ പണിക്ക് ആളുണ്ടോ എന്നൊന്നും മൂപ്പർക്ക് നോട്ടമില്ല. മക്കളും പേരക്കുട്ടികളുമൊക്കെ ഇടയ്ക്കിടെ സുഖവിവരമന്വേഷിച്ചെത്താറുണ്ട്. അവർക്ക് വിരുന്നൊരുക്കേണ്ടതും സൈനുതന്നെ. അവൾക്കാണെങ്കിൽ എന്നും അസുഖം. തലവേദന വിട്ടൊഴിഞ്ഞ നേരമില്ല. അതുംവച്ച് വീട്ടുകാര്യം നടത്തുമ്പോൾ ഈറപിടിക്കുന്നതിന് കുറ്റം പറയാനുമില്ല.

സൈനുവിന്റെ പ്രായത്തിൽ തനിക്കുമതേ. അസുഖമൊഴിഞ്ഞ നേരമില്ല. പൊന്നുപോലെ നോക്കുന്ന ബാപ്പ ഉണ്ടായിരുന്നതുകൊണ്ട് വിഷമം

അറിഞ്ഞില്ല. ചെറിയൊരു ജലദോഷപ്പനി വരുമ്പോഴേക്ക് രണ്ടാളെ കാവലിനിരുത്തും. കേളപ്പൻ വൈദ്യരെ വിളിച്ച് എണ്ണയ്ക്കും കഷായത്തിനും ഓല എഴുതിക്കും. സൈനുവിന്റെ ഉപ്പയ്ക്ക് "ശുജായി" ചമഞ്ഞ് നടക്കാനേ നേരമുണ്ടായിരുന്നുള്ളൂ. നരിപോലൊരു മനുഷ്യൻ. ഒന്നും അങ്ങോട്ട് മിണ്ടിക്കൂടാ. മിണ്ടിപ്പോയാൽ ഉറഞ്ഞുതുള്ളും. അങ്ങനെ വായടക്കിയാണല്ലോ ഉള്ള സ്വത്ത് മുഴുവൻ തീർത്തത്. തണ്ടും തടിയും സ്വത്തും മുതലും കണ്ടാണ് ബാപ്പ പുന്നാരമോളെ ആലിക്കുട്ടിഹാജിക്ക് നിക്കാഹ് ചെയ്തുകൊടുത്തത്. അന്ന് ആളെ കാണാൻ മാത്രമുണ്ടായിരുന്നു. കറുത്തിട്ടാണെങ്കിലും നല്ല തലയെടുപ്പ്. ആറടി ഉയരം അതിനൊത്ത ദേഹം. നെരിയാണിക്കു മുകളിൽ വച്ചുടുത്ത ഡാക്കാമല്ലിന്റെ മുണ്ട്. തൂവെള്ള മുഴുക്കൈ ഷർട്ട്. തിരുമ്പിത്തേച്ചാൽ മുണ്ടും ഷർട്ടും ഒരേ നിറമായിരിക്കണം. ഏതെങ്കിലും ഒന്നിന് നീലം കുറഞ്ഞോ കൂടിയോ പോയാൽ രണ്ടുംകൂടെ മുഖത്തേക്ക് വലിച്ചൊരേറാണ്. കുപ്പായക്കൈക്കും മാറത്തും സ്വർണ്ണബട്ടൺ. കുപ്പായത്തിനു മീതെ ഇസ്തിരിയിട്ട് മിനുങ്ങുന്ന പുറംകോട്ട്. കാലിൽ പോളീഷിട്ട് മിനുക്കിയ ഷൂസ്. വലത്തെ കൈയിലെ മോതിരവിരലിൽ തമ്പാക്കിൽ കെട്ടിച്ച വൈരക്കൽ മോതിരം. കൈയിലെ വളഞ്ഞ കാലുള്ള മാൻമാർക്കുകുട എന്നും കാണും. മിന്നുന്ന മൊട്ടത്തലയിൽ ഇസ്തിരിത്തൊപ്പി. കൂടെ എപ്പോഴും ഒരു പറ്റം അനുയായികൾ. തല ഉയർത്തിപ്പിടിച്ചുകൊണ്ടുള്ള നടപ്പു കണ്ടാൽ ആരുമൊന്നും നോക്കിപ്പോകും. ഉള്ളൂർക്കര ഗ്രാമത്തെ മുഴുവൻ വിറപ്പിച്ച ബാപ്പ സെയ്തൂട്ടിഹാജിപോലും ആലിക്കുട്ടി ഹാജിയോട് മിണ്ടുമ്പോൾ ഒന്നാലോചിക്കും. കല്യാണത്തിന് മുമ്പ് രണ്ടു പേരും വലിയ സ്നേഹത്തിലായിരുന്നു.

"ഓനാരാ. സാച്ചാൽ അലിയാരല്ലേ?"

ബാപ്പ പറയുന്നത് അവളും കേട്ടതാണ്. രണ്ടുപേരെയും അനുയായികൾ ഏഷണി പറഞ്ഞ് തമ്മിൽ തെറ്റിച്ചതാണ്. ശത്രുത തുടങ്ങിയതോടെ അടുക്കാനാകാത്തവിധം അകന്നു. അവളുടെ ജീവിതമാണ് അതിനിടയിൽപ്പെട്ട് എരിഞ്ഞുതീർന്നത്.

കല്യാണം നടന്നപ്പോൾ വയസ്സ് പതിനാല്. വമ്പനായിരുന്നെങ്കിലും ഭാര്യയെ ഉയിരായിരുന്നു. ആരെയും കണ്ണുമടച്ചങ്ങ് വിശ്വസിക്കും. അവരുടെയൊക്കെ വാക്കുകേട്ട് വേണ്ടാത്ത ഏടാകൂടങ്ങളിലൊക്കെ എടുത്തുചാടിയാണ് കൈയിലുണ്ടായിരുന്ന സ്വത്ത് മുഴുവൻ നശിപ്പിച്ചത്. മൂപ്പർക്ക് ഇംഗ്ലീഷ് എഴുതാനും വായിക്കാനുമറിയില്ല. അതുകണക്കാക്കാതെ വലിയ കമ്പനികളൊക്കെ തുടങ്ങും. വിവരമുള്ളവരെന്നു പറഞ്ഞ് അടുത്തുകൂടുന്നവരെ കമ്പനി നടത്താൻ ഏല്പിക്കും. വിവരവും പഠിപ്പുമുള്ളവരായതുകൊണ്ട് ചതിക്കുകയില്ലെന്നായിരുന്നു വിശ്വാസം. അവർ പറയുന്നിടത്ത് ഒപ്പിട്ട് കൊടുക്കും. ചതി മനസ്സിലാക്കുമ്പോഴേക്ക് നാടു മുഴുവൻ കടം. അതോടെ കമ്പനി പൂട്ടുകയല്ലാതെ മറ്റൊരു വഴിയുമില്ല. കടം വീടാൻ പിന്നെ കമ്പനി മാത്രം വിറ്റാൽ പറ്റില്ലെന്നാകും അവസ്ഥ.

ബാപ്പ ഉള്ളൂർക്കരയിലെ രാജാവായിരുന്നു. നാടുമുഴുവൻ സെയ്തുട്ടി ഹാജിയുടേതായിരുന്നു എന്നു പറയുന്നതിലും തെറ്റില്ല. ഒരു ഭാഗത്തു നിന്ന് തേങ്ങയിടാൻ തുടങ്ങി മറുഭാഗത്തെത്തുമ്പോഴേക്ക് അടുത്ത തവണ തേങ്ങയിടാൻ സമയമാകും. മാസത്തിൽ മുപ്പത് ദിനവും തേങ്ങ പറിക്കാനുണ്ടാകും. കൊല്ലത്തിൽ രണ്ടു കൊയ്ത്ത്. മകരത്തിലും കന്നിയിലും കൃഷിയിറക്കും. മുത്താറി, പയറ് തുടങ്ങിയ നടുവിളകളുമുണ്ട്.

കാര്യസ്ഥന്മാരും സേവക്കാരും ഏറെയുണ്ട്. വീട്ടിൽ എന്നും കല്യാണത്തിന്റെ തിരക്ക്. ദിവസം പത്തിടങ്ങഴി അരിയുടെ ചോറ് വെച്ചാലും തികയില്ല. കടപ്പുറത്തിനടുത്താണ് വീട്. മീൻകാരെല്ലാം ഉള്ളതിൽ മുന്തിയ മീൻ പുത്തൻപുരയിലെത്തിക്കും. നാട്ടിലെത്തുന്ന മുസലിയാക്കന്മാരും തങ്ങന്മാരും നേരാനേരത്ത് തിന്നാൻ പുത്തൻ പുരയിലെത്തും. അടുക്കളയിൽ പണിക്കാരികളുടെ പടതന്നെയുണ്ട്. മേൽനോട്ടത്തിന് വലിയ കദീസ. അരയ്ക്കൽ, വെപ്പുപണി, പാത്രം കഴുകൽ, വീടുവൃത്തിയാക്കൽ എന്നിങ്ങനെ പണി പലർക്കായി ഭാഗിച്ചുകൊടുക്കുന്നു. വെപ്പിന് ആനക്കണ്ടി കദീശയും കൂട്ടരും അരവിന് ബിയ്യാത്തുവും മറിയവും. വലിയ കദീസ പണിക്കാരികളെ നിർത്താതെ ചീത്തപറഞ്ഞുകൊണ്ട് എല്ലായിടത്തും എപ്പോഴുമുണ്ടാകും. അടുക്കളക്കാരുടെ ആവശ്യങ്ങൾ അകത്തെത്തിക്കുന്നതും കദീസതന്നെ. കൊട്ടാരംപോലുള്ള വീട്. രണ്ടുനിലമാളികയും മച്ചും. മുകളിൽ അഞ്ചു മുറിയും നീണ്ട വരാന്തയും നടുവകവും പൂമുഖവും. താഴെ ചുറ്റോടുചുറ്റും വരാന്ത. നടുവിൽ കണ്ണാടിജനലുകളുള്ള പൂമുഖം. നടുവകം കഴിഞ്ഞാൽ ചെറിയതളം. അവിടെയാണ് മുകളിലേക്കു കയറാനുള്ള ഗോവണി. അത് പുരുഷന്മാർക്ക് മാത്രമുള്ളതാണ്. സ്ത്രീകൾക്ക് പിൻവശത്തെ തളത്തിൽ വേറെയുണ്ട്. അവിടന്നിറങ്ങുന്നത് വിശാലമായ നടുവകത്തേക്കാണ് നടുവകത്ത് നാല് അറകൾ. നാലുപാടും കുഴിമുറ്റവും നടുവിൽ സിമന്റിട്ട ചെറിയ മുറ്റം. മീതെ കമ്പിവല പാകിയിട്ടുണ്ട്. അരമതിൽകെട്ടി മുറ്റം വേർതിരിച്ചിരിക്കുന്നു. ചുറ്റുമുള്ള വരാന്തയിൽ നിറയെ മുറികൾ. അതിനെയാണ് നാലാപ്പാട് എന്നുപറയുന്നത്. പ്രസവമുറി, സാമാനമുറി, നിസ്കാരമുറി അങ്ങനെ മുറികൾക്ക് പേരുകളുണ്ട്. തെക്കുവശത്ത് അടുക്കള പണിക്കാരുടെ മുറികൾ. അവർക്കുള്ള കുളിമുറി എന്നിവ. കിഴക്കും പടിഞ്ഞാറും വരാന്ത. പടിഞ്ഞാറേ വരാന്തയിലാണ് കളം. കളത്തിൽനിന്ന് പുറത്തേക്കു വാതിലുണ്ട്. നെല്ല് കൊയ്തു കൊണ്ടിടുന്നതും നെല്ല് മെതിക്കുന്നതും ചേറുന്നതും ഉണക്കുന്നതും കളത്തിലാണ്. കിഴക്കേ വരാന്തയിൽ കുളിമുറിയും കിണറും. നാലുഭാഗത്തുനിന്നും വെള്ളം കോരാവുന്ന വിധത്തിൽ കിണർ മതിൽകെട്ടി തിരിച്ചിട്ടുണ്ട്. ഒരു ഭാഗത്തുനിന്ന് വെള്ളം കോരുന്നവർ മറുഭാഗത്തുള്ളവരെ കാണില്ല. വരാന്തയ്ക്കു ചുറ്റും ഉയരം കൂടിയ മതിൽ പുറത്തേക്കിറങ്ങാൻ പടിപ്പുരവാതിൽ. മുത്താറിയും പയറും കൊയ്തു കൊണ്ടിടുന്നത് കിഴക്കേ വരാന്തയിലാണ്. നെല്ലും പയറും ഒരേസ്ഥലത്ത്

ഇടാൻ പാടില്ലെന്നായിരുന്നു വിശ്വാസം. നെല്ലുള്ളപ്പോൾ പയറെന്ന് പറയരുത്. പയറിനെ ഉരുണ്ടാണി എന്നുപറയണം. കൊയ്ത്തുകാലമായാൽ ആകെ തിരക്കാണ്. ദൂരസ്ഥലങ്ങളിൽനിന്ന് കൊയ്ത്തിനായി ആളുകളെ കൊണ്ടുവന്നു താമസിപ്പിക്കുന്നത് കളത്തിലാണ്. അവരുടെ വെപ്പും കിടപ്പുമെല്ലാം അവിടെത്തന്നെ. അന്ന് വാതിൽ മറഞ്ഞുനിന്ന് അവരുടെ വെപ്പും തീനും നോക്കി നില്ക്കാൻ ഹരമായിരുന്നു.

വീടു മുഴുവൻ അടിച്ചുവാരി വൃത്തിയാക്കാൻ രണ്ടുപേർ പോര. ഇന്നത്തെപ്പോലെ ദിവസവും നിലം നനച്ചുതുടയ്ക്കുന്ന പതിവൊന്നുമില്ല. കൊല്ലത്തിൽ രണ്ടുതവണ നിലം സോഡക്കാരവും സോപ്പുമിട്ട് തേച്ചു കഴുകും. നോമ്പിനും വലിയ പെരുന്നാളിനും വെള്ളക്കല്ലുപാകിയ നിലം തേച്ചുകഴുകാൻ ചില്ലറ പാടൊന്നുമല്ല. മുറ്റമടിച്ചുവാരാൻ രണ്ടു തീയ്യത്തികൾ. അവർക്ക് ഓണത്തിനും വിഷുവിനും കോടി. അവർ ഓണത്തിന് നെയ്യപ്പവും വിഷുവിന് ആനത്തലയോളം പോന്ന അരിയുണ്ടയും കാണിക്കയായി കൊണ്ടുവരും. എന്തെല്ലാം കണ്ടു, കേട്ടു, അനുഭവിച്ചു!

ഇന്ന് നാടും വീടും വിട്ട് മക്കളുടെ കൂടെ വന്നു താമസിക്കുന്നു. സൈനുവിന്റെ ഉപ്പ മരിക്കുമ്പോഴേക്ക് സ്വത്ത് മുക്കാലും തീർന്നിരുന്നു. ബാപ്പ അതിനു വളരെ മുമ്പേ മരിച്ചിരുന്നു. സ്വത്ത് പങ്കുവച്ചപ്പോൾ കണ്ണായതെല്ലാം ആങ്ങളമാർ കൈക്കലാക്കി. ആരോടും പരാതി പറഞ്ഞില്ല. മുക്കാലും പാട്ടസ്വത്തായിരുന്നു. കമ്യൂണിസ്റ്റ് ഭരണം വന്നപ്പോൾ പറമ്പും നിലവുമെല്ലാം കുടിയാന്മാരുടേതായി. തൊഴിലാളികൾ സമരത്തിനിറങ്ങുന്നതുപോലെ ജന്മിമാരും അന്നേ കൊടിപിടിക്കേണ്ടതായിരുന്നു.

വേണ്ടപ്പെട്ടവരാരും സഹായത്തിനില്ല. പണ്ടുമുതലേ ബാപ്പയുടെ കൂടെ ഉണ്ടായിരുന്ന കാര്യസ്ഥൻ മമ്മതായിരുന്നു തുണയ്ക്ക്. പടച്ചവനിലുള്ള വിശ്വാസം ഒന്നുമാത്രമാണ് പതറാതെ ഇവിടംവരെ എത്തിച്ചത്. ഇത്താത്തയുടെ പുതിയാപ്ല സൈനുവിന്റെ ബാപ്പയുടെ അടുത്ത ചങ്ങാതിയായിരുന്നു. അദ്ദേഹം മരിക്കുന്നതുവരെ എന്തിനും എപ്പോഴും ഓടിയെത്തുമായിരുന്നു. അതിനുശേഷം ആരും എന്തെന്നും ഏതെന്നും അന്വേഷിക്കാറില്ല. സഹായമാവശ്യപ്പെട്ട് ആരുടെ മുന്നിലും കൈനീട്ടാതെ ഇതുവരെ എത്തി.

"യാ ഇല്ലാഹീ നീതന്നെ തുണ."

"ഉമ്മാമ പേപ്പറും പിടിച്ച് കിനാവ് കാണ്വാ? മണി ഒന്നടിച്ചു."

കൊച്ചുമകൻ റഫീഖിന്റെ ചോദ്യം കേട്ട് ബീപാത്തുഹജ്ജുമ്മ എഴുന്നേറ്റു.

രണ്ട്

"**മോ**നെ, റഫീഖേ, ഉമ്മാമാനോട് വന്ന് ചോറുതിന്നോളാൻ പറ."

അടുക്കളയിലെ തിരക്കിനിടയിൽ സൈനു വിളിച്ചുപറഞ്ഞു. ഉമ്മ ചികിത്സയിലാണ്. കഷായം കഴിക്കുന്നുണ്ട്. നേരത്തിനു ഭക്ഷണം കഴിച്ചില്ലെങ്കിൽ തളർന്ന് മയങ്ങും. ആരേയും ബുദ്ധിമുട്ടിക്കുന്നത് ഇഷ്ടമല്ല. നേരത്തിനു വിളിച്ചാൽ വന്നുതിന്നും. മുസഅബുമായി ഓതാനിരുന്നാൽ ഭക്ഷണകാര്യം മറക്കും. പുസ്തകം വായിക്കാനിരുന്നാലും അങ്ങനെ തന്നെ. വീട്ടിൽ കള്ളൻ കയറി സ്ഥിരതാമസമാക്കിയാലും ഉമ്മ അറിയില്ല. റഫീഖിന്റെ ബാപ്പയാണ് പുസ്തകങ്ങൾ കൊണ്ടുക്കൊടുക്കുന്നത്. മൂപ്പർക്ക് വായനാശീലമുള്ളവരെ വലിയ ഇഷ്ടമാണ്.

എത്ര പുസ്തകം വേണമെങ്കിലും കെട്ടിപ്പേറിക്കൊണ്ടുകൊടുത്തോളും. നാലാംക്ലാസുവരെ മാത്രമേ പഠിച്ചിട്ടുള്ളൂവെങ്കിലും ഉമ്മ നന്നായി വായിക്കും. തന്നത്താൻ പരിശ്രമിച്ചു പഠിച്ചതാണ്. പണ്ടത്തെ തിരക്കിനിടയിലും അവർ വായിക്കാൻ സമയം കണ്ടെത്തിയിരുന്നു. പത്രവും വീട്ടിൽ വരുത്തുന്ന വാരികകളും അവർ മുടങ്ങാതെ വായിക്കും. ഈ പ്രായത്തിൽ പത്രം സ്ഥിരമായി വായിക്കുന്ന മുസ്ലിം സ്ത്രീകൾ കുറവാണെന്ന് അദ്ദേഹം പറയാറുണ്ട്.

അദ്ദേഹത്തിന്റെ ഉമ്മ ചെറുപ്പത്തിലേ മരിച്ചു. മൂത്ത ഇത്താത്തയാണ് വളർത്തിയത്. ആലപ്പുഴയാണ് വീട്. രണ്ടാമത്തെ ആങ്ങളയുടെ കൂടെ പഠിച്ചതാണ്. ചെറീക്കാക്കയും വക്കീലാണ്. സാഹിത്യത്തിന്റെ അസുഖം രണ്ടുപേർക്കുമുണ്ട്. അങ്ങനെയാണ് കല്യാണം നടന്നത്. അദ്ദേഹത്തിന്റെ ഉമ്മയും ബാപ്പയുമെല്ലാം ഇത്താത്തയായിരുന്നു. ഈയിടെ അവരും മരിച്ചു. അതിനു ശേഷമാണ് ഇവിടെ സ്ഥിരതാമസമാക്കിയത്. ഇത്താത്തയുടെ മകൾ ഭർത്താവിന്റെ കൂടെ ദുബായിലാണ്. വേറെ അടുത്ത

ബന്ധുക്കളാരുമില്ല. നാട്ടിലെ വീട് പൂട്ടിക്കിടക്കുകയാണ്. വില്ക്കണമെന്നു പറയുന്നതുകേട്ടു. കുടുംബസ്വത്തായി അവിടെ കിടക്കട്ടെ.

മീൻ കരിഞ്ഞ മണം. സ്വപ്നം കണ്ടുനിന്നാൽ സമയത്തിന് ചോറ് മേശപ്പുറത്ത് എത്തില്ല. ഇന്ന് ഞായറാഴ്ച ആയതുകൊണ്ട് തിരക്ക് കൂടുതലാണ്. ചോറു തിന്നാൻ അദ്ദേഹത്തിന്റെ സുഹൃത്ത് ഗോപിസാറുമുണ്ട്.

"സലീമാ, നീ ചേനച്ചാറിൽ ഉപ്പിട്ടിരുന്നോ?" സൈനു മീൻ മറിച്ചിടുന്നതിനിടയിൽ ചോദിച്ചു:

"ഇല്ലത്താത്താ ഞാൻ മറന്നോയി."

"നിന്റെ ഹലാക്കിലെ മറവി."

രണ്ടുമണി അടിക്കുന്നതിനുമുമ്പ് ചോറും കൂട്ടാനും വിളമ്പി മേശപ്പുറത്തെത്തിച്ചു.

"സത്താറേ, ബാപ്പാനെ വിളി." മൂത്ത മകനോട് പറഞ്ഞു:

"എറച്ചിക്ക് ഉപ്പ് ജാസ്തിയാട്ടോ ഉമ്മാ."

"എരിഞ്ഞിട്ട് വയ്യ. മീനിൽ ഉള്ള മുളകത്രയും ഇട്ടിട്ടുണ്ട്." മക്കളുടെ വക അഭിപ്രായങ്ങൾ വന്നുകൊണ്ടേയിരുന്നു.

"വേണ്ടാത്തതൊന്നും തിന്നണ്ട. എന്തുണ്ടാക്കിയാലും കുറ്റം."

"ഇന്നത്തെ കറികളെല്ലാം അസ്സലായിട്ടുണ്ട് കേട്ടോ സൈനബാ." ബാപ്പ സമാധാനിപ്പിക്കാനെന്നോണം പറഞ്ഞു. അദ്ദേഹം അച്ചടിഭാഷയിലേ സംസാരിക്കൂ. പ്രീഡിഗ്രി പാസായിട്ടും നാടൻശൈലിയിൽ സംസാരിക്കുന്ന അവളെ തരംകിട്ടുമ്പോൾ പരിഹസിക്കാൻ മറക്കാറുമില്ല. വാശിക്ക് മൂപ്പരോട് നാടൻ മാപ്പിളശൈലിയിലേ സംസാരിക്കൂ.

"ഇന്നത്തെ ഇറച്ചിക്കറി സ്റ്റൈലായിട്ടുണ്ട്." ഗോപിസാറാണ്.

അടുക്കളജോലിയെല്ലാം ഒരുവിധത്തിൽ തീർത്ത് ഊണുകഴിച്ച് കട്ടിലിൽ കിടന്നപ്പോൾ തലവേദനയും തുടങ്ങി. തലവേദനയ്ക്കുള്ള ബാം പുരട്ടി കണ്ണുമടച്ചു കിടന്നു. മുറ്റത്ത് കുട്ടികൾ ക്രിക്കറ്റ് കളിക്കുന്ന ബഹളം കേൾക്കാം. കാദറിക്കായുടെ കുട്ടികളും വന്നിട്ടുണ്ടെന്നു തോന്നുന്നു. ഒന്നിനി ഉറങ്ങാൻ നോക്കണ്ട. പന്തു വന്ന് ജനലിലടിക്കുന്ന ഒച്ചയും ക്യാച്ച് ഔട്ട് എന്നൊക്കെയുള്ള വിളികളും കാരണം തലപെരുക്കാൻ തുടങ്ങി. തലവേദന ഏറുന്ന ലക്ഷണമാണ്. ഈയിടെയായിട്ട് ഉച്ചതിരിഞ്ഞാൽ തല പൊളിയുന്ന വേദനയാണ്.

കണ്ണുമടച്ച് കിടന്നപ്പോൾ കുട്ടിക്കാലം മനസ്സിലേക്കിഴഞ്ഞുവന്നു. അന്ന് പുത്തൻപുരയിലാണ് താമസം. വലിയ വീട്. നിറയെ ആളുകൾ. മൂത്തത് ഇത്താത്ത. അവളേക്കാൾ ഇരുപത് വയസ്സിന് മൂത്തത്. അവരുടെ മൂത്തമകൾക്ക് അവളേക്കാൾ പ്രായമുണ്ട്. ഇത്താത്തയും കുട്ടികളും പുത്തൻ പുരയ്ക്കൽ തന്നെയാണ് താമസം. അന്ന് പുത്തൻപുരയിലെ പെൺകുട്ടികൾ ഭർത്താവിന്റെ വീട്ടിൽ ചെന്നു താമസിക്കാറില്ല. ഇത്താത്തയുടെ ആറുമക്കൾ, അവളും ഇക്കാക്കമാരും. സ്കൂളടച്ചാൽ മൂത്തമ്മയുടെ മക്കളും അവരുടെ മക്കളും വിരുന്നുവരും. എല്ലാവരും കൂടിയായാൽ ഹരമായി.

ഇക്കാക്കമാരൊക്കെ അപ്പോഴേക്കും മുതിർന്നിരുന്നു. ഇത്താത്തയുടെ മകൾ സമീറയും അവളും ചെറീക്കയുമായിരുന്നു കൂട്ട്. അവളുടെ നേരെ മുകുളിലുള്ള ഇക്കയാണ് ചെറീക്ക. വീട്ടിനകത്തിരുന്നാണ് കളി. പുറത്തിറങ്ങി, നാട്ടിലുള്ള മറ്റുകുട്ടികളുമായി കൂട്ടുകൂടുന്നത് ഉമ്മയ്ക്കിഷ്ടമല്ല.

വൈകുന്നേരം നാലുമണി കഴിയാതെ മുറ്റത്തിറങ്ങാൻ അനുവാദമില്ല. വീട്ടിനകത്ത് ഇഷ്ടംപോലെ സ്ഥലമുള്ളതുകൊണ്ട് മുറ്റത്തിറങ്ങാൻ കഴിയാത്തത് ഒരു പ്രശ്നമായി തോന്നിയിരുന്നില്ല. പത്രമിറക്കൽ, നാടകംകളി, ഡാൻസ്... കളികൾ ധാരാളം. റസാക്കിക്കയാണ് നാടകമെഴുത്തുകാരൻ. അവൾക്കും സമീറയ്ക്കും പേരിനെന്തെങ്കിലും ഒരു പാർട്ട് കൊടുക്കും. കരഞ്ഞ് രംഗം വഷളാക്കാതിരിക്കാൻ വേണ്ടിയുള്ള കൈക്കൂലിയാണ്. ഞങ്ങൾ കരഞ്ഞ് ബഹളം കൂട്ടിയാൽ ഉമ്മയുടെ വഴക്ക് കേൾക്കേണ്ടിവരും. അതോടെ നാടകം മുടങ്ങുകയും ചെയ്യും. ഡാൻസും ഒപ്പനയുമാണ് പെൺകുട്ടികളുടെ പരിപാടി. എത്ര തിരക്കിനിടയിലും ഉമ്മ ഇതൊക്കെ കാണാൻ സമയമുണ്ടാക്കും. അവളും ചെറീക്കയുമാണ് പത്രത്തിന്റെ നടത്തിപ്പുകാർ. വീട്ടിലെ കോഴി മുട്ടയിട്ടതും ആട് പ്രസവിച്ചതും വല്യക്കാക്ക ലീവിൽ നഗരത്തിൽനിന്ന് വീട്ടിലെത്തിയതുമൊക്കെ പത്രവാർത്തയാണ്. വൈകുന്നേരമായാൽ മുതിർന്ന ആൺകുട്ടികൾ മണൽ വിരിച്ച വിശാലമായ മുറ്റത്ത് ഷട്ടിലും ഫുട്ബോളും കളിക്കും. ചെറിയ കുട്ടികൾ കാണികളാണ്. ദൂരെ ഉരുണ്ടു പോകുന്ന പന്ത് എടുത്തുകൊടുക്കുക, ഇടയ്ക്കിടെ ആരാവാരം കൂട്ടി പ്രോത്സാഹിപ്പിക്കുക. ഇതാണ് അവരുടെ ജോലി. നന്നായി കളിക്കുന്ന ടീമിന് ഉപ്പയുടെ വക സമ്മാനമുണ്ട്.

വലിയ വീട്ടിലാണ് ജനിച്ചതെങ്കിലും ചെറുപ്പത്തിൽ ബുദ്ധിമുട്ടുകൾ ധാരാളം അനുഭവിച്ചിരുന്നു. ഉമ്മയ്ക്ക് എട്ടുമക്കൾ. വല്യുപ്പയോടുള്ള ശത്രുത കാരണം ഉപ്പ കുട്ടികളുടെ കാര്യം വേണ്ടവിധം അന്വേഷിക്കില്ല. വല്യുപ്പയോടുള്ള അമിതമായ സ്നേഹം കാരണം ഉമ്മ ഉപ്പയുടെ വീട്ടിലേക്ക് പോവുകയില്ല. ഉമ്മയുടെ ഉമ്മ നേരത്തെ മരിച്ചുപോയിരുന്നു. വല്യുപ്പയുടെ രണ്ടാം ഭാര്യയെയാണ് ഞങ്ങൾ ഉമ്മാമയെന്ന് വിളിച്ചിരുന്നത്. അവർക്ക് ഞങ്ങളെ വലിയ ഇഷ്ടമാണ്. ഉമ്മ സ്വന്തം മകൾ. ഉമ്മയുടെ മക്കളോടും അതുപോലെതന്നെ. ഒഴിവ് കിട്ടുമ്പോൾ പാട്ടുപാടിയും കഥകൾ പറഞ്ഞുതന്നും കുട്ടികളെ സന്തോഷിപ്പിക്കും. വാശിപിടിച്ച് ആഹാരം കഴിക്കാതിരുന്നാൽ ഉമ്മ തിരിഞ്ഞുനോക്കില്ല. ഉമ്മാമയാണ് നല്ല വാക്കു പറഞ്ഞു സമാധാനിപ്പിക്കുന്നതും സ്പെഷ്യലായിട്ട് വല്ലതുമൊക്കെ തിന്നാനുണ്ടാക്കിത്തരുന്നതും. കാതിൽ മിന്നിത്തിളങ്ങുന്ന പൊന്നലിക്കത്തും കഴുത്തിൽ ചക്കരമാലയും കൈകളിൽ നിറയെ പൊൻവളകളും അണിഞ്ഞ് തടിച്ച ശരീരവും കുലുക്കി ഉമ്മാമ എല്ലായിടത്തും ഉണ്ടാകും. പണിക്കാരികൾ ഉമ്മാമയുടെ വളക്കിലുക്കം ദൂരെ നിന്നു കേൾക്കുന്നേരം സംസാരം മതിയാക്കും. ഇല്ലെങ്കിൽ ഉമ്മാമയുടെ ചീത്ത കേട്ടതുതന്നെ.

ഉപ്പ പാട്ടനെല്ലൊക്കെ വിറ്റ് പണമാക്കും. കോടതിയും കേസും ഉപ്പ

യ്ക്കൊരു ഹരമാണ്. കാര്യസ്ഥൻ അറബിഅവുള്ളയുടെ ഏഷണി കേട്ട് വേണ്ടതിനും വേണ്ടാത്തതിനും കോടതി കയറും. ഉമ്മയ്ക്ക് ഒരുപാട് പണ്ടങ്ങളുണ്ടായിരുന്നു. കുറേ ഉപ്പ കൊണ്ടുപോയി വിറ്റ് കേസും കച്ചവടവുമൊക്കെ നടത്തി. ചങ്ങാതിയുടെ ഭാര്യക്ക് കല്യാണത്തിനു പോകുമ്പോൾ ഇടാനാണെന്നും പറഞ്ഞാണ് വാങ്ങിക്കൊണ്ടുപോവുക. പാവം ഉമ്മ വിശ്വസിക്കും. തിരിച്ചു ചോദിക്കുമ്പോൾ ഉപ്പ ചൂടാകും. അതോടെ ഉമ്മയുടെ നാവടങ്ങും. കുറേ വല്യുപ്പയും തിരിച്ചു വാങ്ങിച്ചു. ബാക്കി വന്ന കനപ്പെട്ടതൊക്കെ വല്യക്കാക്കയും കൊണ്ടുപോയി. എല്ലാം വിധിയാണെന്നുപറഞ്ഞ് ഉമ്മ സമാധാനപ്പെട്ടു. നഷ്ടപ്പെട്ടുപോയതിനെക്കുറിച്ചോർത്ത് ഉമ്മ ദുഃഖിക്കുന്നത് ഒരിക്കലും കണ്ടിട്ടില്ല.

മൂത്തമ്മ... ഉമ്മയുടെ ഇത്താത്ത. നഗരത്തിലാണ് താമസം. വർഷത്തിലൊരിക്കൽ വലിയ ആരവത്തോടെയാണ് നാട്ടിലെത്തുക. കുട്ടികൾക്കായി ബദാം, അണ്ടിപ്പരിപ്പ്, ആപ്രിക്കോട്ട്, ഈത്തപ്പഴം തുടങ്ങിയവയൊക്കെ വട്ടിക്കണക്കിനാണ് കൊണ്ടുവരിക. മൂത്തമ്മയുടെ പെൺമക്കളുടെ രണ്ടുപേരുടെയും വിവാഹം കഴിഞ്ഞു. അവരുടെ മക്കൾ അവളുടെ സമപ്രായക്കാർ. സ്കൂളടയ്ക്കുമ്പോൾ അവരും നാട്ടിലെത്തുന്നു. അല്ലെങ്കിൽ ഞങ്ങൾ അവരുടെ വീട്ടിലെത്തുന്നു. രണ്ടായാലും സന്തോഷം തന്നെ. പക്ഷേ, അവിടെച്ചെന്നാൽ ആകെ ഒരു പരുങ്ങലാണ്. ആ കുട്ടികളുടെ മിന്നിത്തിളങ്ങുന്ന പട്ടുകുപ്പായം കാണുമ്പോൾ അവളുടെ നരച്ച ചീട്ടിത്തുണികൊണ്ടുള്ള പാവാടയെക്കുറിച്ചോർത്ത് വിഷമം. ഉമ്മയ്ക്ക് നിവൃത്തിയില്ലാത്തതുകൊണ്ടാണ് പട്ടുപാവാട തുന്നിച്ചു തരാത്തതെന്നറിയാം. വീട്ടിൽ വിരുന്നുകാരെത്തുമ്പോൾ അകത്തെ മുറിയിൽ പതുങ്ങും. സംഗതി മൂത്തമ്മ ഉടനെ മനസ്സിലാക്കും. അതുകൊണ്ടായിരിക്കാം ഓരോ പ്രാവശ്യവും അവിടെച്ചെല്ലുമ്പോൾ പട്ടുപാവാടയും കസവുറിബണും വാങ്ങിച്ചുതരാൻ അവർ മറക്കാറില്ല. നാട്ടിലെത്തിയാൽ അണിഞ്ഞൊരുങ്ങി സ്കൂളിൽ എത്തുമ്പോൾ മറ്റു കുട്ടികളുടെ കണ്ണിൽ അസൂയ. മൂത്തമ്മയ്ക്ക് അനിയത്തിയെയും കുട്ടികളെയും വലിയ കാര്യമായിരുന്നു. ആ വലിയ ബംഗ്ലാവിൽ ഞങ്ങൾക്ക് എല്ലാ സ്വാതന്ത്ര്യവും ഉണ്ടായിരുന്നു. അവിടെ അന്നേ ടെലിഫോണുണ്ട്, ഐസു പെട്ടിയുമുണ്ട്. ആ വലിയ വീട്ടിൽ എണ്ണിയാൽ തീരാത്ത മുറികൾ. മിന്നുന്ന മൊസൈക്ക് തറ. സ്വിച്ചിട്ടാൽ കത്തുന്ന വിളക്ക്. കറങ്ങുന്ന പങ്ക. ഇവയെക്കുറിച്ചൊക്കെ അവൾ സ്കൂളിൽ ചെന്ന് വീമ്പിളക്കാറുണ്ട്. രണ്ടുനേരമാണ് വീട് അടിച്ചുവാരി തുടയ്ക്കുക. ഒരുതരി മണ്ണുപോലും മുറിക്കകത്ത് കാണരുതെന്നാണ് മൂത്തമ്മയുടെ നിയമം. അടുക്കളയിൽ യൂണിഫോമിട്ട ബട്ട്ലർമാർ. മൂത്താപ്പയ്ക്ക് പലതരക്കാരുമായി ബന്ധമുണ്ട്. ഉയർന്ന ഉദ്യോഗസ്ഥന്മാരായ സായിപ്പന്മാർക്കായി ചിലപ്പോൾ വിരുന്നൊരുക്കാറുണ്ട്. അപ്പോൾ ഇംഗ്ലീഷ് രീതിയിലാണ് ഭക്ഷണം. വെള്ളവിരിച്ച മേശമേൽ നിരത്തിയ കത്തിയും മുള്ളും. ഗ്ലാസുകളിൽ ചുവന്ന പാനീയം ഒഴിച്ചു കൊടുക്കുന്ന ബട്ട്ലർ. ആദ്യമായി സായിപ്പിനെ കണ്ടപ്പോഴുള്ള അമ്പരപ്പും ഇന്നും ഓർക്കുന്നു.

വെളുവെളെ വെളുത്ത് തൊലിയുരിച്ച കോഴിപോലെ. അറപ്പാണ് തോന്നിയത്. ഇതൊന്നും അക്കാലത്ത് ഉള്ളൂർക്കരയിൽ ഉണ്ടായിരുന്നില്ല. അതുകൊണ്ടായിരിക്കാം മൂത്തമ്മയുടെ വീടിനെക്കുറിച്ചോർക്കുമ്പോൾ അഭിമാനം. സ്കൂളടച്ചാൽ അവിടെ എത്താൻ എന്നും തിടുക്കമായിരുന്നു. ഉമ്മയ്ക്ക് ആങ്ങളമാരെന്നാൽ ജീവൻ. അവർക്കും അങ്ങനെതന്നെ. ഉമ്മയുടെ ഉമ്മ നേരത്തെ മരിച്ചുപോയിരുന്നു. ഉമ്മയാണ് ആങ്ങളമാരുടെ കാര്യങ്ങളൊക്കെ നോക്കിയിരുന്നത്. മറ്റുള്ളവരുടെ കാര്യം നോക്കാനും അവർ മനസ്സിൽ വിചാരിക്കുന്നത് അറിഞ്ഞ് ചെയ്തുകൊടുക്കാനും ഉമ്മയ്ക്ക് പ്രത്യേകം കഴിവുണ്ട്. സ്വന്തം ആവശ്യങ്ങൾ മാറ്റിവച്ച് മറ്റുള്ളവർക്കുവേണ്ടി കഷ്ടപ്പെടുന്നതിലായിരുന്നു അവർക്ക് സന്തോഷം.

ഉപ്പയെ ആർക്കും വലിയ പിടിത്തമില്ല. അനിഷ്ടമായത് കണ്ടാൽ ഉപ്പ മുഖത്തു നോക്കി പറയാനുള്ളത് പറയും. കുത്തുവാക്കുകൾ പറഞ്ഞ് എല്ലാവരുടെയും വിരോധം സമ്പാദിക്കും. ആരുടെ മുന്നിലും തലകുനിച്ചുകൊടുക്കില്ല. അതുകൊണ്ടുതന്നെ ശത്രുക്കളാണ് കൂടുതൽ. ദുരഭിമാനത്തിന്റെ പേരിൽ വരവുനോക്കാതെ ചെലവു ചെയ്യും. വല്യുപ്പ നടത്തുന്നതിനേക്കാൾ കേമമായി സദ്യകളും അടിയന്തിരങ്ങളും നടത്തിയാണ് വല്യുപ്പയോടുള്ള വൈരാഗ്യം തീർക്കുന്നത്. ഇതിനുവേണ്ടി പറമ്പ് വില്ക്കാനും മടിയില്ല.

മൂത്ത ഇത്താത്ത ആയിഷയുടെ കല്യാണം ഉപ്പയും വല്യുപ്പയും മത്സരിച്ചു ചെലവു ചെയ്താണ് നടത്തിയത്. അന്ന് അവരുടെ പ്രതാപകാലമായിരുന്നു. ഉപ്പയ്ക്ക് കുടക്കാലുകമ്പനിയും കൈവശം ഇഷ്ടംപോലെ സ്വത്തുമുണ്ട്. അറ സാമാനങ്ങൾ ബോംബെയിൽനിന്ന് നേരിട്ട് വരുത്തി. അറയുടെ ജനലുകൾക്ക് നീല കണ്ണാടിച്ചില്ലുകൾ. ചുവരിലെ കണ്ണാടി അലമാരയുടെ അരികിൽ കസവുകരയുള്ള കപ്പുകളും പൂപ്പണിയുള്ള സോസറുകളും പിഞ്ഞാണങ്ങളും. എല്ലാം വിദേശത്തുനിന്ന് ഇറക്കുമതി ചെയ്തവ. വീട്ടിത്തടിയിൽ പണിത കട്ടിലിൽ നിറയെ കൊത്തുപണികൾ. ബുലൂദിന്റെ കിടക്കയും തലയണകളും. മിന്നിത്തിളങ്ങുന്ന ചീനപ്പട്ടിന്റെ വിരി. കട്ടിലിന് ഞൊറിവച്ച മേലാപ്പും കൊതുകുവലയും. നിലത്ത് പരവതാനി. അറ കണ്ടാൽ ആരും ഒന്ന് കണ്ണുമിഴിച്ച് നില്ക്കും. ഇത്താത്തയ്ക്ക് രണ്ടു കൈയിലും മുട്ടോളം വളകൾ. കഴുത്ത് കുനിഞ്ഞുപോകും വിധത്തിൽ മാലകൾ. എല്ലാം കൊടുത്തത് ഉപ്പ തന്നെ. വല്യുപ്പ നാട്ടുകാരണവർ. അപ്പോൾപ്പിന്നെ നാടടക്കി കല്യാണം വിളിക്കണ്ടേ? ഏഴു ദിവസം നീണ്ടു നിന്നു കല്യാണം. നാല്പതു ദിവസത്തെ പുതിയാപ്ല സൽക്കാരവും പൊടിപൊടിച്ചു. എല്ലാം ഉമ്മ പറഞ്ഞറിഞ്ഞ വിവരങ്ങൾ. അക്കഥ പറയുമ്പോൾ ഉമ്മയുടെ മുഖത്ത് ഇപ്പോഴും അഭിമാനം.

വല്യക്കാക്കയുടെ വിവാഹം നടക്കുമ്പോൾ അവൾക്ക് അഞ്ചുവയസ്സ്. പുതിയപെണ്ണിന്റെ വീട്ടുകാർ തലശ്ശേരിക്കാർ. അവിടെവച്ചായിരുന്നു കല്യാണം. എന്തെല്ലാം വേഷങ്ങളായിരുന്നു! ബാൻഡു സംഘം, ഒപ്പന, കോൽക്കളി... ആകെ ബഹളമയം. പൊന്നാനിയിൽനിന്നാണ് ഒപ്പനക്കാ

രികളെ കൊണ്ടുവന്നത്. ഉമ്മയുടെ തറവാട്ടിൽ നിന്നെത്തിയ പെണ്ണുങ്ങളുടെ വക പാട്ടും കളിയും വേറെയും. പൊന്നാനിക്കാരത്തി ചോന്നയിശയും കൂട്ടരും പുതിയ പെണ്ണിനെ നടുവിലിരുത്തി ചുറ്റും നടന്ന് കൈമുട്ടി പാടുന്നു. ചോന്നയിശയുടെ പാട്ടും മുട്ടും കാണാനും കേൾക്കാനും രസമാണ്.

മേനിനല്ലഴകുള്ള പുതുനാരീനാ,
മികവോടെ കസാലമ്മൽ ഇരുന്തശകായി,
അശഹദുൽ അറഫും ശ്രുതികളനകം,
അസ്തുക്കൾ സുഫ്ത്തും പലപലരാഗം

ചുവടൊപ്പിച്ച് കളിച്ചത് ഇന്നലെയെന്നപോലെ കണ്ണിൽ കാണുന്നു.

അടിമുടി പൊന്നിൽ മൂടിയ പുതിയ പെണ്ണിനെ കാണാൻ എന്തു ചേലായിരുന്നു! കൈനിറയെ പൊൻവളകളും നീളമാലയും അണിഞ്ഞ പുതിയപെണ്ണിനരികിൽനിന്ന് മാറാൻ തോന്നിയില്ല. അവർ അടുത്ത് പിടിച്ചിരുത്തിയപ്പോൾ ജേതാവിന്റെ ഭാവത്തിൽ എല്ലാവരേയും നോക്കി.

നാല്പത് കാറിലാണ് പെണ്ണിനെ പുതുക്കം കൂട്ടിക്കൊണ്ടുവരാൻ സ്ത്രീകൾ പോയത്. പുതിയപെണ്ണിനെ കയറ്റാനുള്ള കാർ പൂമാല കൊണ്ട് അലങ്കരിച്ചിരുന്നു. നിക്കാഹ് കഴിഞ്ഞ് പുതിയാപ്ല വീട്ടിൽ തിരിച്ചെത്തിയാൽ പുതിയപെണ്ണിനെ വിളിക്കാൻ വരന്റെ സ്വന്തത്തിലും ബന്ധത്തിലും പെട്ട പെണ്ണുങ്ങൾ യാത്രതിരിക്കുന്നു. പെണ്ണിന്റെകൂടെ അവരുടെ ആളുകളും എത്തുന്നു. രണ്ടിടത്തും കേമമായി സദ്യ ഒരുക്കിയിരിക്കും. ഈ ചടങ്ങാണ് പുതുക്കം. അന്ന് പുതുക്കത്തിന് പോകുമ്പോൾ കുട്ടികളെ കൊണ്ടുപോകാറില്ല. ഏറെ കരഞ്ഞും വാശിപിടിച്ചുമാണ് അവളും സമീറയും കൂടെ പോയത്. അവിടെനിന്ന് ഒരുപാട് പെണ്ണുങ്ങൾ ഇങ്ങോട്ടുംവന്നു. അവരെല്ലാം വലിയ സ്റ്റൈലുകാരായിരുന്നു. അവരുടെ സാരിയും മുടിക്കെട്ടും മട്ടും മാതിരിയും കണ്ട് ഉള്ളൂർക്കരക്കാർ അതിശയപ്പെട്ടു. ഉള്ളൂർക്കരയിൽ സാരിക്കാരൊന്നും ഇക്കാലത്ത് ഇല്ലായിരുന്നു. നടുവകത്ത് സുപ്രയും പായും വിരിച്ചാണ് വന്നവർക്ക് ചോറ് വിളമ്പിയത്. നടുവകം മുഴുവൻ മന്തിരിയ എന്നു വിളിക്കുന്ന പുല്ലുപായ വിരിക്കുന്നു. സിംഗപ്പൂരിൽനിന്ന് കൊണ്ടുവന്ന പുൽപ്പായ നിറയെ പൂപ്പണികളാണ്. വട്ടത്തിൽ പനയോലയിൽ നെയ്ത സുപ്രയിലും ചിത്രപ്പണികളുണ്ടായിരിക്കും. പുൽപ്പായയുടെ നടുവിൽ നിരയായി സുപ്ര നിരത്തുന്നു. സുപ്രയ്ക്കു ചുറ്റും ആറാളുകൾ വീതം ഇരിക്കും. നടുവകത്ത് പത്ത് സുപ്രയിലധികമിടാം. ഓരോ വട്ടത്തിലും വിളമ്പാൻ പ്രത്യേകം സ്ത്രീകൾ. ആദ്യം മുട്ടമാലയും പിഞ്ഞാണത്തപ്പവും കൊണ്ടുവച്ചു. സ്ത്രീകൾ അത് പേരിനുവേണ്ടി കുറേശ്ശെ എടുക്കുന്നു. അതുകഴിഞ്ഞപ്പോൾ വട്ടസ്സാണിൽ അലിസ. ഗോതമ്പു കുത്തിച്ചേറി ഉമി കളഞ്ഞ് കോഴിയുമിട്ട് വേവിക്കുന്നു. നല്ലവണ്ണം വെന്താൽ അടിച്ചു ചേർക്കുന്നു. അതാണ് അലിസ. അലിസയുടെ നടുവിൽ കുഴിയുണ്ടാക്കി പശുവിൻനെയ്യ് ഉരുക്കി ഒഴിച്ചിട്ടുണ്ടാകും. ചെറിയ പിഞ്ഞാണങ്ങളിൽ പഞ്ചസാരയും നിരത്തിയി

ട്ടുണ്ടാകും. പഞ്ചസാര ചേർത്ത് ഒരേ പാത്രത്തിൽനിന്നാണ് ഒരു സുപ്രയ്ക്ക് ചുറ്റുമിരിക്കുന്നവർ അലിസ തിന്നുക. "ഇതാ തലശ്ശേരീന്നും കോയിക്കോട്ടേക്കുള്ള ബയി." എന്നു പറഞ്ഞ് ഒരാൾ അലിസയുടെ നടുവിൽക്കൂടി ഒരുവര. അപ്പോൾ നെയ്യെല്ലാം ആ ഭാഗത്തേക്ക് ഒഴുകാൻ തുടങ്ങി. "തലശ്ശേരീന്ന് കൊയിലാണ്ടിക്കും വഴിയുണ്ട്." എന്നു പറഞ്ഞ് വേറൊരാൾ മറ്റൊരു വര. പെണ്ണുങ്ങളുടെ ചിരി. ഇങ്ങനെ ഓരോന്നും വിളമ്പിക്കൊടുക്കുന്നതും തീറ്റിക്കുന്നതും നോക്കി ഞങ്ങൾ കുട്ടികൾ വാതില്ക്കൽത്തന്നെ നിന്നു. തലശ്ശേരിക്കാരികൾ ഒന്നും തിന്നില്ല. പുതിയാപ്ലയുടെ വീട്ടിൽച്ചെന്നാൽ വാരിവലിച്ചു തിന്നരുത്. എല്ലാം പേരിനു മാത്രം. സ്വാദ് നോക്കണം. അധികം തിന്നാൽ, അവർ പോയിക്കഴിഞ്ഞാൽ വീട്ടുകാർ അതു പറഞ്ഞ് പരിഹസിക്കും. "ഇതെന്താ തലശ്ശേരിക്കാർ ഉണ്ടായി ജനിച്ചിട്ട് അലിസ കണ്ട്ക്കില്ലേ? എന്ത് ആക്കറം പിടിച്ച തീറ്റയാ?" അതിൽപ്പരം നാണക്കേടുണ്ടോ?

പുതിയപെണ്ണും കൂട്ടരും എത്തിയപ്പോൾ അരിയും പൂവുമെറിഞ്ഞും പനിനീർകുടഞ്ഞുമാണ് അവരെ എതിരേറ്റത്. വെള്ളിത്തട്ടത്തിൽ അരിയും മുല്ലപ്പൂവും ആദ്യംതന്നെ കലർത്തിവച്ചിരുന്നു. പനിനീർ നിറയ്ക്കാൻ പൂപ്പണിയുള്ള പ്രത്യേകം പളുങ്ക് പാത്രമുണ്ട്. അതിന്റെ വായ്ഭാഗത്ത് അരിപ്പയുള്ള അടപ്പ്. അതിൽ പനിനീർ നിറച്ച് വിരുന്നുകാരുടെ തലയിൽ കുടയുമ്പോൾ നറുമണം നാലുപാടും പരക്കും. പുതിയ പെണ്ണിനെ വരന്റെ സഹോദരി മുല്ലമാല അണിയിച്ച് കൈപിടിച്ച് അകത്തേക്കാനയിക്കുന്നു. വല്യാക്കയുടെ കല്യാണത്തിന് മൂത്തമ്മയുടെ മക്കളാണ് പനിനീരു കുടഞ്ഞത്. അയിഷാത്ത പൂമാലയിട്ടു സ്വീകരിച്ചു. പെണ്ണിന്റെ കൂടെ വന്നവരെ ഓരോരുത്തരേയും കൈപിടിച്ചാണ് അകത്തേക്കു കൊണ്ടുപോയത്. അതിനായി അമ്മായിമാരും ഇത്താത്തമാരും പടിപ്പുര വാതില്ക്കൽത്തന്നെ കാത്തുനിന്നിരുന്നു. മുമ്പിൽ ചോന്നയിശയും കൂട്ടരും. പാട്ടുകാരുടെ മുട്ടും കളിയും നോക്കിനിന്നുപോയതിനാൽ മറ്റൊന്നും കാണാൻ കഴിഞ്ഞില്ല.

പെണ്ണിന്റെ വീട്ടിലും സ്വീകരണം ഗംഭീരമായിരുന്നു. പുതിയാപ്ലയുടെ വീട്ടിൽ നിന്നെത്തിയവരുടെ കഴുത്തിൽ കസവുമാലയിട്ടാണ് അവർ സ്വീകരിച്ചത്. പുതിയാപ്ലയുടെ കുഞ്ഞിപ്പെങ്ങൾ എന്നുപറഞ്ഞ് അവൾക്ക് പ്രത്യേക സ്വീകരണം. പുതിയാപ്ലയ്ക്ക് ഇത്ര ചെറിയ പെങ്ങളോ എന്നു പറഞ്ഞ് ചിലർ അടക്കിച്ചിരിച്ചതും ഓർക്കുന്നു. അപ്പോൾ മുഖം കുനിഞ്ഞു. കണ്ണു നിറഞ്ഞു. "ഉമ്മായ്ക്ക് എന്നെ നേരത്തെ പെറ്റൂടൈനോ?" വീട്ടിൽച്ചെന്നയുടൻ ഉമ്മയുടെ കാച്ചിത്തുമ്പ് പിടിച്ചുകൊണ്ട് ചിണുങ്ങി.

പരിഷ്കാരിയായ മരുമകളെ കണ്ട് ഉമ്മ അന്തംവിട്ടു. സാധാരണ കുടുംബത്തിൽനിന്നുള്ള ഒരു നാടൻപെണ്ണിനെ മതിയെന്ന് ഉമ്മ നിർബ്ബന്ധം പിടിച്ചിരുന്നു. പക്ഷേ, ഉപ്പയും വല്യുപ്പയും ഒരുപോലെ ഉമ്മയെ നിർബ്ബന്ധിച്ചു. അവർ രണ്ടുപേരും കൂടി യോജിച്ച് നടത്തിയ ഒരേയൊരു കാര്യവും അതുമാത്രം! പണത്തിന്റെ മഞ്ഞളിപ്പിൽ മയങ്ങിപ്പോയി.

വിവാഹം കഴിഞ്ഞ് ആറുമാസം തികയുന്നതിനുമുമ്പ് വല്യക്കാക്ക അമ്മായിയുടെ വീട്ടിൽ താമസമാക്കി. ഞങ്ങൾ വടക്കേ മലബാറുകാർ സഹോദരന്റെ ഭാര്യയെ അമ്മായി എന്നു വിളിക്കുന്നു. അമ്മായിയുടെ ബാപ്പയ്ക്ക് വേണ്ടതിലധികം പണം. സ്ഥിരതാമസം മദ്രാസിൽ. ഏകമകൾ. ലാളിച്ചു തന്നെ വളർത്തി. അമ്മായിയുടെ ബാപ്പ നല്ല ആളായിരുന്നു എന്ന് ഉമ്മ പറയുന്നത് കേട്ടിട്ടുണ്ട്. മൂപ്പർക്ക് വല്യക്കാക്കയെ വലിയ കാര്യമായിരുന്നു. അദ്ദേഹം മരിക്കുന്നതുവരെ പ്രശ്നങ്ങളൊന്നുമില്ലായിരുന്നു. അമ്മായി ഒരു പ്രത്യേക സ്വഭാവക്കാരി. ആരുമായും യോജിച്ചുപോകില്ല. ഇപ്പോൾ സ്വന്തം ആങ്ങളമാരുമായും പിണക്കത്തിലാണെന്നു പറയുന്നതു കേട്ടു. ആകപ്പാടെ സ്വൈരം കെട്ട ജീവിതം. അമ്മായി സ്വന്തം ഇഷ്ടമനുസരിച്ച് കഴിയും. എന്നും ഡിന്നറും പാർട്ടിയും. വല്യക്കാക്കയുടെ കാര്യങ്ങൾ നോക്കാനൊന്നും അവർക്ക് സമയമില്ല. അവർ ചെറുപ്പം മുതൽ ശീലിച്ച രീതിയിലല്ലേ ജീവിക്കാനാവൂ? അതിനവരെ കുറ്റപ്പെടുത്തുന്നതെങ്ങനെ? പണം മാത്രം നോക്കി കല്യാണം നടത്തിയതാണ് തെറ്റായത്. വല്യക്കാക്കയുടെ ജീവിതമോർത്താണ് ഉമ്മയ്ക്കിന്ന് ആധി. ഇനി ആധിപ്പെട്ടിട്ട് എന്തുകാര്യം?

കഴിഞ്ഞകൊല്ലം വല്യക്കാക്ക നാട്ടിൽ വന്നിരുന്നു. കണ്ടിട്ട് ആളെ അറിഞ്ഞില്ല. മുടി മുഴുവൻ നരച്ചു. പഴയ പ്രതാപത്തിന്റെ ഓർമ്മപോലെ വയറു മാത്രം തള്ളിനില്ക്കുന്നു. ഹാർട്ടിന് സുഖമില്ലെന്ന കാര്യമൊന്നും ഉമ്മയെ അറിയിച്ചിട്ടില്ല. മകളുടെ ഭർത്താവ് ഡോക്ടറാണ്. അതുകൊണ്ട് ചികിത്സയ്ക്കൊന്നും കുറവില്ല. മനസ്സമാധാനം വിലയ്ക്കു കിട്ടുമോ? ഓരോരുത്തരുടെ യോഗം.

“ഇന്നിവിടെ ചായയൊന്നുമില്ലേ?” സത്താറിന്റെ ഉറക്കെയുള്ള ചോദ്യം കേട്ട് എഴുന്നേറ്റു. മണി നാലായിക്കാണും. ഇനി കിടന്നാൽ ശരിയാവില്ല.

മൂന്ന്

ബീപാത്തുഹജ്ജുമ്മ രാത്രി കഞ്ഞികുടിയും കഴിഞ്ഞ് വെറ്റിലപ്പെട്ടിയുമായി മുറുക്കാനിരുന്നു. പണ്ട് ബോംബെയിൽ കുടക്കാല് കച്ചവടമുണ്ടായിരുന്ന കാലത്ത് ഭർത്താവ് വാങ്ങിച്ചുകൊടുത്തതാണ്. അടയ്ക്ക, പുകയില, വാസനപ്പാക്ക് എന്നിവ ഇടാൻ പ്രത്യേകം അറകൾ. ചുണ്ണാമ്പിന് ചെറിയ അളുക്ക്, വെറ്റിലയിടാൻ പരന്ന തട്ട്. കൊണ്ടുവന്നകാലത്ത് പളപളെ തിളങ്ങുന്ന വെറ്റിലച്ചെല്ലം നാട്ടുകാർക്കെല്ലാം അതിശയമായിരുന്നു. നിറം മങ്ങിയെങ്കിലും അതിന്റെ ഭംഗിക്ക് ഇപ്പോഴും കുറവില്ല. വെറ്റിലയിൽ ചുണ്ണാമ്പ് തേച്ച് അടയ്ക്കയും വാസനപ്പുകയിലയും ചേർത്ത് വായിലിടാൻ തുടങ്ങിയപ്പോഴാണ് സൈനു വന്നു പറഞ്ഞത്:

"ഉമ്മാ ഞങ്ങളെ റഫീഖിന്റെ സുന്നത്ത് ഈ സ്കൂള്പൂട്ടിന് നടത്തിയാലോ എന്നു ചോദിക്കുന്നു ഓന്റെ ബാപ്പ."

"ഓനിപ്പം ബയസ്സ് ഏയായയീലേ? ഇനി താമസിപ്പിക്കണ്ട. മറ്റേത് രണ്ടും നീ ആരേം അറീക്കാതെ നടത്തി. ഇതെങ്കിലും നാലാളെ ബിളിച്ച് കല്യാണായിറ്റ് നടത്ത്."

"നിങ്ങക്ക് അവിടിരുന്ന് പറഞ്ഞാ മതി. ഇത് നിങ്ങളെ നാടൊന്നുമല്ല. കദീസാ, മറിയേന്ന് വിളിച്ചാൽ ഓടിവരാൻ ആരാള്ളത്? നാട്ടാരെ മുയുവൻ വിളിച്ച് മംഗലം നടത്താൻ എനിക്കാവൂല. അതുമല്ല ഓന്റെ ബാപ്പായ്ക്ക് അതൊന്നും തീരെ ഇഷ്ടല്ല."

"എന്റെ മക്കളെ മാർക്കക്കല്യാണൊക്കെ എന്ത് ആരവത്തോടെയാ നടത്തിയതെന്ന് നിനക്കറിയ്യോ? നിന്റെ ബാല്യക്കാക്ക കരീമിന്റേതും എന്റെ എളേ ആങ്ങള മൊയ്തൂന്റേം മാർക്കം ഒന്നിച്ചാ നടത്തിയത്. ഓല് തമ്മില് മൂന്നാല് വയസ്സിന്റെ വ്യത്യാസല്ലേ ഉള്ളൂ. മൂന്നു ദിവസത്തെ അടിയന്തിരമായിട്ടാ നടത്തിയത്. നാടടക്കി വിളിച്ചു. അന്ന് നിന്നെ പെറ്റിട്ടും

കൂടിയില്ല."

"നിങ്ങളെ പയംപുരാണം കേട്ടിരുന്നാൽ ഇന്ന് ഒറങ്ങാൻ പറ്റൂല. നിങ്ങളും കിടക്കാൻ നോക്ക്. മണി പത്തടിച്ചു."

"കെടന്നിട്ടെന്താ? ഇപ്പളൊന്നും ഒറക്ക് ബരൂലാ."

ഉറക്കം വരണമെങ്കിൽ അർദ്ധരാത്രി കഴിയണം. രണ്ടുമൂന്നു പ്രാവശ്യം മുറുക്കും. കുറേനേരം ഓരോന്നോർത്ത് കിടക്കും. അതു കഴിഞ്ഞ് പല്ല് ഉമിക്കരിയിട്ട് തേച്ച് വൃത്തിയാക്കി ചൂടുവെള്ളത്തിൽ ഒളു എടുത്ത് അർദ്ധരാത്രിയിൽ പതിവുള്ള തഹജ്ജുദ് നിസ്കാരവും കഴിഞ്ഞാണ് ഉറങ്ങാൻ കിടക്കുന്നത്. പച്ചവെള്ളം തൊട്ടാൽ സന്ധികളിൽ നീര് വീഴ്ച വരും. അതിനാൽ സൈനു കുളിമുറിയിൽ ഗീസർ പിടിപ്പിച്ചിട്ടുണ്ട്. എപ്പോഴും ചൂടുവെള്ളം തയ്യാർ. ആരേയും ബുദ്ധിമുട്ടിക്കുന്നത് ഇഷ്ടമുള്ള കാര്യമല്ല. കിടക്കയിൽ കിടന്നാൽ പ്രാർത്ഥനകൾ പലതും ചൊല്ലാനുണ്ടാകും. ചിലപ്പോൾ മനസ്സ് പുറകോട്ട് പായും. പണ്ടൊക്കെ കിടക്കുന്നതും ഉറങ്ങും. പിന്നെ പുലർച്ചെ സുബഹി ബാങ്ക് കേട്ടാണ് ഉണരുക. ഇന്നും എത്ര താമസിച്ചുറങ്ങിയാലും സുബഹിക്ക് കൃത്യമായി ഉണരും.

മൂത്ത മകൻ കരീമിന്റേതാണ് ഏറ്റവും ആഘോഷമായിട്ട് നടത്തിയ സുന്നത്ത് കല്യാണം. രണ്ട് ചാക്ക് അരിയുടെ നെയ്ച്ചോറ് വച്ചു. രണ്ടു മുട്ടനാടിനെയും അറുത്തു. അന്നുതന്നെ രണ്ട് അനാഥക്കുട്ടികളുടെ സുന്നത്തും നടത്തിക്കൊടുത്തു. തലശ്ശേരിയിൽനിന്നുകൊണ്ടുവന്ന ജീരകശാല അരി നല്ല അരിമുല്ലമൊട്ടുപോലിരുന്നു. മദ്രസ്സയിലെ കുട്ടികൾക്ക് ചോറ് അന്ന് പുത്തൻ പുരയിലായിരുന്നു. ക്ഷണിച്ചവർക്കെല്ലാം ചോറു കൊടുത്തതിനുശേഷമാണ് സുന്നത്ത് നടത്തുന്നത്.

കരിമീന്റെ സുന്നത്തടിയന്തിരത്തിന് ഒപ്പനക്കാരും കോൽക്കളിക്കാരുമൊക്കെ ഉണ്ടായിരുന്നു. മാർക്കക്കുട്ടിയെ പുതിയ തുണിയും കുപ്പായവും അണിയിച്ച് തലയിൽ പട്ടുറുമാലും കെട്ടി നടുവകത്തെ കസേരയിലിരുത്തി പാട്ടുകാരികൾ ഒപ്പന മുട്ടി. മുറ്റത്തെ പന്തലിൽ മമ്മദ്ഗുരുക്കളും സംഘവും അരങ്ങുതകർത്തു. മലബാറിലെ എറ്റവും മികച്ച കോൽക്കളി സംഘമാണ് മമ്മദ്ഗുരുക്കളുടേത്.

ഒസ്സാൻ അവ്വോക്കരാണ് മക്കളുടെയെല്ലാം സുന്നത്ത് നടത്തിയത്. അവ്വോക്കർ നല്ല കൈപ്പൊരുത്തമുള്ളവനാണ്. അവ്വോക്കർ സുന്നത്ത് നടത്തിയാൽ ഏഴു ദിവസം കൊണ്ട് ഉണങ്ങുമെന്നത് അച്ചട്ടാണ്. കുട്ടികളെ അവ്വോക്കരെ ഏല്പിച്ചുകൊടുക്കുന്നത് അവരുടെ ഉപ്പയാണ്.

കുട്ടികളെ അകത്തേക്കു കൂട്ടിക്കൊണ്ടുവന്ന് നടുവകത്ത് നിർത്തിയിട്ട് ക്ഷണിക്കപ്പെട്ടവരുടെ സമ്മതം ചോദിക്കുന്നു. അവ്വോക്കർ പടിഞ്ഞാറേ വരാന്തയിലെ കളത്തിൽ കാത്തിരിക്കുന്നുണ്ടാവും. അവിടെ വച്ചാണ് സുന്നത്ത് നടത്തുന്നത്. ഉടുത്ത കോടിമുണ്ടഴിച്ച് ഉരലിൽ ഇരുത്തുന്നതോടെ കുട്ടികൾ ഉറക്കെ ആർപ്പു തുടങ്ങും. കാര്യസ്ഥൻ മമ്മദാണ് പിടിച്ചുകൊടുക്കുക.

ഒസ്സാന്റെ കൈയിലെ കത്തികൂടി കാണുമ്പോൾ അവരുടെ കരച്ചിലിന് ശക്തി ഏറുന്നു. അള്ളോാന്റുമ്മാ.. ഓടിവരീ.. എന്നെക്കൊല്ലുന്നേ... സഹിക്കാൻ കഴിയില്ല. നിലവിളി കേൾക്കാതിരിക്കാൻ അടുക്കളക്കോലായയിലേക്കോടുന്നു. ചെവിരണ്ടും പൊത്തി ശ്വാസം പിടിച്ചിരിക്കുമ്പോൾ പണിക്കാരത്തി ഉമ്മമ്പിഉമ്മ ഒരു കിണ്ണത്തിൽ വെള്ളവുമായി എത്തുന്നു.

"മോള് ഈന്റാത്ത് കൈയിട്ടിരുന്നോ. മനസ്സ് തണുക്കും."

കൈ വെള്ളത്തിലിട്ടിരുന്നാൽ മനസ്സിനു സ്വസ്ഥത കിട്ടുമത്രേ. ആർക്കറിയാം. തലേദിവസമേ മനസ്സ് പിടയ്ക്കാൻ തുടങ്ങിയതാണ്. മൂസഅബ് കൈയിൽനിന്ന് താഴെവച്ചില്ല. പല നേർച്ചകളും നേർന്നു. കുഞ്ഞമ്മോട്ടി സീതി ഉറക്കെ "മങ്കൂസ്" മൗലൂദ് ഓതിക്കൊണ്ടിരുന്നു. പ്രവാചകനായ മുഹമ്മദ് നബിയെ സ്തുതിക്കുന്ന കീർത്തനമാണ് മങ്കൂസ് മൗലൂദ്. അതു കേട്ടാൽ മനസ്സ് തണുക്കേണ്ടതാണ്. പക്ഷേ, തണുത്തില്ല. സുന്നത്ത് കഴിഞ്ഞ് കുട്ടികളെ കണ്ടപ്പോൾ മാത്രമേ മനസ്സിന് അടക്കം കിട്ടിയുള്ളൂ.

മുകളിലെ പൂമുഖത്ത് നിരക്കനെ അഞ്ചു കട്ടിലുകൾ ഇട്ടിരുന്നു. ആയിഷയുടെ മകൻ റഹ്മാനും കരീമിന് താഴെയുള്ള നാലുപേരും കണ്ണും ചുവപ്പിച്ച് കിടക്കുന്നു. കട്ടിലിന്റെ മേൽക്കട്ടിയിൽ ചരടുകെട്ടി മുണ്ടിന്റെ കഷണം കെട്ടിത്തൂക്കിയിരുന്നു. തുണിയുടെ നടുവിലായി കാലുറുപ്പിക കെട്ടിയശേഷമാണ് ചരട് കെട്ടിത്തൂക്കുന്നത്. അപ്പോൾ തുണി കൊതുകുവലപോലെ വിടർന്ന് കിടക്കും. സുന്നത്ത് ചെയ്ത സ്ഥലത്ത് തുണിതട്ടുകയുമില്ല. മറവുണ്ടാവുകയും ചെയ്യും. അതിനകത്ത് കിടന്നാണ് പിന്നത്തെ കസറത്ത്. ഉമ്മയെ കണ്ടതും എല്ലാവരും ഒന്നിച്ചു കരച്ചിൽ തുടങ്ങി.

ബന്ധുക്കളുടെ വീടുകളിൽനിന്ന് ഒരുപാട് അപ്പത്തരങ്ങൾ കൊടുത്തയച്ചിരുന്നു. അതൊക്കെ ടിന്നുകളിലാക്കി ഓരോത്തരുടെയും കട്ടിലിൽ വച്ചു കൊടുത്തു. കാണാൻ വരുന്നവർ മുറയനുസരിച്ച് പലഹാരങ്ങളും പവനും മോതിരവും പണവും ഒക്കെ സമ്മാനിക്കും.

കരീമിന് അമ്മായിമാരും മറ്റും പവനാണ് കൊടുത്തത്. അവന് പത്തു പവനോളം കിട്ടിയിരുന്നു. സമ്മാനങ്ങൾ കാണുമ്പോൾ കരച്ചിൽ ചിരിയാകുന്നു. രാത്രി അവ്വോക്കർ തന്നെയാണ് കൂടെ കിടക്കുന്നത്. സഹായത്തിന് പണിക്കാരൻ അസ്സനുമുണ്ടാകും.

മൂത്രമൊഴിപ്പിക്കുന്നതും പച്ചമരുന്ന് വച്ചുകെട്ടുന്നതുമെല്ലാം അവ്വോക്കർ തന്നെ. എന്നും രാവിലെയാണ് മരുന്നു വച്ചുകെട്ടുന്നത്. അപ്പോൾ കരച്ചിലും നിലവിളിയുമാണ്. പലതും പറഞ്ഞ് കുട്ടികളെ ഇണക്കാൻ അവ്വോക്കറിന് നല്ല കഴിവാണ്. പാട്ടുപാടി കേൾപ്പിച്ചും ജിന്നിന്റെയും രാജാത്തിമാരുടെയും കഥകൾ പറഞ്ഞുകൊടുത്തും അയാൾ കുട്ടികളെ മയക്കിയെടുക്കുന്നു.

മാർക്കക്കുട്ടികളുടെ ഭക്ഷണംതന്നെ വേറെയാണ്. രാവിലെ ചായയുടെ കൂടെ മുട്ട പുഴുങ്ങിയതും നേന്ത്രപ്പഴം പശുവിൻനെയ്യിൽ പൊരിച്ചതും. അതുകഴിഞ്ഞ് എട്ടൊൻപത് മണിയാകുമ്പോൾ തേങ്ങാപ്പാലും

നെയ്യും പുരട്ടിയ അരിപ്പത്തിരിയും കരളോ ഇറച്ചിയോ പൊരിച്ചതും. ഉച്ചയ്ക്ക് പശുവിൻ നെയ്യിൽ വെച്ച നെയ്ച്ചോറ്. കോഴിസൂപ്പ് മൂന്നുമണിക്ക്. വൈകുന്നേരം ചായയും പലഹാരവും. രാത്രി കോഴി പൊരിച്ചതും പത്തിരിയും. തേങ്ങാപ്പാലൊഴിച്ച പൊടിയരിക്കഞ്ഞിയും.

കുട്ടികൾക്ക് വെപ്പിനായി പ്രത്യേകം ആളെ നിർത്തും. എന്നാലും കണ്ണ് എല്ലായിടത്തും എത്തിയില്ലെങ്കിൽ കൂട്ടാന് ഉപ്പോ മുളകോ കൂടിയതുതന്നെ. കുളിച്ച് പള്ളിയിൽ പോകാറാവുമ്പോഴേക്ക് തടിച്ചു കൊഴുത്ത് സുന്ദരക്കുട്ടന്മാരായിരിക്കും. ഏഴിന്റന്നാണ് പള്ളിയിൽ പോകുന്നത്. അന്ന് ഒസ്സാന് കുട്ടികളെ കുളിപ്പിച്ച് പുതുവസ്ത്രം അണിയിച്ച് ചമയിക്കുന്നു.

തലയിൽ പട്ടുറുമാലും കാലിൽ പുത്തൻ ചെരിപ്പുമുണ്ടാകും. അന്നിടാനുള്ളതെല്ലാം ഉമ്മയുടെ ആങ്ങളമാർ നേരത്തെ കൊടുത്തയച്ചിരുന്നു. ഒസ്സാന് പുതിയമുണ്ടും കുപ്പായവും പണവും കൊടുത്ത് സന്തോഷിപ്പിച്ച് അയക്കുന്നു. പള്ളിയിൽപോകുന്ന ദിവസവും വീട്ടിൽ സൽക്കാരമുണ്ടായിരിക്കും. അന്ന് വളരെ വേണ്ടപ്പെട്ടവരെ മാത്രമേ ക്ഷണിക്കുകയുള്ളൂ. പുതിയ മുണ്ടും കുപ്പായവുമിട്ട് തലയിൽ പട്ടുറുമാലും കെട്ടി കുട്ടികൾ പള്ളിയിൽ പോയത് ഇപ്പോഴും കണ്ണിൽ കാണുന്നു.

ഇന്നിപ്പോൾ ഇതിനൊക്കെ ആർക്കാ നേരം? സൈനുവിന്റെ രണ്ടു മക്കളുടെയും സുന്നത്ത് ഒരു മനുഷ്യനെയും അറിയിക്കാതെയാണ് നടത്തിയത്. കുട്ടികൾക്ക് സൂപ്പു പോലും കൊടുത്തതുമില്ല. ഇവിടെക്കിടന്ന് പുലമ്പുന്നത് ആര് കേൾക്കാൻ? അവർക്കാണെങ്കിൽ കോഴിയും ഇറച്ചിയുമൊന്നും വേണ്ട. ബേക്കറി സാധനങ്ങൾക്ക് മാത്രമുണ്ട് ഒരിമ്പം. നല്ല വാക്കു പറഞ്ഞ് കുട്ടികളെ തീറ്റിക്കാൻ സൈനുവിന് സമയവുമില്ല. അവൾക്ക് തിരക്കൊഴിഞ്ഞ നേരമില്ല. അവരുടെ ബാപ്പയ്ക്കാണെങ്കിൽ അതിലും വലിയ തിരക്ക്. കുട്ടികളെ പള്ളിക്ക് കൊണ്ടുപോകാൻ പോലും മൂപ്പർക്ക് നേരമില്ലായിരുന്നു. അവരെ *ഖുർ ആൻ* പഠിപ്പിക്കുന്ന ഉസ്താദാണ് പള്ളിക്ക് കൊണ്ടുപോയത്. ആസ്പത്രിയിൽ കൊണ്ടുപോയി സുന്നത്തു കഴിപ്പിച്ചതിന്റെ പിറ്റേന്ന് ആൾ സ്ഥലം വിട്ടു. ഡോക്ടർ ചെയ്തതുകൊണ്ട് വേഗം ഉണങ്ങി. മരുന്ന് വെക്കുന്ന പണിയൊന്നുമില്ല ഓരോരോ പരിഷ്കാരങ്ങള്!

അക്കാലത്ത് കേമമായിട്ട് നടത്തുന്ന മറ്റൊരടിയന്തിരമാണ് മൗലൂദ്. എല്ലാ വർഷവും റബിയുൽ അവ്വൽമാസം ഒന്നുമുതൽ പന്ത്രണ്ട് ദിവസം പുത്തൻ പുരയിൽ മൗലൂദുണ്ടാകും. കുഞ്ഞമ്മോട്ടിസീതിയും അവുള്ള മുസലിയാരും കരീമിക്കയുമാണ് സ്ഥിരമായി മൗലൂദ് ഓതുന്നത്. പന്ത്രണ്ടിനാണ് നബിദിനം. അന്നേ ദിവസമാണ് തിരുനബി ജനിച്ചത്. അന്ന് വേറെയും പത്തിരുപത്തിയഞ്ചു മുസലിയാക്കന്മാരുണ്ടാവും. തലേ ദിവസമേ ഒരുക്കൾ തുടങ്ങിയിരിക്കും.

വെപ്പുകാർ രാവിലെ എത്തിയിട്ടുണ്ടാകും. മൗലൂദ് തുടങ്ങി പകുതി ആകുമ്പോഴേക്ക് കാര്യസ്ഥൻ മമ്മദ് മുസലിയാക്കന്മാർക്കുള്ള കാവയുമായി എത്തുന്നു. എരിവും നെയ്യും ചേർത്ത ഒരുതരം കാപ്പിയാണ് കാവ

എന്നു പറയുന്ന കഹ്‌വ. മൗലൂദ് ഓതുന്നവർക്ക് ഇടയ്ക്കിടെ കാവ ഒഴിച്ചുകൊടുക്കണം. ഉറക്കെ ഓതുന്നവർക്ക് ഇടയ്ക്കിടെ തൊണ്ട വേദനിക്കാതിരിക്കാനാണ് കുരുമുളകും ചെറിയുള്ളിയും ചേർത്ത കാവ ഇടയ്ക്കിടെ കൊടുക്കുന്നത്. അപ്പോൾ ഒച്ചയടപ്പ് മാറുന്നു. മൗലൂദ് കഴിഞ്ഞാൽ നെയ്ച്ചോറും ഇറച്ചിയും വയറു നിറയെ കൊടുക്കുന്നു. പന്ത്രണ്ട് ദിവസം തുടർച്ചയായി ഓതിയാൽ അഞ്ചുറുപ്പികയാണ് ഒരാൾക്ക് കൊടുക്കുത്. അന്ന് ആ സംഖ്യകൊണ്ട് ഒരുമാസം കുശാലായി കഴിയാം.

പൂമുഖം കഴിഞ്ഞുള്ള പെരിയകത്ത് ഇരുവശത്തും തിണ്ണകൾ കെട്ടിയിട്ടുണ്ട്. തിണ്ണ നിറയെ പുല്ലുപായയിട്ട് മീതെ വെള്ളത്തുണി വിരിക്കുന്നു. അവിടിരുന്നാണ് മൗലൂദ് ഓതുന്നത്. അവിടെത്തന്നെ സുപ്ര വിരിച്ചാണ് ആണുങ്ങൾക്ക് കല്യാണത്തിനും മൗലൂദിനും ഭക്ഷണം വിളമ്പുന്നത്. പത്തിരുപത്തഞ്ച് ആളുകൾക്ക് ഒന്നിച്ചിരിക്കാൻ പറ്റുന്ന തിണ്ണയിലേക്കു കയറാൻ ഒന്നോ രണ്ടോ പടികളും ഉണ്ടായിരിക്കും. നോമ്പുകാലത്തെ പ്രത്യേക നിസ്കാരമായ തറാവീഹ് നിസ്കാരവും ഇവിടെ വെച്ചുതന്നെ. നോമ്പിന് മുപ്പത് ദിവസവും ഇശാഅ് നിസ്കാരം കഴിഞ്ഞാൽ തറാവീഹ് നിസ്കാരമുണ്ടായിരിക്കും. നോമ്പുതുറ കഴിഞ്ഞാൽ ചുറ്റുവട്ടത്തെ പെണ്ണുങ്ങളെല്ലാം പുത്തൻപുരയിൽ ഒത്തുകൂടുന്നു. കുഞ്ഞാമിനുമ്മയാണ് നിസ്കാരത്തിന് നേതൃത്വം നല്കുന്നത്. “മന്തിരിക്കുന്ന” കുഞ്ഞാമിനുമ്മ എന്നാണ് അവരെ നാട്ടുകാർ വിളിക്കുന്നത്. കണ്ണേറിനും കൊതിക്കും മറ്റും അവരെക്കൊണ്ടാണ് മന്ത്രം ഓതി ഉഴിയിപ്പിക്കുന്നത്. ഉപ്പും മുളകും കടുകും മണ്ണും കടലാസിൽ പൊതിഞ്ഞ് പ്രത്യേകം മന്ത്രം ചൊല്ലി കുഞ്ഞാമിനുമ്മ തല ഉഴിഞ്ഞാൽ ഏതു കണ്ണേറും മാറുമെന്നാണ് ഉള്ളൂർക്കരക്കാരുടെ വിശ്വാസം. ഇന്നത്തെപ്പോലെ മുക്കിന് മുക്കിന് ഡോക്ടർമാരും ആസ്പത്രിയൊന്നുമില്ലായിരുന്നു.

പന്ത്രണ്ടാം രാവിൽ തിണ്ണമുഴുവൻ മുല്ലമാലകൊണ്ട് അലങ്കരിക്കും. പന്ത്രണ്ട് തട്ടുള്ള വലിയ നിലവിളക്ക് തേച്ചുമിനുക്കി സ്വർണ്ണനിറമാക്കി എണ്ണയും തിരിയുമിട്ട് കത്തിക്കും. ചന്ദനത്തിരിയും കുന്തിരിക്കവും പുകയ്ക്കും. പത്തിരുപത്തഞ്ച് മുസലിയാക്കന്മാർ ഉറക്കെ ഈണത്തിൽ മൗലൂദ് ഓതുന്നു. വരുന്ന ആണുങ്ങളെല്ലാം കൂടെച്ചേരും. മൗലൂദിന്റെ ശബ്ദത്താൽ നാടു വിറയ്ക്കും.

യാ നബീ സലാം അലൈക്കും
യാ റസൂൽ സലാം അലൈക്കും
യാ ഹബീബ് സലാം അലൈക്കും
സലവാത്തുള്ളാ അലൈക്കും

നബിക്ക് വന്ദനം ചൊല്ലുകയാണ്. സ്തുതിക്കുകയാണ്. പ്രത്യേക ഈണത്തിൽ താളത്തിൽ പാതിരവരെ അതങ്ങനെ തുടരും.

അന്ന് രാത്രി നാടടക്കി ചോറ് കൊടുക്കും. നാലഞ്ചു ചാക്ക് അരിയുടെ നെയ്ച്ചോറാണ് വയ്ക്കുന്നത്. മല്ലിയും മുളകും തേങ്ങയും വറുത്ത

രച്ചു വയ്ക്കുന്ന ഇറച്ചിക്കറിയുടെ മണം നാലുപാടും പരക്കും. നാട്ടിലെ പാവങ്ങളെ മുഴുവൻ ക്ഷണിക്കും. വയറ് നിറയെ ചോറ് കൊടുക്കുകയും ചെയ്യും. പട്ടിണിയാണെങ്കിലും ചോറു വാങ്ങാൻ വരാൻ മടിക്കുന്ന ഇട ത്തരം കുടുംബങ്ങളും കുറേയുണ്ട്. ചോറും ഇറച്ചിക്കൂട്ടാനും പാത്രങ്ങ ളിലാക്കി അവരുടെ വീടുകളിലെത്തിക്കുന്നു. പുത്തൻപുരയ്ക്കൽ മാത്രമേ അന്നു നബിദിനം ഇത്ര കേമമായിട്ട് നടത്തിയിരുന്നുള്ളൂ. നെയ്ച്ചോറി ന്റെയും ഇറച്ചിക്കൂട്ടാന്റെയും മണം ദിവസങ്ങളോളം നാട്ടിൽ തങ്ങി നില്ക്കും.

പന്ത്രണ്ടിന് സന്തുബന്ധുക്കളെ ക്ഷണിക്കണം. കാര്യസ്ഥൻ മമ്മദ് വീട്ടിലെ ഏതെങ്കിലും കുട്ടികളേയുംകൂട്ടി ഒരാഴ്ചമുമ്പേ ക്ഷണം തുടങ്ങും. സെയ്തുട്ടിഹാജി ക്ഷണിച്ചാൽ വരാതിരിക്കാൻ ആർക്കും ധൈര്യമില്ലാ യിരുന്നു. സൈനുവിന്റെ ഉപ്പയും വലിയ പ്രതാപത്തിൽത്തന്നെ മൗലൂദും മറ്റും നടത്തിയിരുന്നു. അതുപക്ഷേ, മൂപ്പരുടെ തറവാട്ടിൽ വച്ചാണ്. അന്നും പട്ടിണിക്കാർക്ക് സദ്യയുണ്ട്.

ഇന്ന് കുട്ടികളെ പഠിപ്പിക്കാൻപോലും മുസലിയാക്കന്മാരെ കിട്ടുന്നില്ല. പന്ത്രണ്ടിന് മൗലൂദ് ഓതാൻ ഒരാളെ കിട്ടണമെങ്കിൽ ഒരു മാസം മുമ്പേ ശ്രമം തുടങ്ങണമെന്നായിരിക്കുന്നു. ഇന്നത്തെ ചെറുപ്പക്കാരായ മുസലി യാക്കന്മാർക്ക് മൗലൂദ് ഓതുന്നത് കുറച്ചിലാണത്രെ. നബിയുടെയും അള്ളാഹുവിന്റെയും പേരിൽ സലാത്ത് ചൊല്ലുന്നത് മോശമാണെന്നു പറഞ്ഞാൽ എന്തുചെയ്യും? വയസ്സൻ കാദര് മുസലിയാർ ഉള്ളതുകൊണ്ട് ഇവിടത്തെ കാര്യം നടന്നു പോകുന്നു.

ഇതെല്ലാം തന്റെ കാലം കഴിയുന്നതുവരെ കാണും. പിന്നെല്ലാം കണക്കു തന്നെ. സർവ്വജീവജാലങ്ങളും ഒന്നിച്ച് നശിക്കുന്ന അന്ത്യനാളായ കിയാമം അടുത്തെന്നാണ് തോന്നുന്നത്.

“യാ ഇല്ലാഹീ നീ കാക്ക്. കെടമൊടക്കത്തിലാക്കാതെ നീ കയിച്ച ലാക്കിത്തരണേ. ഒടുക്കംനാളിന്റെ അടയാളമായി വരാനിരിക്കുന്ന ദജ്ജാൽ എന്ന പഹയന്റെ ശർറിനെത്തൊട്ട് നീ കാക്കണേ അള്ളാ.”

അവർ ഉറക്കെ പ്രാർത്ഥിച്ചു.

വലതുഭാഗത്തേക്ക് ചരിഞ്ഞുകിടന്ന് *ഖുർആൻ* സൂക്തങ്ങൾ ഉരുവി ടുന്നതിനിടയിൽ ഉറക്കം അവരുടെ കണ്ണുകളിലേക്ക് അരിച്ചെത്തി.

നാല്

മുൻകോപിയും തന്റേടിയുമായ ഉപ്പയുടെ കുറ്റങ്ങളും കുറവുകളും കേട്ടാണ് സൈനു വളർന്നത്. ഉമ്മയെ ആവശ്യമില്ലാതെ വിഷമിക്കുന്ന ഉപ്പയാണ് സൈനുവിന്റെ മനസ്സിൽ നിറഞ്ഞുനിന്നിരുന്നത്. പക്ഷേ, ഉമ്മ മക്കളുടെ മുമ്പിൽ ഉപ്പയെ ഒരിക്കലും ചെറുതായി കാണിച്ചിട്ടില്ല. ഉപ്പയുടെ സാഹസികതകളും ധീരകൃത്യങ്ങളുമൊക്കെ അവർ മക്കൾക്ക് പൊടിപ്പും തൊങ്ങലും വച്ച് പറഞ്ഞുകൊടുക്കും. ദൗർബല്യങ്ങളും മണ്ടത്തരങ്ങളും ബുദ്ധിപൂർവ്വം മൂടിവയ്ക്കുകയും ചെയ്യും.

"മൂപ്പരാരാ നരി അല്ലെന്നോ?" എന്നാണ് ഉമ്മ പറയുന്നത്. ഉപ്പയുടെ ഈറയും പരാക്രമങ്ങളും എടുത്തുചാട്ടവും എല്ലാം ഉമ്മയ്ക്ക് പ്രിയം തന്നെ. ഉമ്മയുടെ വാക്കുകളിൽനിന്നാണ് ഉപ്പയുടെ ചിത്രം സൈനു വരഞ്ഞത്.

ആലിക്കുട്ടിഹാജിക്ക് അരിശം മൂക്കത്താണെങ്കിലും ആള് ശുദ്ധനായിരുന്നു. അഞ്ചു നേരത്തെ നിസ്കാരം ഒഴിച്ചുള്ള കളിയില്ല. പുലർച്ചേ പള്ളിയിൽ ബാങ്കുവിളിക്കുന്നതിനുമുമ്പേ ഉണരും. സുബഹി നിസ്കാരം കഴിഞ്ഞ് *ഖുറാൻ* ഓതിയതിനു ശേഷമേ ഏതൊരു കാര്യത്തിനും ഇറങ്ങൂ. എന്നും രാത്രിയിലാണ് കുളി. വെള്ളിയാഴ്ച മാത്രം കുളി രാവിലെ. അന്ന് രാവിലെതന്നെ ഒസ്സാൻ അവ്വോക്കർ തകരപ്പെട്ടിയുമായി എത്തും. ഒരൊറ്റ രോമമില്ലാതെ വടിച്ചെടുത്ത് തല മിനുസപ്പെടുത്തും. കണ്ണാടിപോലെ. താടിവടിയും നഖം വെട്ടലും അന്നു തന്നെ.

ആലിക്കുട്ടിഹാജിയുടെ ഉമ്മ സെയ്തൂട്ടിഹാജിയുടെ മരുമകളാണ്. അദ്ദേഹത്തിന്റെ ബാപ്പ അന്ത്രുഹാജി പുറക്കാട്ടെ കിരീടമില്ലാ രാജാവായിരുന്നു. രണ്ടുമക്കൾ. മൂത്തമകൾ പതിനാറാമത്തെ വയസ്സിൽ മരിച്ചു. നിക്കാഹ് കഴിഞ്ഞ് ഒരുമാസം ചെന്നപ്പോഴാണ് മരിച്ചത്. മകളുടെ മരണം

അന്ത്രുഹാജിയെ വല്ലാതെ തളർത്തി. കിടപ്പിലാവുകയും ചെയ്തു. മരിക്കുന്നതിനുമുമ്പ് മകന്റെ വിവാഹമെങ്കിലും നടന്നു കാണണമെന്നായി മോഹം. ആലോചനകൾ തുരുതുരെ വന്നു. ഒന്നും മനസ്സിനു പിടിച്ചില്ല. അങ്ങനെയാണ് സെയ്തുട്ടിഹാജിയെ കാണാൻ തീരുമാനിച്ചത്. മകൾ ബീപാത്തുവിനെ ആലിക്കുട്ടിക്ക് വിവാഹം കഴിച്ചുകൊടുക്കാൻ സെയ്തുട്ടിഹാജിക്കു സന്തോഷമായിരുന്നു. അന്ന് ബീപാത്തുവിനു പ്രായം പതിമൂന്ന്. നിക്കാഹ് ഉടനെ നടത്താം. കല്യാണം മകൾ കുറച്ചുകൂടി വലുതായിട്ടു മതി എന്നായിരുന്നു തീരുമാനം. നിക്കാഹ് കഴിഞ്ഞ് കുറച്ചു കാലത്തിനകം അന്ത്രുഹാജി മരിച്ചു. ബാപ്പയുടെ മരണം ആലിക്കുട്ടിയെ വല്ലാതെ ഉലച്ചു. ഏകമകനായതു കാരണം അല്ലലറിയിക്കാതെയാണ് ബാപ്പ വളർത്തിയത്. ബാപ്പ പോയപ്പോൾ ആകെ ഒറ്റപ്പെട്ടതുപോലെയായി. അതു മറക്കാനാണ് ഹജ്ജിനു പുറപ്പെട്ടത്.

അന്ന് ഹജ്ജിനുപോയിവരാൻ ചുരുങ്ങിയത് ആറുമാസമെങ്കിലും വേണം. കോഴിക്കോട്ട്നിന്ന് മദ്രാസ് വഴി ബോംബെ, ബോംബെയിൽ നിന്നാണ് ജിദ്ദയിലേക്ക് കപ്പൽ കയറുന്നത്. കപ്പൽ ജിദ്ദയിലെത്താൻ ഒരു മാസമെങ്കിലും എടുക്കും. അവിടെനിന്ന് ഒട്ടകപ്പുറത്താണ് മക്കയിലേക്കും മദീനയിലേക്കുമുള്ള യാത്ര. ചുട്ടുപൊള്ളുന്ന വെയിലത്ത് മണൽക്കൂമ്പാരങ്ങൾക്കിടയിൽക്കൂടിയുള്ള യാത്ര ദുഷ്കരമായിരുന്നു. അരിയും മറ്റു സാധനങ്ങളും ചുമക്കാൻ ഒട്ടകങ്ങളും കൂലിക്കാരും. മരുപ്പച്ച കാണുമ്പോൾ തമ്പടിച്ച് ഭക്ഷണം പാകം ചെയ്തു കഴിച്ച് വിശ്രമിക്കുന്നു. കുടിക്കാനുള്ള വെള്ളം നീരുറവകളിൽനിന്നാണ് എടുക്കുന്നത്. തോൽസഞ്ചികളിൽ വെള്ളം കരുതിവയ്ക്കുകയും ചെയ്യും. അതിനിടയിൽ കാട്ടറബികളുടെ കൈയിൽപ്പെട്ടാൽ കൊള്ളയടിക്കപ്പെട്ടതുതന്നെ. സാഹസികനായ ആലിക്കുട്ടിഹാജിക്ക് ഇതെല്ലാം ഒരു ഹരമായിരുന്നു. ഇരുപത്തിരണ്ടാമത്തെ വയസ്സിലാണ് ഹജ്ജിനു പുറപ്പെട്ടത്. നല്ല ആരോഗ്യം. എന്നിട്ടും തിരിച്ചെത്തിയപ്പോൾ ആകെ കോലംകെട്ടു. പനി പിടിച്ച് ഒരു മാസം കിടപ്പിലുമായി. അദ്ദേഹം തന്റെ ഹജ്ജുയാത്രയെക്കുറിച്ചുള്ള വിവരങ്ങൾ മക്കൾക്കു വായിക്കാനായി ഒരു പുസ്തകത്തിൽ കുറിച്ചിട്ടിരുന്നു.

ഹജ്ജ്‌യാത്രയുടെ ക്ഷീണം മാറിയതും വിവാഹം നടന്നു. കല്യാണം കഴിഞ്ഞാൽ ബീപാത്തുവിനെ പുറക്കാട്ടേക്ക് അയക്കണമെന്ന് പണ്ടേ വാക്കായിരുന്നു. വിവാഹം കഴിഞ്ഞ് ഒരു മാസം തികയുന്നതിനുമുമ്പ് ബീപാത്തുവിന്റെ ഉമ്മ മരിച്ചു. വീട്ടുകാരിയുടെ പെട്ടെന്നുള്ള മരണം വീടിനെ ഇരുളിലാക്കി. ബീപാത്തുവിന്റെ മൂത്ത ഇത്താത്ത കദീജ വിവാഹം കഴിഞ്ഞ് വേറെയാണ് താമസം. അവരുടെ ഭർത്താവ് ഉമ്മർഹാജിക്ക് മരക്കച്ചവടം. കൂടാതെ ഈർച്ചമില്ലും റബ്ബർ തോട്ടവുമുണ്ട്.

ഒരുദിവസംപോലും പുത്തൻപുരയിൽ വന്നുനിന്ന് കാര്യങ്ങൾ നോക്കാൻ കദീജയ്ക്കാവില്ല. മൂത്ത രണ്ടു സഹോദരന്മാരുടെ കല്യാണം കഴിഞ്ഞിട്ടില്ല. ബീപാത്തുവിന്റെ ഏറ്റവും ഇളയ സഹോദരൻ മൊയ്തുവിന് അന്ന് നാലുവയസ്സേ ഉണ്ടായിരുന്നുള്ളൂ. ഈ അവസ്ഥയിൽ ബീപാ

ത്തുകൂടി പോയാൽ? എല്ലാവരും വിഷമത്തിലായി.

ആങ്ങളമാർക്ക് ബീപാത്തുവിനെ ജീവനാണ്. വീട്ടിൽ ആളില്ലെന്നു കരുതി അവളുടെ ജീവിതം പാഴാകരുത്. അതിനുവേണ്ടിയാണ് അവർ ബാപ്പയെ നിർബ്ബന്ധിച്ച് വീണ്ടും പെണ്ണ് കെട്ടിച്ചത്. എന്നിട്ടും സെയ്തുട്ടി ഹാജി മകളെ പുറക്കാട്ടേക്കയക്കാൻ കൂട്ടാക്കിയില്ല. ബീപാത്തു പോകാനിറങ്ങുമ്പോൾ മൊയ്തു കെട്ടിപ്പിടിച്ച് കരച്ചിൽ തുടങ്ങും. അതു കാണുമ്പോൾ ബീപാത്തുവും പോകാൻ കൂട്ടാക്കില്ല. അത് ആലിക്കുട്ടി ഹാജിയെ കുറച്ചൊന്ന് ചൊടിപ്പിച്ചു.

തറവാട്ടുഭരണവും കൃഷിയുമൊക്കെ ബാപ്പ മരിച്ചതോടെ ആലിക്കുട്ടി ഹാജിയുടെ ചുമലിലായി. അതുവരെ കളിക്കുട്ടിയായി നടന്നതായിരുന്നു. പത്തൻപതേക്കർ വയലുണ്ട്. കൃഷിയിൽ പണ്ടും വലിയ താല്പര്യമില്ല. കൂനൻ കണാരനും കുനിയിൽ ചാത്തുവുമാണ് അന്ത്രുഹാജി ഉള്ളപ്പോഴേ കൃഷി നടത്തുന്നത്. ആലിക്കുട്ടി ഹാജി വയലുകളിൽ മുക്കാൽപങ്കും ചാത്തുവിനും കണാരനും ചാർത്തിക്കൊടുത്തു. അവർക്ക് സ്വന്തം ചെലവിൽ കൃഷിയിറക്കാം. രണ്ടു കൊയ്ത്തിനും കൂടി അഞ്ഞൂറ് പറ നെല്ല് തറവാട്ടിലെത്തിക്കണം. ആയിരം പറ നെല്ലു വിളയുന്ന കണ്ടങ്ങളാണ്. എങ്ങനെയായാലും അവർക്ക് ലാഭം. മെയ്യനങ്ങി പണിയെടുക്കണമെന്നു മാത്രം. മാസം പത്തയ്യായിരം തേങ്ങ വലിക്കാനുള്ള തെങ്ങിൻതോട്ടവുമുണ്ട്. പറമ്പ് നോക്കാനായിട്ടാണ് പോക്കർക്ക് കിഴക്കേതിലും ചാത്തുവിന് കുനിയിലും വീടുവച്ചു കൊടുത്തത്. കാലം മാറിയപ്പോൾ ആ സ്ഥലം അവരുടേതായി.

ആലിക്കുട്ടി ഹാജിയുടെ വിശ്വസ്ത കാര്യസ്ഥനാണ് അറബി അവുള്ള. അവുള്ളയ്ക്ക് ഹാജിയേക്കാൾ ഉയരമുണ്ട്. കാപ്പിരിക്കറുപ്പ്. തടിച്ചുരുണ്ട ദേഹം. ഹാജി തന്നെയാണ് അയാൾക്ക് അറബിഅവുള്ള എന്ന പേരിട്ടത്. ആലിക്കുട്ടി ഹാജി ആൾ രസികനാണ്. നാട്ടുകാരിൽ പലർക്കും ശരീരപ്രകൃതിക്കു യോജിച്ച പേരുകളിട്ടിട്ടുണ്ട്. ഹാജിയാർ എവിടെപ്പോകുമ്പോഴും അവുള്ള കൂടെക്കാണും.

കല്യാണം കഴിഞ്ഞ് കുറച്ചുകാലം ചെന്നപ്പോൾ ആലിക്കുട്ടിഹാജിയുടെ ഉമ്മയും മരിച്ചു. ഉമ്മയുടെ ബന്ധത്തിൽപ്പെട്ട കുട്ടിബിഉമ്മയാണ് ഇപ്പോൾ തറവാട്ടിലുള്ളത്. മേൽനോട്ടത്തിന് അറബി അവുള്ളയും മറ്റു പണിക്കാരുമുണ്ട്. ബീപാത്തുവിന്റെ കണ്ണീർ കണ്ട് ഹാജിയാർ അവരെ പുറക്കാട്ടേക്ക് ചെല്ലാൻ നിർബ്ബന്ധിക്കാതായി. വൈകുന്നേരത്തെ ചായകുടിയും കഴിഞ്ഞാണ് ആലിക്കുട്ടിഹാജി എന്നും പുത്തൻപുരയിലേക്ക് പുറപ്പെടുക. കൂടെ വാലുപോലെ അവുള്ളയും കാണും. മേത്തലെപ്പള്ളിയിൽ കയറി മഗരിബ് നിസ്കാരവും കഴിഞ്ഞ് പുത്തൻപുരയിലെത്തുമ്പോൾ ഇരുട്ട് പരന്നിരിക്കും. കുട്ടികളായപ്പോൾ രാവിലെ ഇറങ്ങുമ്പോൾ അവരെയും കൊണ്ടുപോകും. ഒരു ദിവസം ഹാജിയാരും അവുള്ളയും മകൻ റസാക്കുംകൂടി തോട്ടു വരമ്പത്തുകൂടി നടക്കുകയായിരുന്നു. നേരം അന്തിമയങ്ങിയിരുന്നു. അടുത്തുള്ള തൈത്തെങ്ങിൽ അനക്കം കേട്ടു

മേലോട്ടു നോക്കിയപ്പോൾ തെങ്ങിൻ തലപ്പത്ത് ആരോ ഉണ്ട്. ഒരു കുല തേങ്ങയും പറിച്ച് താഴെ ഇറങ്ങുകയാണ്. ഹാജിയാർ തൈക്കൂട്ടത്തിൽ ഒളിച്ചു.

"അത് ഞമ്മളെ കണ്ണനാ."

അറബി അവുള്ള പറഞ്ഞു.

"മുണ്ടല്ലേ."

ഹാജിയാർ കണ്ണുരുട്ടി.

തേങ്ങയുമായി താഴെയിറങ്ങിയ കണ്ണൻ തിക്കുംപൊക്കും നോക്കി. ആരും കാണുന്നില്ലെന്ന് ഉറപ്പായപ്പോൾ വടക്കൻപാട്ടിന്റെ ഇശലുകൾ മൂളി നടക്കാൻ തുടങ്ങി. ഹാജിയാർ പുറകിൽ കൂടിച്ചെന്ന് പിടലിക്ക് പിടിച്ച് ഒരൊറ്റച്ചവിട്ട്.

"ഊയെന്റമ്മോ... ഹാജ്യാരാപ്ലേ എന്നെ കൊല്ലല്ലേ."

കണ്ണൻ കാലിൽ വീണ് കരഞ്ഞു. കലിയിളകി നിന്ന ഹാജിയാർ കൊടുത്തു നാഭിക്കൊരു ചവിട്ടുകൂടി.

"ഉപ്പാവാ കണ്ണനെ കൊല്ലല്ലേ.."

കണ്ടു നിന്ന റസാക്ക് ഉപ്പയെ കെട്ടിപ്പിടിച്ച് ഉറക്കെ കരഞ്ഞു. ഹാജിയാർ അതോടെ തണുത്തു.

"ഇനി മേലിൽ തേങ്ങ കക്കുന്നത് കണ്ടാൽ ഞമ്മള് നിന്നെ തച്ചു കൊല്ലും. അത്യാവശ്യം വന്നാ ചോദിച്ചു വാങ്ങിച്ചൂടേടാ ഹമുക്കേ. കക്കാൻ നടക്കുന്നു ഉളുപ്പില്ലാത്തോൻ."

കണ്ണൻ വേച്ചുവേച്ചു നടന്നകന്നു.

"ഓന്റെ തിയ്യത്തി കിടപ്പിലാണോലെ. ഓൻ ഒരാഴ്ചയായി പണിക്കും ബന്നിട്ടില്ല. പൊര പട്ടിണിയാ. കുട്ട്യോള് പയിച്ചിറ്റ് നെലോളിക്കുന്നത് കേട്ടീനും."

"നേരത്തെ പറഞ്ഞൂടൈനോ ഹിമാറേ..."

"ഞമ്മള് മിണ്ടാൻ പോയപ്പം..."

"ഇനി നീ മിണ്ടണ്ട. ഒരു ചവിട്ട് തന്നാലുണ്ടല്ലോ..."

ഹാജിയാരുടെ കാല് ഉയരുന്നത് കണ്ട് അവുള്ള തിരക്കിട്ട് നടന്നു. "നിക്കടാ അവിടെ. ഇന്നാ ഈ പയിശ ഓന്റെ പൊരേൽ കൊടുത്തേക്ക്. ഓനോട് കേളപ്പൻ ബൈച്യേറെ ചെന്ന് കാണാൻ പറ. നമ്മള് പറഞ്ഞയച്ചതാന്ന് പറയാൻ പറഞ്ഞേക്ക്. ഇന്നാ ഈ തേങ്ങ ഓനുതന്നെ കൊടുത്തേക്ക്. തിടുക്കം വന്നാ എന്നെ വന്നു കാണാൻ പറ ഓനോട്."

അതാണ് ആലിക്കുട്ടിഹാജി. അരിശം വന്നാൽ കണ്ണുകാണില്ല. മുഖം നോക്കാതെ ചീത്ത വിളിക്കും. ഒന്നുപറഞ്ഞ് രണ്ടിന് അടിയും പൊട്ടിക്കും. പിന്നീടു അതോർത്ത് കണ്ണ് നിറയും. പ്രായശ്ചിത്തവും ചെയ്യും. അവർക്ക് കുറേ നാളത്തേക്ക് ചെലവിനു കൊടുത്തയക്കുകയും ചെയ്യും.

ആലിക്കുട്ടിഹാജിക്ക് ഭാര്യ ബീപാത്തുവിനെക്കഴിഞ്ഞേ മറ്റെന്തുമുള്ളൂ. അരിശം വന്നാൽ ബാപ്പയോടുള്ള വൈരാഗ്യം ചിലപ്പോൾ മകളോടും കാണിക്കുമെന്നുമാത്രം. ബീപാത്തുവിനെ കാണുന്നവർ രണ്ടാമതൊന്നു

നോക്കിപ്പോകും. പനിനീർപ്പൂവിന്റെ നിറം. ഐശ്വര്യമുള്ള വട്ടമുഖം. സുറുമ എഴുതിയ താമരക്കണ്ണുകൾ. തടിക്കൊത്ത ഉയരം. ഇരുണ്ട് ചുരുണ്ട ഇടതൂർന്ന തലമുടി കസവുതട്ടത്തിനടിയിൽ അരക്കെട്ടു മറഞ്ഞു കിടക്കും. മിനുമിനുത്ത പട്ടുപോലുള്ള കാച്ചിത്തുണി. മാറത്തും കൈക്കും കസവുപണി ചെയ്ത വെള്ളപ്പട്ടിന്റെ കുപ്പായം. കൈകളിൽ മുട്ടോളം വളകൾ. ചതുക്കും കടകനും കൂടാതെ ഒറ്റവളകൾ ഇരുപത്. കാലിൽ അലുക്കും തൊങ്ങലുമുള്ള പാദസരം. കഴുത്തിൻ പവൻകോവയും ഇള ക്കത്താലിയും. കാതിൽ അലിക്കത്തും മിന്നിയും കൊമ്പനും. നൂറ് പവന്റെ പണ്ടങ്ങളണിഞ്ഞാണ് നിത്യേന നടപ്പ്. അതിന്റെ ഇരട്ടി പെട്ടിയിലും കാണും. അവർ അടിവയ്ക്കുമ്പോൾ കിലുകിലെ കിലുങ്ങും.

സെയ്തുട്ടിഹാജിക്ക് മരുമകനെക്കുറിച്ച് പറയുമ്പോൾ ആദ്യമാദ്യം ആയിരം നാവായിരുന്നു. ആലിക്കുട്ടി ഹാജിയുടെ ഉമ്മ സെയ്തുട്ടിഹാജി യുടെ മരുമകൾ. അവരുടെ ഉള്ളൂർക്കരയിലുള്ള സ്വത്തിന്റെ മേൽനോട്ട ക്കാരൻ സെയ്തുട്ടിഹാജി തന്നെ. ഉമ്മ മരിച്ചപ്പോൾ സ്വത്ത് വിട്ടുകിട്ടി യാൽ തരക്കേടില്ലെന്നായി ആലിക്കുട്ടിഹാജിക്ക്. അത് അമ്മാവന് രസി ച്ചില്ല. സ്വത്ത് കൈവിട്ട് പോകാതിരിക്കാനും കൂടിയാണ് സെയ്തുട്ടിഹാജി മകളെ ആലിക്കുട്ടി ഹാജിക്ക് വിവാഹം ചെയ്തുകൊടുത്തത്. തന്നോ ടാരും മറുചോദ്യം ചോദിക്കുന്നത് സെയ്തുട്ടിഹാജി പൊറുക്കില്ല. വാശിക്ക് ആലിക്കുട്ടിഹാജിയും ഒട്ടും പിന്നിലല്ല. പെങ്ങളുടെ കണ്ണീരുകണ്ട് ഹസ്സൻകുട്ടി സ്വത്ത് വിട്ടുകൊടുക്കാൻ ബാപ്പയെ ഏറെ നിർബ്ബന്ധിച്ചു. അളിയനോടും പഞ്ചായത്തു പറഞ്ഞു. ഒടുക്കം സെയ്തുട്ടിഹാജി വഴങ്ങി. അപ്പോഴേക്ക് ബീപാത്തുവിന് കുട്ടികൾ രണ്ടു മൂന്നായിരുന്നു.

ആലിക്കുട്ടിഹാജി സ്ഥിരതാമസം പുറക്കാട്ടേക്കു മാറ്റി. അമ്മാവനോ ടുള്ള വാശി തീർക്കാനായി ഉള്ളൂർക്കരയിലെ സ്വത്ത് മുഴുവൻ പുതിയ പുരയിൽ കുട്ട്യേമിക്ക് വിറ്റു. കുട്ട്യേമി കൊളമ്പിൽ നിന്ന് കുറച്ചു പണവു മായി വന്ന് നാട്ടിൽ ആളാകാൻ ശ്രമിക്കുന്ന കാലം. വാങ്ങിയ പറമ്പിന്റെ കണ്ണായ സ്ഥലത്ത് കുട്ട്യേമി സാമാന്യം വലിയൊരു വീട് വച്ച് താമസം തുടങ്ങി. കുട്ട്യേമിയുടെ ഉയർച്ച സെയ്തുഹാജിക്ക് ഒട്ടുംപിടിച്ചില്ല. ആ നാട്ടിൽ മുതലാളിയായി സെയ്തുട്ടിഹാജി മാത്രം മതി. മരുമകനോടുള്ള വിരോധം ഇങ്ങനെ നാൾക്കുനാൾ ഏറി.

ബീപാത്തുവും ആലിക്കുട്ടി ഹാജിയുമായുള്ള വിവാഹബന്ധം വേർപെടുത്താൻ സെയ്തുട്ടിഹാജി ശ്രമിച്ചതാണ്. ബീപാത്തു സമ്മതി ച്ചില്ല. മക്കൾ നാലായി. ഇനി വേറൊരാളുടെകൂടെ കഴിയാനാവില്ലെന്ന് തീർത്തുതന്നെ പറഞ്ഞു. പെങ്ങളുടെ കണ്ണീര് കണ്ട് മനസ്സലിഞ്ഞ ഹസ്സൻകുട്ടി അളിയനോടു ചെന്ന് മാപ്പുപറഞ്ഞു. മകളുടെ കണ്ണീരുകാ ണാനുള്ള കരുത്ത് സെയ്തുട്ടി ഹാജിക്കും ഉണ്ടായിരുന്നില്ല. ഭാര്യയെ പിരിഞ്ഞ് അധികം നാൾ കഴിയാൻ ആലിക്കുട്ടിഹാജിക്കും സാദ്ധ്യമായി രുന്നില്ല. ഇത്തരം പിണക്കങ്ങൾ ഇടയ്ക്കിടെ ഉണ്ടാവും.

തണ്ടും തടിയുമുള്ളവനായിരുന്നു ഹസ്സൻകുട്ടി. നാഴി അരിയുടെ

ചോറ് ഒരിരുപ്പിന് അകത്താക്കും. രാപ്പകലില്ലാതെ അദ്ധ്വാനിക്കുകയും ചെയ്യും. സെയ്തുട്ടിഹാജിയുടെ സ്വത്തിന്റെ മേൽനോട്ടം മുഴുവൻ ഹസ്സൻകുട്ടിയാണ്. ബാപ്പയെപ്പോലെ എടുത്തുചാട്ടക്കാരനല്ല. കണ്ടറിഞ്ഞേ ആരോടും പെരുമാറൂ. ആലിക്കുട്ടിഹാജിയുടെ ഉറ്റ ചങ്ങാതിയായിരുന്നു. ബാപ്പയേയും അളിയനെയും ഇണക്കുന്ന കണ്ണിയായിരുന്നു ഹസ്സൻകുട്ടി. ഇരുപത്തിരണ്ടാമത്തെ വയസ്സിൽ നിനച്ചിരിക്കാതെയായിരുന്നു ഹസ്സൻകുട്ടിയുടെ മരണം. ഇടയ്ക്കിടെ വരുന്ന പനി അത്ര കാര്യമാക്കിയില്ല. പെട്ടെന്ന് പനികൂടി. നാട്ടിലും പുറത്തുമുള്ള വൈദ്യന്മാർ മുഴുവനും ശ്രമിച്ചിട്ടും രക്ഷിക്കാനായില്ല. രണ്ടാഴ്ച കൊണ്ട് എല്ലാം കഴിഞ്ഞു.

ബീപാത്തു ശരിക്കും തളർന്നു. ബാപ്പയുടെയും ഭർത്താവിന്റെയും ഇടയിൽനിന്ന് മാദ്ധ്യസ്ഥം പിടിക്കാൻ ഇനി ആരാണുള്ളത്? രണ്ടാമത്തെ ആങ്ങള പോക്കർക്കുട്ടി എടുത്തുചാട്ടക്കാരനാണ്. അതുകൊണ്ടുതന്നെ അളിയനുമായി രസത്തിലല്ല.

ഉള്ളൂർക്കരയുള്ള സ്വത്ത് വിറ്റാണ് ആലിക്കുട്ടിഹാജി കുടക്കാലുകമ്പനി തുടങ്ങിയത്. ബോംബെയിൽച്ചെന്ന് വൻകിട കമ്പനികളുടെ ഓർഡർ പിടിച്ചു കൊണ്ടുവരും. കാട് ലേലത്തിൽ പിടിച്ച് കുടക്കാലുണ്ടാക്കി കമ്പനിക്ക് സപ്ലൈ ചെയ്യും. നല്ല ലാഭം കിട്ടിയിരുന്നു. കമ്പനിയുടെ തൊട്ടടുത്ത് സ്വന്തമായി ഒരു വീടു വാങ്ങിച്ചു. മലവാരം പാട്ടത്തിനുകൊടുത്ത അഹമ്മദ് റാവുത്തർ പോക്കർക്കുട്ടിയുടെ സുഹൃത്തായിരുന്നു. പോക്കർക്കുട്ടിക്ക് അളിയന്റെ ഉയർച്ച സഹിച്ചില്ല. അദ്ദേഹം റാവുത്തരോട് ഏഷണി പറഞ്ഞ് മലവാരം മറ്റൊരാൾക്കു വില്പിച്ചു. പെട്ടെന്നായിരുന്നു എല്ലാം. ആലിക്കുട്ടി ഹാജിക്ക് ഒന്നും ചെയ്യാൻ സമയം കിട്ടിയില്ല. മറ്റൊരു മലവാരം പാട്ടത്തിനെടുത്ത് സാധനം സപ്ലൈ ചെയ്യാനുള്ള സാവകാശമുണ്ടായിരുന്നില്ല. സമയത്തിന് ചരക്ക് കിട്ടാതായപ്പോൾ കമ്പനിക്കാർ ഓർഡർ പിൻവലിച്ചു. കനത്ത നഷ്ടം സംഭവിച്ചു. അതു നികത്താൻ കമ്പനിയും വീടുമൊക്കെ വില്ക്കേണ്ടിയും വന്നു. എന്നിട്ടും കടം ബാക്കിയായി.

ആലിക്കുട്ടിഹാജിയുടെ വീഴ്ച സെയ്തുട്ടിഹാജിയെയും മകനേയും സന്തോഷിപ്പിച്ചു. അഹങ്കാരം അതോടെ അടങ്ങുമെന്നായിരുന്നു അവരുടെ ധാരണ. ആലിക്കുട്ടി ഹാജി കുറച്ചുകാലം അടങ്ങി ഇരുന്നു എന്നത് നേരാണ്. ചെലവിനുള്ള വക തേങ്ങ വലിച്ചാൽ കിട്ടും. വീട്ടാവശ്യത്തിന് പാട്ടനെല്ലുണ്ട്. അത് നോക്കിനടത്തി മിണ്ടാതിരുന്നാൽ മതിയെന്ന് ബീപാത്തു എന്നും ഉപദേശിക്കും. കുട്ടികൾ അഞ്ചാറായി. ഇനിയും ഓരോന്നിനിറങ്ങി ഉള്ളത് നശിപ്പിച്ചാൽ കുട്ടികൾ തെണ്ടേണ്ടിവരും. മൂത്തമകളുടെ വിവാഹം ആഘോഷമായിട്ടുതന്നെയാണ് നടത്തിയത്. പുതിയാപ്ല ആലിക്കുട്ടി ഹാജിയുടെ ബന്ധു. കണ്ടാൽ സുന്ദരൻ. മരക്കച്ചവടമാണ്. പൊന്നും പണവും നിറയെ കൊടുത്തു. കൂടാതെ സ്ത്രീധനമായി മാസം ഇരുന്നൂറ്റമ്പത് പറ പാട്ടം കിട്ടുന്ന നിലവും എഴുതിക്കൊടുത്തു.

മൂത്തമകൻ കരിം ബി എ പരീക്ഷ ജയിച്ച ഉടനെയാണ് ആലിക്കുട്ടി

ഹാജി തീപ്പെട്ടിക്കമ്പനി തുടങ്ങിയത്. കൂനിയിലെ പറമ്പ് ചാത്തുവിനു ചാർത്തിക്കൊടുത്താണ് പണമുണ്ടാക്കിയത്. കമ്പനിയുടെ ചുമതല മകനെ ഏല്പിക്കണമെന്നായിരുന്നു ബാപ്പയുടെ മോഹം. ബാപ്പയുടെ കൂടെ കൂടിയാൽ നീയും നശിച്ചുപോകുമെന്ന് വല്യുപ്പയും അമ്മാവനും പേടിപ്പിച്ചപ്പോൾ കരീം ഒഴിഞ്ഞുമാറി. മകൻ ബാപ്പയുടെ കൂടെ ചേരുന്നതിനോട് ബീപാത്തുവിനും എതിർപ്പായിരുന്നു.

ബാപ്പയും ആങ്ങളയും ചേർന്ന് ഭർത്താവിനെ ആപ്പിലാക്കിയതൊന്നും പാവം ബീപാത്തുവിനറിയില്ലായിരുന്നു. അളിയന്റെ പിടിപ്പുകേടുകൊണ്ടാണ് എല്ലാം നശിച്ചതെന്നായിരുന്നു ആങ്ങള ബീപാത്തുവിനെ ധരിപ്പിച്ചത്. കരീമിന് സ്വന്തമായി കച്ചവടം തുടങ്ങാൻ ആങ്ങള സഹായിച്ചപ്പോൾ ബീപാത്തു സന്തോഷിച്ചത് അതുകൊണ്ടാണ്.

ഇംഗ്ലീഷ് അറിയാത്ത ആലിക്കുട്ടിഹാജിയെ പറ്റിക്കാൻ മാനേജർക്ക് വലിയ ബുദ്ധിമുട്ടുണ്ടായിരുന്നില്ല. അയാൾക്കാവശ്യമുള്ളത് തീപ്പെട്ടിക്കമ്പനികൊണ്ട് അയാൾ സമ്പാദിച്ചു. കരീമൊഴികെ മറ്റാരും അന്ന് മുതിർന്നിരുന്നില്ല. അടങ്ങിയിരിക്കാൻ ഹാജി തയ്യാറായിരുന്നില്ല. മക്കൾ എട്ടായി. അവർക്ക് എന്തെങ്കിലും സമ്പാദിച്ചുകൊടുക്കണമെന്നത് ഹാജിയാരുടെ സ്വപ്നമായിരുന്നു. പരീക്ഷണങ്ങൾ ഓരോന്നായി നടത്തി. എല്ലാം പരാജയമായിരുന്നു. സ്വത്ത് കുറേശ്ശെയായി തീർന്നുകൊണ്ടിരുന്നു. ചെലവുകൾ ഏറി. ആരുടെ മുന്നിലും തലകുനിക്കാൻ ഹാജി തയ്യാറല്ലായിരുന്നു. അമ്മാവനോടും അളിയനോടുമുള്ള ശത്രുത ഏറിക്കൊണ്ടിരുന്നു. ശേഷിച്ച സ്വത്തും നോക്കി മിണ്ടാതിരിക്കുകയാണ് ബുദ്ധി എന്ന് അദ്ദേഹത്തിന് തോന്നുമ്പോഴേക്ക് മിക്കതും കൈവിട്ടുപോയിരുന്നു.

ബീപാത്തുവിന് ബാപ്പ ഒരു കുറവും വരുത്തിയിരുന്നില്ല. അവർക്ക് അസുഖമൊഴിഞ്ഞ നേരമില്ല. മാനസികപ്രയാസമാണ് കൂടുതൽ. അടുത്തടുത്തുള്ള പ്രസവവും ആരോഗ്യം തകർത്തു. പതിനഞ്ചാം വയസ്സിൽ തുടങ്ങിയ പ്രസവം മുപ്പത്തിയഞ്ച് കഴിഞ്ഞിട്ടും തുടർന്നു. മക്കൾ തമ്മിൽ രണ്ടും മൂന്നും വയസ്സിന് വ്യത്യാസമേ ഉള്ളൂ. ഭാര്യക്കും മക്കൾക്കും ചെലവിനു കൊടുക്കാതെയാണ് ആലിക്കുട്ടിഹാജി അമ്മാവനോട് പക തീർത്തത്. മക്കൾക്ക് കളിസാമാനങ്ങളും വിലകൂടിയ തുണിത്തരങ്ങളും കണക്കിലേറെ വാങ്ങിക്കൊടുക്കും. പാട്ടനെല്ല് വിറ്റ് പണമാക്കി വേണ്ടാത്ത നൂലാമാലകളിലെല്ലാം ചെന്നുചാടും. രണ്ടുപേരെയും തെറ്റിക്കാനായി കച്ചകെട്ടി ഇറങ്ങിയ ഏഷണിപ്പടയുടെ വാക്ക് കണ്ണുമടച്ച് വിശ്വസിക്കും. എന്നിട്ട് അന്യോന്യം പൊരുതും. ബീപാത്തു എത്ര ശ്രമിച്ചിട്ടും ഈ പോര് തീർക്കാൻ കഴിഞ്ഞില്ല.

അളിയനോട് വിരോധമാണെങ്കിലും പോക്കർക്കുട്ടിക്ക് പെങ്ങളെ ജീവനാണ്. സഹോദരിക്ക് ഒരു കുറവും വരരുതെന്ന് നിർബ്ബന്ധമാണുതാനും. ബീപാത്തുവിന് ഇടയ്ക്കിടെ അസുഖം ഏറും. അപ്പോൾ ഡോക്ടർ നാണുനായരെ വിളിക്കാൻ കോഴിക്കോട്ടേക്കോടുന്നത് പോക്കർക്കുട്ടിയാണ്. നാണുനായരാണ് എത്രയോ കാലമായി പുത്തൻപുരയിലുള്ളവരെ

ചികിത്സിക്കുന്നത്. സഹോദരി കിടപ്പിലായാൽ അടുത്തിരുന്ന് വേണ്ട തെല്ലാം ചെയ്തുകൊടുക്കുന്നതും പോക്കർക്കുട്ടിതന്നെ. അതു കാണുമ്പോൾ ഹാജിയാർക്ക് ഈറ. അത് തീർക്കുന്നത് ഭാര്യയോടാണെന്നു മാത്രം. ആങ്ങള തന്നെ അന്വേഷിക്കട്ടെ എന്ന മട്ടിൽ അയാൾ ബീപാത്തുവിന്റെ മുറിയിൽ പോലും കയറില്ല.

ബാപ്പയും സഹോദരനും എല്ലാം ചെയ്തുകൊടുക്കുമെങ്കിലും ഭർത്താവിനെയും മക്കളെയും കുറ്റപ്പെടുത്തി സംസാരിക്കുന്നത് കേൾക്കുമ്പോൾ ബീപാത്തുവിന് ആധി. ആലിക്കുട്ടിഹാജിയോടുള്ള പക ബാപ്പയും മകനും തീർത്തത് അദ്ദേഹത്തിന്റെ മക്കളെ അപമാനിച്ചിട്ടാണ്. മക്കളെ പറഞ്ഞാൽ ആലിക്കുട്ടിഹാജിക്ക് നോവുമെന്ന് അവർക്കറിയാം. വീട്ടിലുണ്ടെങ്കിൽ ആലിക്കുട്ടിഹാജി മക്കളെ അടുത്തു നിന്ന് മാറാൻ അനുവദിക്കില്ല. അടുത്തിരുത്തി കഥകൾ പറഞ്ഞുകൊടുക്കും. അവരുടെ എല്ലാ കളിയിലും ചേരുകയും ചെയ്യും. ഉറക്കുന്നതും ആഹാരം കൊടുക്കുന്നതും ഹാജിതന്നെ. ഉപ്പയുടെ കൂടെ കിടക്കാൻ മക്കൾ എന്നും തല്ലാണ്. ബീപാത്തുവിന് അസുഖം വരുമ്പോഴും അവർ പ്രസവിച്ച് കിടക്കുമ്പോഴും മക്കളെ നോക്കുന്നത് ഹാജിതന്നെ. പേരക്കുട്ടികളോട് സെയ്തുട്ടിഹാജിക്ക് ഇഷ്ടക്കേടൊന്നുമില്ല. ഇഷ്ടമാണുതാനും. ആലിക്കുട്ടിഹാജിയെ ഈറപിടിപ്പിക്കാനായി അതുമിതും പറയുമെന്നുമാത്രം.

സ്വന്തമായി വീടുണ്ടാക്കി മാറിത്താമസിക്കാൻ ആലിക്കുട്ടി ഹാജി പലതവണ മുതിർന്നതാണ്. ബീപാത്തുവാണ് തടസ്സം നിന്നത്. ബാപ്പയെയും ആങ്ങളെയും ധിക്കരിച്ച് ഇറങ്ങിപ്പോകാനുള്ള മനസ്സുറപ്പ് ബീപാത്തുവിനുണ്ടായിരുന്നില്ല. അവിടെനിന്നിറങ്ങിയാൽ പിന്നീടൊരിക്കലും സ്വന്തം വീട്ടിലേക്കു തിരിച്ചുവരാൻ പറ്റില്ലെന്ന് ബീപാത്തു ഭയപ്പെട്ടു. മറ്റെല്ലാറ്റിനേക്കാൾ അവർ സ്നേഹബന്ധങ്ങൾക്ക് വില കല്പിച്ചിരുന്നു.

ഭർത്താവ് അവർക്ക് ഉയിരായിരുന്നു. ബാപ്പയോടും ആങ്ങളയോടുമുള്ള സ്നേഹത്തിനും കുറവൊന്നുമില്ല. ഇതിനിടയിൽ കിടന്ന് വീർപ്പുമുട്ടി അവരുടെ ജീവിതത്തിന്റെ നല്ല പകുതി കഴിഞ്ഞു. ഈ വീർപ്പുമുട്ടൽ അവരെ നിത്യരോഗിണിയാക്കി.

“ഓക്ക് എന്നേക്കാൾ ബലുത് ബാപ്പയും ആങ്ങളയുമല്ലേ? ഞാൻ വിളിച്ചാ ഓള് വരൂല്ല. എന്നാപ്പിന്നെ ഓലുതന്നെ ഓളെ പോറ്റട്ടെ.”

ബീപാത്തുവിന്റെ തോരാത്ത കണ്ണീരിന് ഈ വാക്കുകൾ മാറ്റാൻ ഒരിക്കലും സാധിച്ചില്ല. ആലിക്കുട്ടിഹാജി മരിക്കുന്നതുവരെ സാഹസികനും തന്റേടിയുമായിത്തന്നെ ജീവിച്ചു.

അഞ്ച്

ഉള്ളൂർക്കരക്കാരുടെ കോടതിയാണ് പുത്തൻപുര. സെയ്തുട്ടിഹാജി ന്യായാധിപനും. ഏത് അഴിയാക്കുരുക്കുകളും അഴിക്കുക മൂപ്പർക്ക് എളുപ്പം. നാട്ടിൽ മരണം നടന്നാൽ ആദ്യം അറിയിക്കുന്നത് സെയ്തുട്ടിഹാജിയെ. വിവാഹാലോചനക്കാർ ആദ്യം എത്തുന്നതും പുത്തൻപുരയിൽതന്നെ. വിവാഹം നിശ്ചയിക്കുന്നതിനുമുമ്പ് കുടുംബനാഥൻ വെറ്റിലയും പുകയിലയും കാഴ്ചവച്ച് അനുവാദം വാങ്ങണമെന്നാണ് ചട്ടം. മാസപ്പിറവി കണ്ടാൽ റംസാനിലെ നോമ്പും പെരുന്നാളും നിശ്ചയിക്കുന്നതും അവിടെവച്ചുതന്നെ. പല കാര്യങ്ങൾക്കായി വരുന്നവർ അതാത് നേരത്തെ ഭക്ഷണം കഴിച്ചേ പോകാവൂ എന്നാണ് നിയമം. മൂന്നുനേരത്തെ ആഹാരത്തിനും ഒരു സദ്യക്കുള്ള ആൾക്കൂട്ടമുണ്ടാകും. ഒറ്റയ്ക്കിരുന്ന് ആഹാരം കഴിക്കുക ഹാജിക്ക് ഒട്ടും ഇഷ്ടമുള്ള കാര്യമല്ല.

സെയ്തുട്ടിഹാജിയുടെ രണ്ടാം ഭാര്യ കുഞ്ഞാമിനുവിനാണ് വീട്ടുഭരണം. അവർക്ക് മക്കളില്ല. സെയ്തുട്ടിഹാജിയുടെ മക്കൾ അവർക്ക് സ്വന്തം മക്കൾതന്നെ. മൂത്തമകൾ കദീജ കോഴിക്കോട്ടാണ് താമസം. വല്ലപ്പോഴും വിരുന്നുകാരിയെപ്പോലെ വന്ന് ഒന്നോ രണ്ടോ ദിവസം താമസിച്ച് മടങ്ങുന്നു. കല്യാണം കഴിഞ്ഞതോടെ പോക്കർക്കുട്ടി കോഴിക്കോട്ടേക്കും അനിയൻ മൊയ്തു എറണാകുളത്തേക്കും താമസം മാറ്റി. അവരും വീട്ടിൽ വിരുന്നുകാർ തന്നെ. എങ്കിലും വീട്ടിൽ ആളുകൾക്കു പഞ്ഞമില്ല.

പുത്തൻപുര ഭരിച്ചുകൊണ്ടുപോവുക ഭാരിച്ച ചുമതലയാണ്. വീട്ടിൽ എന്നുംകുന്നും വിരുന്നുകാരുടെ തിരക്ക്. പലതരത്തിൽപ്പെട്ടവർ. അവരെ തരാതരം നോക്കിവേണം സൽക്കരിക്കാൻ. പള്ളിയിലെത്തുന്ന പരദേശികൾക്കും മുസലിയാക്കന്മാർക്കും ഊണ് പുത്തൻപുരയിലാണ്. പ്രമാണിമാരും ബന്ധുക്കളും വേറെ. ഇതൊന്നും കൂടാതെ കാര്യങ്ങൾ പറഞ്ഞുതീർക്കാൻവരുന്ന പഞ്ചായത്തുകാരും വിവാഹാലോചനക്കാരും. മീനില്ലെ

ങ്കിൽ സെയ്തുട്ടിഹാജിക്ക് ചോറിറങ്ങില്ല. കടപ്പുറം അടുത്തായതു കാരണം മീനിന് പഞ്ഞമില്ല. മീൻ ഇഷ്ടമാണെന്ന് വച്ച് അത്രമാത്രംപോര. പരിപ്പും പച്ചക്കറിയും മറ്റുപലതും കൂടെ വേണം. കൂട്ടാന് ഉപ്പോ പുളിയോ എരിവോ ഒന്നും കൂടുകയോ കുറയുകയോ അരുത്. എന്തെങ്കിലും അരുചി തോന്നിയാൽ ചീത്തകേൾക്കേണ്ടത് കുഞ്ഞാമിനുവാണ്. അതുകൊണ്ടുതന്നെ അവർ പണിക്കാരികൾക്ക് നിർദ്ദേശം കൊടുത്തുകൊണ്ട് കൂടെ ഉണ്ടായിരിക്കും.

കുഞ്ഞാമിനുവിന് തിരക്കൊഴിഞ്ഞ നേരമില്ല. നോമ്പടുത്താൽ പറയാനുമില്ല. ഒരുമാസം മുമ്പേ പുത്തൻപുരയിൽ റംസാൻ മാസത്തെ വരവേല്ക്കാനുള്ള ഒരുക്കങ്ങൾ തുടങ്ങും. നെല്ല് പുഴുങ്ങി ഉണക്കിക്കുത്തി അത്താഴത്തിനുള്ള പൊടിയരി വേറെ കരുതിവയ്ക്കും. പത്തായം നിറയെ. നാലഞ്ചു സ്ത്രീകൾ പത്തുപതിനഞ്ച് ദിവസം മിനക്കെട്ടാലേ പത്തായം നിറയൂ. പുട്ടിനും പൊടിപ്പത്തിരിക്കുമുള്ള അരിപ്പൊടിക്ക് ഉണങ്ങലരിവേണം. ഉണങ്ങലരിക്ക് നെല്ല് പുഴുങ്ങാതെ ഉണക്കിക്കുത്തണം. റംസാൻമാസം മുപ്പതു ദിവസവും ഇറച്ചിക്കറി നിർബ്ബന്ധം. മല്ലിയും മുളകും കഴുകി ഉണക്കി ഗരം മസാലയും മഞ്ഞളും ചേർത്തു വറുത്തു പൊടിച്ചാണ് ഇറച്ചിക്കുള്ള മസാലപ്പൊടി തയ്യാറാക്കുന്നത്. പലതരം അച്ചാറുകൾ ഉണ്ടാക്കി ചീനഭരണികളിൽ സൂക്ഷിക്കുന്നു. നോമ്പുകാലത്ത് പകൽ അന്നപാനീയം തൊടില്ല. അർദ്ധരാത്രിയിലുള്ള ചോറാണ് അത്താഴച്ചോർ. അതും വിഭവസമൃദ്ധം തന്നെ. പശുവിൻനെയ്യിൽ മഞ്ഞളും ചെറിയുള്ളിയും മൂപ്പിച്ചിട്ട് ചോറിൽ ഒഴിച്ചാണ് തുടക്കം. റംസാൻ തുടങ്ങുന്നതിനുമുമ്പേ ഇതെല്ലാം തീർത്തുവയ്ക്കുകയാണ് പതിവ്. ബീപാത്തു വീട്ടുകാര്യത്തിൽ തലയിടാറേയില്ല. അതുകൊണ്ട് കുഞ്ഞാമിനുവിന്റെ കണ്ണും കാതും എല്ലായിടത്തും എത്തണം.

അടുക്കള ഒരുക്കങ്ങൾ കഴിഞ്ഞാൽ വീടുവൃത്തിയാക്കൽ. അതാണ് നനച്ചുകുളി. നോമ്പിന് ഒരാഴ്ച മുമ്പേ പണിക്കാരൻ അസ്സൻ ഉയരമുള്ള മുളയിൽ ചൂലുകെട്ടി മാറാല അടിച്ചുകൊണ്ട് നനച്ചു കുളിക്ക് തുടക്കം കുറിക്കുന്നു. വീട്ടിലുള്ള കട്ടിലും മേശയുമെല്ലാം സോപ്പും ചകിരിയുമിട്ട് കഴുകി വൃത്തിയാക്കുന്നു. അതിനുശേഷമാണ് നിലം കഴുകൽ.

ഓരോ ഭാഗമായി സോപ്പും കാരവുമിട്ടാണ് തേച്ചു കഴുകുന്നത്. അതു കഴിഞ്ഞാൽ കിടക്കകളും തലയണകളും മണൽവിരിച്ച മുറ്റത്ത് ഉണക്കാനിടും. നോമ്പിന് വിരുന്നുകാർ ഏറും. പല നാട്ടിൽ നിന്നെത്തുന്നവർ. അവർക്ക് കിടക്കാനായി തഴപ്പായകൾ വാങ്ങി കഴുകി ഉണക്കി കരുതിവയ്ക്കുന്നു.

ചെമ്പുപാത്രങ്ങൾ ഈയം പൂശാൻ പൂശക്കാരൻ മൊയ്തീൻ നേരത്തേ എത്തിയിട്ടുണ്ടാകും. ചെറുതും വലുതുമായ പാത്രങ്ങൾ മൊയ്തീൻ ഈയം പൂശി പുതിയതാക്കുന്നു. വെള്ളിപോലെ പാത്രങ്ങൾക്ക് പളപളെ തിളക്കം. മീൻവയ്ക്കാനുള്ള ചട്ടികൾ മമ്മദ് വടകരചന്തയിൽനിന്ന് വാങ്ങിക്കൊണ്ടുവരുന്നു. നിത്യോപയോഗത്തിനുള്ള പിഞ്ഞാണങ്ങളും ഗ്ലാസുകളും വാങ്ങുന്നതും ഈ അവസരത്തിൽതന്നെ. പുത്തൻപുരയിലെ കണ്ണാടി അലമാരയിൽ ധാരാളം വിദേശനിർമ്മിത പിഞ്ഞാണപ്പാത്രങ്ങളുണ്ട്. അവയൊക്കെ വിശേഷാവസരങ്ങളിലേക്കുള്ളതാണ്. ആകപ്പാടെ തിരക്കൊഴിഞ്ഞ നേരമില്ല. പണിക്കാർക്ക് ശ്വാസം കഴിക്കാൻ പോലും സമയമില്ലാത്ത അവസ്ഥ.

നോമ്പുകാലത്ത് പതിവ് ജോലിക്കാർക്കു പുറമെ നാലഞ്ചുപേരെ കൂടുതലായി നിർത്തുന്നു. അത്താഴമൊരുക്കാൻ രണ്ടുപേർ. നോമ്പി ല്ലാത്ത ചെറിയ കുട്ടികളെ നോക്കാനും അവർക്ക് ഭക്ഷണമൊരുക്കാനും പ്രത്യേകമായി ഒരാൾ. നോമ്പുകാലത്ത് പുത്തൻപുരയിൽ കടന്നുകിട്ടാൻ അവിടത്തെ പാവപ്പെട്ടവർ നേർച്ചകൾ നേർന്നു കാത്തിരിക്കും. അത് പട്ടി ണിയുടെ കാലം. മൂന്നുനേരം വയറുനിറയെ ആഹാരം കഴിക്കുന്നവർ ചുരുക്കം. നോമ്പിനു പണിക്കു കേറിയാൽ പുതിയ കാച്ചിത്തുണിയും തട്ടവും കുപ്പായവും ഉറപ്പ്. കൂടാതെ നല്ല ആഹാരവും.

രാത്രി ഒരു മണിക്കും രണ്ടിനുമിടയിലാണ് അത്താഴം. പൊടിയരി ച്ചോറും അതിനു ചേർന്ന കറികളും. അത്താഴം വയ്ക്കുന്നവരാണ് അത്താ യക്കാരത്തികൾ. രാത്രി പത്തുമണി കഴിഞ്ഞ് മറ്റുള്ളവർ ഉറങ്ങാൻ കിട ക്കുന്നതോടെ അവർ ഉണരുന്നു. അടുക്കളയിൽ അത്താഴത്തിനുള്ള ഒരു ക്കങ്ങൾ തുടങ്ങുകയായി. വെപ്പുകഴിയുമ്പോൾ കുഞ്ഞാമിനുവിനെ വിളി ച്ചുണർത്തുന്നതോടെ അവരുടെ ജോലി കഴിഞ്ഞു. അതോടെ വീട് മുഴു വൻ ഉണരുന്നു. അത്താഴം കഴിഞ്ഞാൽ പുലർച്ചെ സുബഹി നിസ്കാ രവും കഴിഞ്ഞേ പിന്നെ ഉറക്കമുള്ളൂ. അത്തായക്കാരത്തികൾക്കും ഉച്ച വരെ വിശ്രമം തന്നെ. പകൽ അവർക്ക് ഉറങ്ങാനുള്ളതാണ്.

മാസപ്പിറവി കാണുന്ന ദിവസം ദേശത്തെ പ്രമാണിമാരും പള്ളിയിലെ ഖാസിയാരും മറ്റുള്ളവരും പുത്തൻപുരയിൽ ഒത്തുചേരുന്നു. ചായകുടി കഴിഞ്ഞ് ഇക്കൂട്ടർ ആരവാരത്തോടെ കടപ്പുറത്തെത്തുന്നു. എല്ലാവരു ടേയും കണ്ണ് മാനത്ത്. മാനത്ത് ചന്ദ്രക്കല മിന്നിമറയുന്നത് കണ്ടാൽ മാസ മുറപ്പിക്കുന്നു. നേരം ഏറെ ഇരുട്ടിയിട്ടും മാസപ്പിറവി കാണാതാകുമ്പോൾ സംഘം വന്ന അതേ ആരവാരത്തോടെ തിരിച്ച് പുത്തൻപുരയിലെത്തുന്നു. മറ്റെവിടെയെങ്കിലും മാസപ്പിറവി കണ്ടാൽ സെയ്തുട്ടിഹാജിയെ അറി യിക്കാതിരിക്കില്ല. അതിനുള്ള കാത്തിരിപ്പാണ് പിന്നെ. റംസാൻ ഉറപ്പി ച്ചാൽ പള്ളിയിലെ ജീവനക്കാരായ മുക്രിയും തണ്ണിംകോരിയും ദപ്പുമുട്ടി എല്ലാ വീട്ടിലും ചെന്ന് വിവരമറിയിക്കുന്നു. പള്ളിയിലെത്തുന്നവർക്ക് നിസ്കാരത്തിനുമുമ്പ് അംഗശുദ്ധിവരുത്താനായി വലിയ സിമന്റ് ടാങ്കു കെട്ടി വെള്ളം നിറച്ചിട്ടുണ്ട്. ഇതാണ് ഹൗള്. ഇതിൽ വെള്ളം നിറയ്ക്ക ലാണ് തണ്ണിംകോരിയുടെ പണി. മുക്രിക്കാണ് പള്ളിയിലെ മറ്റു ചുമത ലകൾ. പെരുന്നാളറിയിക്കുന്നതും ഇവർതന്നെ. പെരുന്നാളിന്റെ തലേന്നും സെയ്തുട്ടിഹാജിയും പരിവാരങ്ങളും കടപ്പുറത്തെത്തുക പതിവാണ്. പെരുന്നാൾ മാസപ്പിറവി കണ്ടാൽ അള്ളാഹു അക്ബർ എന്ന് തക്ബീർ മുഴക്കിക്കൊണ്ട് ആഘോഷത്തോടെയാണ് തിരിച്ചുവരവ്. അന്ന് പുത്തൻ പുരയിൽ നോമ്പ് തുറക്കാൻ വലിയൊരു ജനക്കൂട്ടം തന്നെ ഉണ്ടായിരിക്കും.

വിപുലമായ രീതിയിലാണ് പുത്തൻപുരയിലെ നോമ്പുതുറ. ബാങ്ക് വിളികേട്ട ഉടനെ കാരയ്ക്കയും വെള്ളവും. അതുകഴിഞ്ഞ് ഉന്നക്കായ, കോഴിഅട തുടങ്ങിയ അനേകം നാടൻ പലഹാരങ്ങൾ. കുടിക്കാൻ ബദാം അരച്ച് പാലിൽ കലക്കിയത്, ചായ, ഇളനീർ, ഇഷ്ടമുള്ളത് കഴിക്കാം.

അത് കഴിയുമ്പോൾ എല്ലാവരും ഒന്നിച്ച് മഗ്രിബ് നിസ്കരിക്കുന്നു. ഇതാണ് ചെറിയ നോമ്പുതുറ. നിസ്കാരം കഴിഞ്ഞാൽ വിശദമായ നോമ്പു തുറ. അരിപ്പത്തിരി, ഇറച്ചി, കോഴി, മീൻ വിഭവങ്ങളങ്ങനെ നിരത്തിയിരിക്കും. കൂട്ടാനും പത്തിരിയും തീരുന്നതിനനുസരിച്ച് അസ്സൻ പാത്രങ്ങൾ നിറച്ചുകൊണ്ടിരിക്കും. അടുക്കളയിലേക്കും കോലായിലേക്കും നടന്ന് കാലു വേദനിക്കുമ്പോൾ അസ്സൻ മുറുമുറുപ്പ് തുടങ്ങും. "അന്നം കാണാത്ത ജാത്യള്. തട്ടണ തട്ട് കണ്ടിലേ. പഹയരെ പള്ളയ്ക്ക് സൂക്കേടും പിടിക്കണില്ലല്ലോ."

"മുണ്ടാണ്ടെ പണിനോക്കടാ." അസ്സന്റെ ബാപ്പ മമ്മദ് കണ്ണുരുട്ടും. ആഹാരം കഴിഞ്ഞ് മുറുക്കും ബീഡിവലിയും കഴിയുമ്പോൾ എല്ലാവരും പള്ളിയിലേക്ക് തിരിക്കും. അതിനിടയിൽ കിട്ടുന്ന സമയത്ത് വേണം അസ്സന് വല്ലതും അകത്താക്കാൻ. മുഴുമിപ്പിക്കുന്നതിനുമുമ്പേ ചിലപ്പോൾ ഉമ്മറത്തു നിന്ന് വിളിതുടങ്ങും. "പണ്ടാരടക്കാൻ – മനുശനെ തിന്നാനും സമ്മയിക്കൂലാലോ ഇക്കൂട്ടർ. കദീസ്ത്താ എനക്കുള്ളത് കരുതിബച്ചേക്കണേ. പള്ളീന്ന് ബന്നിട്ട് ബാക്കി."

ധൃതിയിൽ ഉമ്മറത്തേക്കു നടക്കുമ്പോൾ അസ്സൻ അടുക്കള മാനേജർ കദീസയെ ഓർമ്മിപ്പിക്കുന്നു. പള്ളിയിലേക്കിറങ്ങുന്ന പരിവാരത്തിന്റെ മുന്നിലും പിന്നിലുമായി റാന്തലും തൂക്കി അസ്സനും ബാപ്പയും ഉണ്ടായിരിക്കണം.

റംസാൻകാലത്തെ പ്രത്യേക നിസ്കാരമാണ് തറാവീഹ്. അതിനാണ് ആണുങ്ങൾ കൂട്ടത്തോടെ പള്ളിയിലേക്കു പോകുന്നത്. സ്ത്രീകൾ വീട്ടിൽ വച്ച് നിസ്കരിക്കുന്നു. നാട്ടിലെ പ്രധാനപണ്ഡിത മന്തിരിക്കുന്ന കുഞ്ഞാമിനുമ്മയുടെ നേതൃത്വത്തിൽ

പള്ളിയിൽനിന്ന് തിരിച്ചെത്തുന്ന സെയ്തുട്ടിഹാജിയുടെ കൂടെ മുസലിയാക്കന്മാരും കാണും. അവർ മറയിട്ട വാതിലിനു പുറത്തിരുന്ന് സ്ത്രീകൾക്കു വേണ്ടി മതപ്രസംഗങ്ങൾ നടത്തുന്നു. അന്യപുരുഷന്മാർ സ്ത്രീകളെ നേരിട്ടു കാണുന്നത് മതം വിരോധിച്ചിരിക്കുന്നു. അതുകൊണ്ടാണ് മുസലിയാർ സ്ത്രീകൾ കാണാത്തവിധം ഇരിക്കുന്നത്. ഇസ്ലാം മതത്തിന്റെ മഹത്ത്വത്തെക്കുറിച്ചും നബിചര്യകളെക്കുറിച്ചും ദോഷം ചെയ്താലുള്ള കടുത്ത ശിക്ഷയെക്കുറിച്ചും അദ്ദേഹം സ്ത്രീകൾക്കു പറഞ്ഞുകൊടുക്കുന്നു. കുട്ടിക്കാലത്ത് മതപഠനശാലകളിൽച്ചെന്ന് *ഖുറ്ആൻ* ഓതിപ്പഠിച്ചിട്ടുണ്ടെന്നല്ലാതെ അതിലെ ഉള്ളടക്കം അവർക്കറിയില്ല. കാച്ചിയും കുപ്പായവുമിട്ട് തല മറച്ച് ആണുങ്ങളെ കാണാതെ നടന്നാൽ യഥാർത്ഥ ഇസ്ലാമായി എന്നു വിശ്വസിക്കുന്ന കൂട്ടരാണ് അധികവും. അവർക്കും അറിവുണ്ടാകട്ടെ എന്നു കരുതിയാണ് സെയ്തുട്ടി ഹാജി ഇത്തരം പ്രസംഗങ്ങൾ നടത്തിക്കുന്നത്.

അത് കഴിഞ്ഞ് കഞ്ഞി വേണ്ടവർക്ക് ജീരകവും തേങ്ങയും അരച്ചു ചേർത്ത ജീരകക്കഞ്ഞി. ചായ ആവശ്യമുള്ളവർക്ക് ചായയും പലഹാരവും. നോമ്പു തുറക്കുമ്പോഴുണ്ടാക്കിയ എണ്ണപ്പലഹാരങ്ങൾ ബാക്കി കാണും. ഇതാണ് മുത്താഴം. മുത്താഴവും കഴിഞ്ഞ് സഭ പിരിയുന്നു. അത്തായക്കാരികൾ അടുക്കളയിലേക്ക്. മറ്റുള്ളവർ ഉറങ്ങാനും.

നോമ്പ് തുറക്കുന്ന സമയത്ത് നിത്യേന പള്ളിയിലേക്കു കഞ്ഞിയും പത്തിരിയും കൊടുത്തയക്കുക പതിവാണ്. ചില പ്രത്യേക ദിവസങ്ങ

ളിൽ പള്ളിയിൽവച്ച് നോമ്പുതുറപ്പിക്കുന്ന പതിവുമുണ്ട്. ഇരുപത്തിയേഴാം രാവിനാണ് സെയ്തുട്ടിഹാജിയുടെ നോമ്പുതുറപ്പിക്കൽ. വളരെ പ്രധാനപ്പെട്ട ദിവസമാണ് റമസാൻ മാസത്തിലെ ഇരുപത്തിയേഴാംരാവ്. അന്നേ ദിവസം കരഞ്ഞപേക്ഷിച്ചാൽ ഏത് കഠിനദോഷവും പൊറുക്കപ്പെടും. മനമുരുകി പ്രാർത്ഥിക്കുന്നവരുടെ പ്രാർത്ഥന സ്വീകരിക്കുകയും ചെയ്യും. അന്ന് രാവിൽ ഉറക്കമൊഴിച്ചിരുന്ന് *ഖുറ്ആൻ* ഓതാനും അള്ളാഹുവിനോട് മാപ്പിനെത്തേടാനും പള്ളിയിൽ ധാരാളം പേർ എത്തും. അവർക്കായി പുത്തൻപുരയിൽനിന്ന് ചായയും നേന്ത്രപ്പഴം പുഴുങ്ങിയതും കൊടുത്തയയ്ക്കുന്നു. പതിനേഴാം രാവിനുമുണ്ട് ഏറെ പ്രത്യേകതകൾ. ബദൽ യുദ്ധത്തിൽ മരണം വരിച്ച വീരപോരാളികൾക്കുവേണ്ടി അന്ന് പ്രത്യേക പ്രാർത്ഥനയുണ്ട്. അന്ന് പള്ളിയിൽ ആലിക്കുട്ടിഹാജിയുടെ വക നോമ്പുതുറപ്പിക്കലുണ്ട്. വരുന്നവർക്കെല്ലാം വയറുനിറയെ ഇറച്ചിയും പത്തിരിയും വിളമ്പുന്നു.

നോമ്പ് ഒന്നു മുതൽ സക്കാത്ത് തുടങ്ങും. ചെലവുകഴിച്ച് പണം കെട്ടിയിരിപ്പുള്ളവർ വർഷത്തിലൊരിക്കൽ പാവങ്ങൾക്ക് നിർബ്ബന്ധമായും ദാനം ചെയ്യണമെന്നാണ് ഇസ്ലാം നിയമം. അതാണ് സക്കാത്ത്. നൂറുറുപ്പികയ്ക്കു രണ്ടര ഉറുപ്പിക ദാനം ചെയ്യണം. പെട്ടിയിൽ ഉപയോഗിക്കാതെ കരുതിവച്ചിരിക്കുന്ന ആഭരണങ്ങൾക്കും സ്വർണ്ണനാണയങ്ങൾക്കും സക്കാത്ത് ബാധകമാണ്. ഇസ്ലാം നിയമങ്ങൾ മുറതെറ്റാതെ ആചരിക്കുന്നവരാണ് സെയ്തുട്ടിഹാജിയും ആലിക്കുട്ടിഹാജിയും. നോമ്പിനു മുമ്പുതന്നെ കാര്യസ്ഥന്മാർ കണക്കുനോക്കി സക്കാത്തിനുള്ള തുക മാറ്റിവച്ചിരിക്കും. സ്വന്തം കുടുംബത്തിലെ കഴിവുകുറഞ്ഞ താവഴികൾക്കുള്ള സക്കാത്ത് അവരുടെ വീടുകളിലെത്തിക്കുന്നു. നോമ്പ് ഇരുപത്തിയേഴു വരെ സക്കാത്ത് കൊടുക്കും.

പെരുന്നാൾരാവിന് അരിയാണ് കൊടുക്കുക. അന്നന്നത്തെ അന്നത്തിന് മുട്ടില്ലാത്തവർ, അതായത് പെരുന്നാൾ ദിനം വരെ മൂന്നുനേരം ആഹാരം കഴിക്കാൻ മുട്ടില്ലാത്തവർ ഒരാൾക്ക് ആറുനാഴി അരി എന്ന കണക്കിന് ധർമ്മം കൊടുക്കണം. ഇതാണ് ഫിത്തർസക്കാത്ത്. പെരുന്നാളിന് ഒരാളും പട്ടിണി കിടക്കരുത്.

പെരുന്നാളിന് വീട്ടിലുള്ളവർക്കും ജോലിക്കാർക്കും ആശ്രിതർക്കും പുതിയതുണി എടുക്കും. പെരുന്നാളിന് ബന്ധുക്കൾ അന്യോന്യം സന്ദർശിക്കുക പതിവാണ്. പെരുന്നാൾ ദിവസം ഉച്ചതിരിയുന്നതോടെ പുത്തൻവീട്ടിൽ വിരുന്നുകാരുടെ തിരക്ക് തുടങ്ങുന്നു. ഉടനെ മടങ്ങുന്നവരും ഒന്നും രണ്ടും ആഴ്ച താമസിക്കുന്നവരും അക്കൂട്ടത്തിൽ കാണും.

കോഴിയും നെയ്യും പഴക്കുലയും വെറ്റിലയും പുകയിലയും റംസാൻ തുടങ്ങുമ്പോഴേ കുടിയാന്മാർ കാണിക്കയായി കണ്ടുവരാൻ തുടങ്ങിയിരിക്കും. ഓരോരുത്തർ ഇന്നയിന്ന സാധനങ്ങൾ ഇന്ന സമയത്ത് എത്തിക്കണമെന്ന് പാട്ടശ്ശീട്ടിൽ രേഖപ്പെടുത്തിയിരിക്കും. അത് സമയാസമയങ്ങളിൽ എത്തിക്കാൻ കുടിയാന്മാർ മറക്കില്ല. കുടിയാന്മാർക്കൊരു വിഷമം നേരിടുമ്പോൾ ജന്മികൾ കൂടെയുണ്ടാകും.

പെരുന്നാൾച്ചെലവ് നടത്തുന്നതിൽ പിന്നിലാകുന്നത് ആലിക്കുട്ടി ഹാജിക്ക് ഇഷ്ടമുള്ള കാര്യമല്ല. കൈയിൽ പണമില്ലെങ്കിൽ പറമ്പ് ചാർത്തിക്കൊടുത്തെങ്കിലും അതിനുള്ള വകയുണ്ടാക്കും. ഭാര്യക്കും മക്കൾക്കും ബന്ധുക്കൾക്കും ആശ്രിതർക്കും ഏറ്റവും മുന്തിയ ഇനം തുണിത്തരങ്ങൾ നേരത്തെ വീട്ടിലെത്തിച്ചിരിക്കും. കൂടെ കുട്ടികൾക്കുവേണ്ടി ഒരുകെട്ട് പടക്കവും പൂത്തിരി, കമ്പിത്തിരി, മത്താപ്പ്, മാലപ്പടക്കം, ആറ്റംബോംബ് അങ്ങനെ പലവക. പുത്തൻപുരയിൽ സെയ്തുട്ടിഹാജിയെ കാണാൻ എത്തുന്നവർ പലതരക്കാർ. അവരെ ആളും തരവും നോക്കിയാണ് ഇരുത്തുന്നത്. തിണ്ണയിൽ ഇരിക്കേണ്ടവർ തിണ്ണയിൽ, ഒരു കൂട്ടർ ഇറയത്ത്, ചിലർ അകത്ത്. വിശാലമായ മുറ്റം നിറയെ ഓലപ്പന്തലിട്ടിട്ടുണ്ട്. കുടിയാന്മാരും ഇതര ആവശ്യങ്ങൾക്ക് വരുന്നവരും അവിടെയാണ് കാത്തിരിക്കുക. ഒരിക്കൽ പെരുന്നാൾ തിമിർപ്പിനിടയിൽ പടക്കം പൊട്ടിക്കുമ്പോൾ ഓലപ്പന്തലിന് തീപിടിച്ചു. കുട്ടികളാരോ വലിച്ചെറിഞ്ഞ പടക്കം പന്തലിൽ വീണാണ് തീ പിടിച്ചത്. കുട്ടികൾക്ക് പടക്കം വാങ്ങിക്കൊടുക്കരുതെന്ന് സെയ്തുട്ടിഹാജി മുമ്പും വിലക്കിയതാണ്. ആലിക്കുട്ടിഹാജി വിലവച്ചില്ല. പന്തലിന് തീപിടിച്ചപ്പോൾ അമ്മാവനും മരുമകനും ഒന്നും രണ്ടും പറഞ്ഞ് ഇടഞ്ഞു. പടക്കം പൊട്ടിക്കുമ്പോൾ കുട്ടികൾ കൈയും കാലും പൊള്ളിക്കാതിരിക്കാൻ കൂടെ നില്ക്കുക ആലിക്കുട്ടിഹാജിയുടെ പതിവാണ്. അമ്മാവനെ ഈറപ്പിടിപ്പിക്കാനായി ആലിക്കുട്ടി ഹാജി കരുതിക്കൂട്ടി ഒപ്പിച്ച കുസൃതിയാണ് തീപിടിത്തമെന്ന് ഏതോ ഏറാൻമൂറളി സെയ്തുട്ടിഹാജിയുടെ ചെവിയിലോതി. പോരെപൂരം? പെരുന്നാൾ അലങ്കോലമാവുകയും ചെയ്തു. അത്തരം കശപിശകൾ സാധാരണം. അതൊന്നും സാധാരണ ജീവിതത്തെ ബാധിക്കാറില്ല. അതിനെക്കുറിച്ച് ഉറക്കെ സംസാരിക്കാൻ ആരും ധൈര്യപ്പെടാറുമില്ല.

വലിയപെരുന്നാളിനും കാണും ഇത്തരം ഘോഷങ്ങൾ. അന്ന് ആടിനെയും മൂരിയെയും അറുത്താണ് ധർമ്മം കൊടുക്കുന്നത്. അതാണ് ഒളിഹയ്യത്ത്. ഇറച്ചി മൂന്ന് ഓഹരിയായി ഭാഗിക്കുന്നു. ഓരോഹരി പാവങ്ങൾക്കുള്ളതാണ്. ഒന്ന് ബന്ധുക്കളുടെ വീടുകളിൽ എത്തിക്കുന്നു. ബാക്കിയുള്ളത് സ്വന്താവശ്യത്തിന് എടുക്കാം. അതിൽ ഒരുപങ്ക് വീട്ടുജോലിക്കാർക്കും കാര്യസ്ഥന്മാർക്കുമായി പങ്കുവയ്ക്കുന്നു.

സെയ്തുട്ടി ഹാജിയുടെ കാലം കഴിയുന്നതുവരെ ഈ പ്രതാപങ്ങൾക്കൊന്നും ഒരുകുറവും വന്നില്ല. കുഞ്ഞാമിനു അണുവിട തെറ്റാതെ ഓരോന്നും നോക്കിനടത്തി. ഈ തിരക്കിനിടയിൽ ഭർത്താവിന്റെ കാര്യങ്ങൾ വേണ്ടതുപോലെ നോക്കാൻ അവർക്ക് കഴിഞ്ഞിരുന്നില്ല. മകൾ ബീപാത്തുവാണ് ബാപ്പയുടെ കാര്യങ്ങൾ നോക്കുന്നത്. സെയ്തുട്ടിഹാജിക്ക് ആഹാരകാര്യങ്ങളിൽ വലിയചിട്ടയാണ്. ചുറ്റിലും ശത്രുക്കൾ. അതുകൊണ്ടു തന്നെ പുറത്തിറങ്ങിയാൽ പച്ചവെള്ളം കുടിക്കുന്ന പതിവില്ല. യാത്രകളിൽ ചോറും കറികളും ചൂടാറാത്ത പാത്രങ്ങളിലാക്കി അസ്സനോ മമ്മതോ കൂടെയുണ്ടാവും.

തൈര്, മോര്, ആവിയിൽ പുഴുങ്ങിയെടുത്ത പച്ചക്കറികൾ, മീൻ, പൊടിയരിച്ചോറ് തുടങ്ങിയവയാണ് ഉച്ചയ്ക്ക്. ഇറച്ചിയും കോഴിയുമൊക്കെ വിരുന്നുകാർക്ക് വേണ്ടിയുള്ളതാണ്. രാത്രി തേങ്ങാപ്പാലൊഴിച്ച പൊടിയരിക്കഞ്ഞി മാത്രം. രാവിലെ പാലും മുട്ടയും പഴം പുഴുങ്ങിയതും ഇതൊക്കെ വേണ്ടരീതിയിൽ തയ്യാറാക്കുന്നത് മകളാണ്. കിടക്ക മകൾതന്നെ തട്ടിക്കുടഞ്ഞ് വിരിക്കണമെന്ന് ഹാജിയാർക്ക് നിർബ്ബന്ധമാണ്. ബീപാത്തു ഇടയ്ക്കിടെ അസുഖം വന്ന് കിടപ്പിലാകുമ്പോൾ അസ്സന്റെ കഷ്ടകാലമാണ്. ആട്ടും തുപ്പും വലിച്ചെറിയലും. അസ്സൻ വല്ലാതെ വലയും. അതുകൊണ്ട് എത്ര വയ്യെങ്കിലും ബീപാത്തു ബാപ്പയുടെ കാര്യങ്ങൾക്ക് മുടക്കം വരുത്താറില്ല.

നിനച്ചിരിക്കാതെയാണ് സെയ്തുട്ടിഹാജിയുടെ മരണം. എൺപത്തിരണ്ട് വയസ്സായെങ്കിലും ആരോഗ്യവാൻ. ചെറുപ്പക്കാരേക്കാൾ ചുറുചുറുക്ക്. ഒരു ദിവസംപോലും അസുഖമായി കിടന്ന ഓർമ്മ ആർക്കുമില്ല. അന്നുച്ചയ്ക്കും പതിവ് ഭക്ഷണം കഴിച്ചു. ബീപാത്തുവിനെ വിളിച്ച് കുശലം ചോദിച്ചിട്ടാണ് ഉച്ചയുറക്കത്തിന് പോയത്. പോകുന്നവഴിക്ക് ഇളയപേരക്കുട്ടി സൈനുവിനെ കൊഞ്ചിക്കാനും മറന്നില്ല. വൈകുന്നേരം മുൻവശത്ത് വിരുന്നുകാരുണ്ടായതിനാൽ പതിവുപോലെ നാട്ടുവർത്തമാനത്തിന് ചെല്ലാൻ മകൾക്ക് കഴിഞ്ഞില്ല. സന്ധ്യമയങ്ങുന്നതുവരെ കാത്തിരുന്നിട്ടും വന്നവർ പോകാതിരുന്നപ്പോൾ അവർ അകത്തേക്കു പോയി.

മുൻവശത്തെ മുറ്റത്ത് വിരുന്നുകാർക്കും കാര്യസ്ഥന്മാർക്കും ഉപയോഗിക്കാനായി മുറികൾ കെട്ടിയിട്ടുണ്ട്. ഇതിനോടു ചേർന്ന് ആഫീസുമുറിയും നിസ്കാരമുറിയുമുണ്ട്. ആപ്പീസ് മുറി പൂട്ടി ഇറങ്ങുന്ന റൈട്ടർ ബാവക്കാക്കയോട് കുശലം പറഞ്ഞിട്ടാണ് ഹാജിയാർ കുളിമുറിയിലേക്കുപോയത്. ഗേറ്റിലെത്തിയ ബാവക്കാക്ക മുതലാളിയുടെ ഉറക്കെയുള്ള വിളികേട്ട് അമ്പരന്നു. ഓടിച്ചെന്നപ്പോൾ താഴെ കുഴഞ്ഞുവീണിരിക്കുന്നു. ഒച്ചകേട്ട് ആലിക്കുട്ടിഹാജിയും ഓടിയെത്തി. പിന്നെ കൂട്ടബഹളം. വീടു മുഴുവൻ ഉമ്മറത്തെത്തി. എല്ലാവരും കൂടി താങ്ങിപ്പിടിച്ച് ഹാജിയെ ഉമ്മറത്തെ ചാരുകസേരയിലിരുത്തി. “ബേജാറാവാനൊന്നുമില്ല. കൂട്ടരേ. തലയൊന്ന് മിന്നി. പിടുത്തം കിട്ടിയില്ല. ഈ തുണിയൊന്ന് മാറ്റണം.” കേട്ടതും ബീപാത്തു ഓടിച്ചെന്ന് അലക്കിയ മുണ്ടു കൊണ്ടുവന്നു. മുണ്ടു മാറ്റിയപ്പോൾ അകത്ത് കിടക്കണമെന്നായി. ബീപാത്തു കുടിക്കാൻ കൊടുത്തപ്പോൾ മുഴുവൻ കുടിച്ചു. അകത്തെ കട്ടിലിൽ കിടത്തിയപ്പോൾ വീണ്ടും തളർച്ച. അപ്പോൾ ഉറക്കെ എന്തൊക്കെയോ ഓതുന്നുണ്ടായിരുന്നു. എല്ലാവരും നോക്കിനില്ക്കെതന്നെ അദ്ദേഹത്തിന്റെ കണ്ണുകൾ എന്നെന്നേക്കുമായി അടഞ്ഞു. ആ മുഖം അപ്പോഴും ശാന്തമായിരുന്നു. രാജാവായി വാണു. അതുപോലെ മടങ്ങുകയും ചെയ്തു. അതിനുശേഷമാണ് പുത്തൻപുരയുടെ തായ്‌വേരിന് ഇളക്കം തട്ടിത്തുടങ്ങിയത്.

ആറ്

"ഉമ്മാ, ആയിഷാത്താന്റെ മോള് സാബിറ പെറ്റു. ഇപ്പളാ ഫോൺ വന്നത്. നളിനി ഡോക്ടറെ ആസ്പത്രീലാ. ഇന്ന് പൊലച്ചക്കാത്രെ വന്നത്."

സൈനു പറഞ്ഞത് കേട്ടപ്പോൾ ഹജ്ജുമ്മയ്ക്ക് അത്ഭുതം. "യാ ഇലാ ഹീ, ഓളല്ലേ മെനഞ്ഞാന്ന് എന്നെ കാണാൻ ഇബിടെ വന്നത്? ഇപ്പളത്തെ കുട്ട്യോളെ കാര്യം വലിയ അതിശയം തന്നട്ടോ. മാസം തെകഞ്ഞാലും പൊറത്തിറങ്ങി നടക്കാൻ ഒരു മടീല്ല. അഞ്ചുമാസം തെകഞ്ഞാ ഞമ്മളൊന്നും പോരേന്ന് പൊറത്തെറങ്ങൂലാ. അന്നയിന് ആസ്പത്രീല്ല, ഡാക്കിട്ടരൂല്ലാ. പൊരേന്നല്ലേ ഞാൻ പത്തും പെറ്റത്! ആയിശയും അഞ്ച് പേറിനും ആസ്പത്രീൽ പോയിട്ടില്ല. നിന്നെ പെറുമ്പം എന്റെ സൈനു, പേറ്റിച്ചീംകൂടി ഇല്ലല്ലെനും, അത് കാലം ബേറെ."

ഉമ്മ പഴങ്കഥ തുടരാനുള്ള പുറപ്പാടാണെന്ന് കണ്ടപ്പോൾ സൈനു സ്ഥലം വിട്ടു. ഉമ്മയുടെ കഥ കേട്ടിരുന്നാൽ അവളുടെ പണി നടക്കില്ല.

സൈനു പോയിട്ടും അവരങ്ങനെ ഓരോന്നോർത്തുകൊണ്ടിരുന്നു. നല്ല പ്രായത്തിൽ കാര്യമായിട്ടുള്ള പണി പ്രസവമായിരുന്നു. പതിനഞ്ചാം വയസ്സിൽ ആദ്യത്തെ പ്രസവം. ഇളയമകൾ സൈനുവിനെ പ്രസവിക്കുമ്പോൾ നാല്പതായിക്കാണും പുത്തൻ പുരയിലെ പ്രസവമുറിയുടെ സ്ഥാനം ശരിയല്ലെന്നും അതുകൊണ്ടാണ് ഉമ്മ മാസം തികഞ്ഞപ്പോൾ മരിച്ചതെന്നുമായിരുന്നു തങ്ങൾ കണക്കുവച്ചപ്പോൾ കണ്ടത്. അതുകൊണ്ട് ആദ്യത്തെ മൂന്നുപ്രസവവും ഉമ്മയുടെ തറവാട്ടിൽ വച്ചായിരുന്നു. ഏഴാം മാസം തികയുന്നതോടെ തറവാട്ടിലേക്കയക്കും. പ്രസവിച്ച് നാല്പത് കഴിയുമ്പോഴാണ് തിരിച്ചുവരുന്നത്. അത് വലിയ ബുദ്ധിമുട്ടായി തോന്നി. എത്ര പറഞ്ഞിട്ടും ഉപ്പയുടെ പേടി മാറിയില്ല. അവസാനം സൈനുവിന്റെ ഉപ്പയാണ് പൊന്നാനിക്കാരൻ തങ്ങളെ കൂട്ടിക്കൊണ്ടുവന്നത്. തച്ചുശാസ്ത്രത്തിൽ വിദഗ്ദ്ധനായിരുന്നു തങ്ങൾ. അദ്ദേഹം നിർണ്ണ

യിച്ച സ്ഥാനത്ത് പുതിയ പ്രസവമുറി പണിതു. പ്രസവിക്കാനായി പ്രത്യേകം കട്ടിലും പണിയിച്ചു. തങ്ങൾ നിർദ്ദേശിച്ച സ്ഥാനത്തുതന്നെ കട്ടിലിട്ടു. അതിനുശേഷമുള്ള പ്രസവങ്ങൾ പുത്തൻ പുരയിൽവച്ചുതന്നെ.

മാതയാണ് നാട്ടിലെ പേറ്റിച്ചി. കൈപ്പൊരുത്തത്തിനു പേരു കേട്ടവൾ. മാതയ്ക്ക് കൈയബദ്ധം വന്ന ചരിത്രമില്ല. പ്രസവവേദന തുടങ്ങുന്നതും മാതയെത്തുന്നു. വയറുഴിഞ്ഞും ഊരതടവിയും മാത സമാധാനിപ്പിക്കുന്നു. വേദന കഠിനമാകുമ്പോൾ നെറ്റിതടവിക്കൊണ്ട് പറയും: “മുക്കിക്കോ മോളെ, ആ അങ്ങനെ. ദാ കുഞ്ഞിന്റെ തല കണ്ടു. ഇപ്പോ തീരില്ലേ വേദന. രാശകുമാരനല്ലേ വരണത് ഒന്നൂടി.”

മാതയുടെ ആശ്വാസവാക്കിൽ വേദന മറക്കുന്നു. അപ്പോൾ കുട്ടിയുടെ കരച്ചിൽ. പൊക്കിൾ മുറിച്ച് മാത കുട്ടിയെ കവുങ്ങിൻ പാളയിൽ കിടത്തുന്നു. മറുപിള്ള പുറത്ത് കിട്ടിയാലേ മാതയുടെ ശ്വാസം നേരെയാകൂ. മറുപിള്ള മറ്റൊരു പാളയിൽ പൊതിഞ്ഞ് കാര്യസ്ഥൻ മമ്മതിനെ ഏല്പിക്കുന്നതോടെ മാതയുടെ പണി കഴിഞ്ഞു. കുട്ടിയെ കുളിപ്പിക്കുന്നത് കറുത്താമിനയാണ്. സഹായത്തിന് പാത്തുമ്മ. കൈകഴുകി പുറത്തെത്തുന്ന മാതയെ കാത്ത് വെള്ളിരൂപയുമായി സെയ്തുട്ടിഹാജി നില്ക്കുന്നുണ്ടാകും. കൂടാതെ പനയോലവട്ടി നിറയെ സാധനങ്ങൾ.

പത്തുപ്രസവത്തിനും മാത തന്നെയായിരുന്നു പേറ്റിച്ചി. ഡോക്ടറുമില്ല, നഴ്സുമില്ല. ഒരു ബുദ്ധിമുട്ടും ഉണ്ടായില്ല. രണ്ടു മക്കൾ മരിച്ചത് ജ്വരം വന്നിട്ടാണ്. മരിക്കുമ്പോൾ ഒരാൾക്ക് രണ്ടും മറ്റതിന് മൂന്നും വയസ്സായിരുന്നു. രണ്ടിനും ഒന്നിച്ചാണ് പനി തുടങ്ങിയത്. പതിവുപോലെ വൈദ്യരെ വിളിച്ച് ഓല എഴുതിച്ചു. കഷായവും മരുന്നും നേരം തെറ്റിക്കാതെ കൊടുത്തു. ആയുസ്സ് തീർന്നാൽ മരുന്നു ഫലിക്കില്ലായിരിക്കും. അടുത്തടുത്ത ദിവസങ്ങളിലായി രണ്ടുപേരും പോയി. കരഞ്ഞുകരഞ്ഞ് കണ്ണീർ വറ്റി. ഇനി ജീവിക്കേണ്ടെന്നുപോലും തോന്നി. വീണ്ടും ഗർഭിണി ആയപ്പോൾ കുറച്ചൊരാശ്വാസം കിട്ടി. പ്രസവത്തോടെ സാധാരണ നിലയിലുമായി. എങ്കിലും ഇപ്പോഴും ഇടയ്ക്കിടെ രണ്ടിനെയും ഉറക്കത്തിൽ കാണാറുണ്ട്. ഉമ്മയെ കൈനീട്ടി വിളിക്കുന്നു. കള്ളമറിയാത്ത പിള്ളകൾ. അവർക്ക് സ്വർഗ്ഗം ഉറപ്പുതന്നെ.

നാലുമാസം തികഞ്ഞാൽ ഉപ്പയെ വിവരമറിയിക്കണമെന്നാണ് വീട്ടിലെ നിയമം. ഇത്തരം കാര്യങ്ങൾ ഉപ്പയെ അറിയിക്കാനുള്ള ചുമതല എളാമയ്ക്കാണ്. അന്ന് മുതൽ ഇരിക്കപ്പൊറുതിയില്ല. ഉടനെ കേളപ്പൻ വൈദ്യർക്ക് ആളയയ്ക്കുന്നു. കുഴമ്പിനും കഷായത്തിനും ഗുളികയ്ക്കും ഓല എഴുതിക്കുന്നു. വൈദ്യരുടെ സഹായത്തിനായി കുടിയാൻ ചാത്തപ്പനും മകൻ കണാരനും എത്തുന്നു. നാടായനാടാകെ നടന്ന് കണാരൻ പച്ചമരുന്ന് ശേഖരിച്ചു കൊണ്ടുവരുന്നു. പടിഞ്ഞാറെ കളത്തിലിരുന്നാണ് കുഴമ്പു കാച്ചുന്നത്. വലിയ ഉരുളിയിൽ നിറയെ പാൽ. അതിൽ പലതരം പച്ചമരുന്നുകൾ അരച്ചുചേർത്ത് അടുപ്പത്ത് വച്ച് കുറുക്കുന്നു. വലിയ ചട്ടുകം കൊണ്ട് ചാത്തപ്പൻ ഇളക്കിക്കൊണ്ടേയിരിക്കും. കേളപ്പൻ വൈദ്യർ പാകം നോക്കാനായി അടുത്തുതന്നെ ഉണ്ടാകും. പേറ്റുമരുന്നും ലേഹ്യവും ഉണ്ടാ

ക്കുന്നത് പ്രസവിച്ച് മൂന്നാംപക്കമാണ്. ഏഴാം മാസം മുതൽ തേച്ചുകുളി തുടങ്ങും. അപ്പോൾ മുതൽ കിടത്തം താഴെ ഉപ്പയുടെ അറയുടെ നേരെ എതിരെയുള്ള അറയിൽ. പാത്തുമ്മയും. കറുത്താമിനയും ഏതുനേരവും പിറകേ, പ്രസവമടുത്താൽ കുട്ടികളെ എടുക്കുന്നത് കണ്ടാൽ തുടങ്ങും ചീത്ത.

"നീയെന്തിനാടീ, ഓന്റെ മക്കക്കും വേണ്ടി തടി കേടാക്കുന്നത്? ഓന്റെ മക്കളെ ഓൻ നോക്കട്ടെ." വാക്കുകളിൽ നിറയെ മരുമകനോടുള്ള അരിശം. പ്രസവവേദനതുടങ്ങിയാൽ ആദ്യം അറിയിക്കുന്നത് ഉപ്പയെ. മാസം തികഞ്ഞാൽ ഉപ്പ വീട്ടിൽത്തന്നെ കാണും. കട്ടിലിൽ പായ വിരിച്ച് കിടത്തുന്നത് ഉപ്പയാണ്. അപ്പോഴേക്കും മമ്മത് പേറ്റിച്ചിയെ വിളിക്കാൻ ആളെ അയയ്ക്കുന്നു. കുഞ്ഞമ്മോട്ടിസീതിയെയും വിളിക്കാൻ ആളെ അയയ്ക്കുന്നു. കുഞ്ഞമ്മോട്ടിസീതി കടുക്കമഷികൊണ്ട് *ഖുറ്ആൻ* വാക്യങ്ങൾ പിഞ്ഞാണത്തിലെഴുതുന്നു. അത് വെള്ളം കൊണ്ടു കഴുകി ആ വെള്ളം പേറ്റുനോവ് കിട്ടിയവർക്ക് കുടിക്കാൻ കൊടുക്കുന്നു. അവുള്ള മുസലിയാർ അറബി മലയാളത്തിലുള്ള സ്തോത്രമായ മുഹയുദ്ദീൻമാല ഈണത്തിൽ ഉറക്കെ ഓതാൻ തുടങ്ങുന്നു. മുഹിയുദ്ദീൻ ഷെയിഖിനെ സ്തുതിച്ചുകൊണ്ടുള്ളതാണ് കാവ്യം. അദ്ദേഹത്തിന് അസാദ്ധ്യമായ കാര്യങ്ങളില്ല. ഉപ്പ കൂട്ടിലിട്ട മെരുകിനെപ്പോലെ മുറിക്കുപുറത്ത് ഉലാത്തുന്നുണ്ടാകും. സൈനുവിന്റെ ഉപ്പ ഉണ്ടെങ്കിലും മാളികയിൽ ഇരിക്കുകയാണ് പതിവ്. പ്രസവം കഴിഞ്ഞെന്ന് ആരെങ്കിലും ചെന്നു പറഞ്ഞാലേ താഴത്തിറങ്ങിവരൂ. അപ്പോഴേക്കും ഉപ്പ കുട്ടിയെ കൈയേറ്റുകഴിഞ്ഞിരിക്കും. കുട്ടിയുടെ ചെവിയിൽ ബാങ്കു വിളിക്കുന്നതും കുട്ടിക്കു പേരിടുന്നതും ഉപ്പതന്നെ. അക്കാര്യത്തിലും അമ്മാവനും മരുമകനും തമ്മിൽ തർക്കമുണ്ടാവുക പതിവാണ്. സൈനുവിന്റെ ഉപ്പ വീരശൂരന്മാരായ ശുഹദാക്കളുടെ നാമങ്ങൾ നേരത്തെ കണ്ടുവച്ചിട്ടുണ്ടാകും. മൂപ്പർ എത്തുന്നതിനു മുമ്പ് കുട്ടിയുടെ പേരിടൽ കഴിഞ്ഞിരിക്കും. അതോടെ പിണങ്ങിയൊരു പോക്കാണ്. പിന്നെ തോന്നുമ്പോഴാണ് കയറി വരുന്നത്.

സൈനുവിനെ പ്രസവിക്കാറായപ്പോഴേക്ക് ആരോഗ്യം തീർത്തും ക്ഷയിച്ചിരുന്നു. ഇനി പ്രസവിക്കരുതെന്ന് തൊട്ടുമുമ്പത്തെ പ്രസവസമയത്ത് ഡോക്ടർ നാണുനായർ മുന്നറിയിപ്പ് തന്നിരുന്നതാണ്. ഇതൊക്കെ മനുഷ്യന്റെ കൈയിലാണോ? പടച്ചവൻ തരുന്നു, പടപ്പ് രണ്ടുകൈയും നീട്ടി വാങ്ങുന്നു. ഇത് കേൾക്കുമ്പോൾ ഇന്നത്തെ പെൺകുട്ടികൾക്കു ചിരി. ഇപ്പോൾ എല്ലാം അവരുടെ നിശ്ചയം പോലെയാണത്രെ. കുട്ടികൾ മതിയെന്നു തോന്നുമ്പോൾ പ്രസവം നിർത്തുന്നു. അടുത്തടുത്തു പ്രസവമുണ്ടാവാതിരിക്കാൻ ഗുളിക കഴിക്കുന്നു. ഇതൊന്നും ഇസ്ലാമിൽ അനുവദനീയമല്ല. പടച്ചവൻ വിധിച്ചതെല്ലാം അനുഭവിക്കുകതന്നെ വേണം.

നാല്പതാം വയസ്സിൽ വീണ്ടും ഗർഭിണിയാണെന്നറിഞ്ഞതും ഡോക്ടർ നാണുനായർ തലയിൽ കൈവച്ചു. "ഉമ്മാ നിങ്ങളുടെ ഹാർട്ട് വീക്കാണ്. വേദന സഹിക്കാനുള്ള ശക്തിയില്ല. ഇത് കളയുന്നതാണ് നല്ലത്."

അദ്ദേഹം പലവട്ടം നിർബ്ബന്ധിച്ചു. ഉപ്പയെക്കൊണ്ടും ആങ്ങളമാരെ

ക്കൊണ്ടും പറയിച്ചു. ചെവിക്കൊണ്ടില്ല. വിധിയിൽ ഉറച്ചുവിശ്വസിച്ചു. ഉപ്പയെ പറഞ്ഞു സമാധാനിപ്പിച്ചു. സൈനുവിന്റെ ഉപ്പയ്ക്കും ധൈര്യം കൊടുത്തു. മൂപ്പരെ എല്ലാവരും ഒളിഞ്ഞും തെളിഞ്ഞും കുറ്റപ്പെടുത്തുന്നത് കേൾക്കുന്നുണ്ടായിരുന്നു. ഒന്നും വകവച്ചില്ല.

പത്തുമാസം തികഞ്ഞ് പ്രസവിക്കുന്നതുവരെ വീട്ടിൽ എല്ലാവരും അസ്വസ്ഥരായിരുന്നു. ഉപ്പയോടുള്ള പിണക്കം മറന്ന് സൈനുവിന്റെ ഉപ്പ എല്ലാ കാര്യങ്ങളിലും പ്രത്യേകം ശ്രദ്ധിച്ചു. ഡോക്ടറുടെ നിർദ്ദേശപ്രകാരമുള്ള ആഹാരം, മുടങ്ങാതെ മരുന്ന്, ഓരോരുത്തരും മത്സരിച്ചാണ് അന്വേഷിച്ചത്.

പതിനഞ്ചാം വയസ്സിലാണ് മൂത്തമകൾ ആയിഷയെ പ്രസവിച്ചത്. അന്ന് ലോകമെന്തെന്ന് അറിയില്ല. ശരീരത്തിനും മനസ്സിനും യാതൊരലട്ടുമില്ല. പ്രസവിക്കുന്ന അന്നുവരെ തുള്ളിച്ചാടി നടന്നു. നല്ല ആരോഗ്യമുള്ള ഒരു കുട്ടിയെ വിഷമമറിയിക്കാതെ പ്രസവിക്കുകയും ചെയ്തു. വേദനപോലും അറിഞ്ഞില്ല. ബാക്കിയുള്ളതും വലിയ വിഷമമൊന്നും കൂടാതെ തന്നെ കഴിഞ്ഞു. അവസാനത്തെ രണ്ടെണ്ണത്തിനെ പ്രസവിക്കാനാണ് കുറച്ച് പാടുപെട്ടത്. എന്നും കുന്നും അസുഖം. മനസ്സുഖവും ഇല്ലായിരുന്നു. എങ്കിലും റബ്ബ് തുണച്ചു.

സൈനുവിനെ പ്രസവിച്ചത് ഇന്നലെയാണെന്ന് തോന്നിപ്പോകുന്നു. ഡോക്ടറുടെ പറച്ചിൽ എല്ലാവരേയും പേടിപ്പിച്ചു. എട്ടാം മാസം പിറന്നതു മുതൽ മമ്മത് കിടപ്പ് പുത്തൻപുരയിലാക്കി. എല്ലാവർക്കും ധൈര്യം കൊടുക്കുമ്പോഴും മനസ്സ് ചിലപ്പോൾ പിടിവിട്ടുപോകും. പറക്കമുറ്റാത്ത മക്കളെക്കുറിച്ചായിരുന്നു വേവലാതി. എന്തെങ്കിലും സംഭവിച്ചാൽ... ഭർത്താവിന്റെയും ഉപ്പയുടെയും ഇടയിൽ കിടന്ന് നട്ടംതിരിയുന്ന മക്കളുടെ ചിത്രം മനസ്സിനെ മുറിപ്പെടുത്തി. വെറുതെയിരുന്നാൽ മനസ്സ് പിടിവിട്ടു പോകുമല്ലോ എന്നുകരുതി വയ്യെങ്കിലും എപ്പോഴും എന്തെങ്കിലും ചെയ്തുകൊണ്ടിരിക്കും.

അന്നും പതിവുപോലെ കുട്ടികൾക്ക് ഭക്ഷണം കൊടുത്ത് ഉപ്പയുടെ അടുത്തേക്കയച്ച് ആഹാരം കഴിച്ച് ഉറങ്ങാൻ കിടന്നതാണ്. ക്ഷീണം പകലേ നല്ലവണ്ണമുണ്ടായിരുന്നു. കിടന്നിട്ട് ഉറക്കംവന്നില്ല എന്തോ ഒരസ്വസ്ഥത. വയറിൽ ഒരു വിലക്കംപോലെ തോന്നിയപ്പോൾ പാത്തുമ്മയെ വിളിച്ച് ഗോരോചനാദിഗുളിക ജീരകവെള്ളത്തിൽ അരച്ചുകൊണ്ടുവരാൻ പറഞ്ഞു. കിടക്കാൻ വയ്യാതായപ്പോൾ വെറുതെ നടന്നു. കിടക്കാൻ പോകുന്നതിനു മുമ്പ് നോക്കാനെത്തിയതായിരുന്നു ഉപ്പ. മുഖത്തെ പാരവശ്യം കണ്ടാകണം ഉപ്പ ഉടനെ മാതയെ വിളിക്കാൻ ആളയച്ചു. ഗുളിക കുടിച്ചതും ആകെ പരവേശം. ഇരിക്കാനും കിടക്കാനും വയ്യ. തളർച്ച. പ്രസവവേദനയാണെന്ന് അപ്പോഴും തോന്നിയില്ല. പാത്തുമ്മയാണ് നിർബ്ബന്ധിച്ച് കിടത്തിയത്. കിടന്നതും കുട്ടിത്തല പുറത്തുവരുന്നതായി അനുഭവപ്പെട്ടു. പ്രസവമുറിയിലേക്കു പോകാൻ പോലും അവസരം കിട്ടിയില്ല. മാതയെത്തുമ്പോൾ കുട്ടിപുറത്ത്. വേദന സഹിക്കാൻ ശക്തിയില്ലെന്നായിരുന്നല്ലോ ഡോക്ടറുടെ പേടി. അള്ളാഹു സഹായിച്ച് വേദന അറിയാതെ പ്രസവിച്ചു.

ഇന്നത്തെ കുട്ടികൾക്ക് ഇതെല്ലാം പഴങ്കഥ. ഒന്നാം മാസം മുതൽ ഡോക്ടറെ കാണിക്കാനും മരുന്ന് കുടിക്കാനും തുടങ്ങും. എന്നിട്ടോ?

വേദനയും ബുദ്ധിമുട്ടും ഏറുന്നതല്ലാതെ കുറയുന്നില്ല. മനസ്സിന് ഉറപ്പില്ല. സൈനുവിന്റെ മൂന്ന് പ്രസവവും ആസ്പത്രിയിൽവച്ചായിരുന്നു. എന്നിട്ടും എന്തുമാത്രം വേദനയും കഷ്ടപ്പാടും അനുഭവിക്കേണ്ടിവന്നു.

"ഉമ്മാ ദൈവം നിങ്ങളുടെ പ്രാർത്ഥന കേട്ടു. ഓപ്പറേഷൻ വേണ്ടിവരുമെന്ന് ഞാൻ ഉറപ്പിച്ചതാ."

എന്നാണ് നളിനി ഡോക്ടർ പറഞ്ഞത്. പ്രാർത്ഥനയിൽ വിശ്വസിക്കുന്നവർ എല്ലാ മതക്കാരിലുമുണ്ട്.

ഒരുപാടു പരീക്ഷണങ്ങൾ നേരിടേണ്ടിവന്നു. അപ്പോഴൊക്കെയും പടച്ചവനെ മാത്രം മുറുകെ പിടിച്ചു. കോളേജിൽ പഠിക്കുമ്പോൾ മോട്ടോർ സൈക്കിളിൽനിന്ന് വീണ് ഖാദറിന്റെ വലതുകാലിലെ തണ്ടെല്ല് മൂന്നായി നുറുങ്ങി. രണ്ടാമതും എഴുന്നേറ്റ് നടക്കുമെന്ന് ആരും കരുതിയില്ല. രണ്ടു തവണ ഓപ്പറേഷൻ നടത്തിയിട്ട് നേരെയായതുമില്ല. കാലിന് നീളം കുറയാൻ സാദ്ധ്യതയുണ്ടെന്ന് ഡോക്ടർമാർ അഭിപ്രായപ്പെട്ടപ്പോൾ പണത്തെക്കുറിച്ച് ചിന്തിച്ചില്ല. ഉടനെ മദിരാശിയിലേക്കയക്കാനുള്ള ഏർപ്പാടുകൾ ചെയ്തു. രണ്ടാമത്തെ മകൻ റഷീദിനെ കൂടെ അയച്ചു. പണമുണ്ടാക്കാൻ കുറച്ചൊന്നുമല്ല പാടുപെട്ടത്. ആഭരണങ്ങൾ തന്നെയായിരുന്നു ശരണം. എന്നിട്ടും തികയാതെ വന്നപ്പോൾ കടം വാങ്ങാനും മടിച്ചില്ല. അതിലൊന്നും ഒരു സങ്കടവുമില്ല. അവനിന്ന് നല്ല ആരോഗ്യവാനാണ്. സ്വന്തം ഭാര്യയെയും മക്കളെയും അല്ലലറിയാതെ പോറ്റുന്നു. സ്വന്തമായി വീടുവച്ചു. മക്കളെയെല്ലാം നല്ല നിലയിൽ കണ്ടു കണ്ണടയണമെന്ന ഒരാശയേ ഇനി ബാക്കിയുള്ളൂ.

"ഉമ്മാ, നിങ്ങള് ഒറങ്ങ്വാ?"

"ആരാത്?"

"ഞാനാ, കാദറ്."

"നിന്റെ കാര്യമാലോചിച്ച് കിടക്ക്വയനീ ഞാൻ. നിന്നെ കണ്ടിട്ട് നാളെത്തരയായി?"

"മെനഞ്ഞാന്ന് വൈന്നേരമല്ലേ ഉമ്മാ ഞാൻ വന്നത്?"

"ഏ, മെനഞ്ഞാന്ന് ബന്നീനോ?"

എപ്പോഴും അങ്ങനെയാണ്. അവർക്ക് എല്ലാ മക്കളെയും എന്നും കാണണം. ഒരു ദിവസം ആരെങ്കിലും എത്തിയില്ലെങ്കിൽ പിറ്റേ ദിവസത്തെ പതിവുചോദ്യമാണ് "നിന്നെ എത്തരനാളായി കണ്ടിട്ട്" എന്നത്. ഉമ്മയും മക്കളും എത്രനേരം വേണമെങ്കിലുമിരുന്ന് ലോഹ്യം പറഞ്ഞോളും. നാട്ടുവർത്തമാനം അവരറിയുന്നത് ആൺമക്കൾ കാണാൻ വരുമ്പോഴാണ്.

"മൂത്തമ്മാന്റെ മോൻ സൈനുദ്ദീൻ ഇന്നെന്നെ കാണാൻ ആപ്പീസിൽ വന്നിരുന്നു. ഓന്റെ ഒരാവശ്യവുമായിട്ടാ വന്നത്. പണ്ട് കണ്ടാ മിണ്ടാത്തോരൊക്കെ ഇപ്പോൾ മിണ്ടാൻ തൊടങ്ങീട്ടുണ്ട്."

"ഓ, പോട്ടെടാ. പയേതൊന്നും ചികഞ്ഞെടുക്കണ്ട. ആരു ബന്ന് പറഞ്ഞാലും അവനോനെക്കൊണ്ട് ആവണത് ചെയ്തുകൊടുക്കണം. ഞാനില്ലെങ്കിലും നിങ്ങള് കുടുംബങ്ങള് തമ്മില് ഒരുമിപ്പോടെ കഴിയണം.

സന്തുബന്ധുക്കൾ തമ്മിൽ പോരടിക്കുന്നത് വൻദോഷമാണെന്നാ നബി തിരുമേനി പറഞ്ഞിട്ടുള്ളത്."

"ഞാനാരോടും പോരിനില്ലേ. പണ്ട് ഞാൻ ആസ്പത്രീ കെടന്നപ്പം കൊറച്ച് പൈസ ചോദിച്ചപ്പോ ഓൻ പറഞ്ഞത് നിങ്ങള് പറഞ്ഞിട്ടാ ഞാനറിഞ്ഞത്. പോയിട്ട് കൊറച്ച് പണിയുണ്ട്. ഞാൻ നാളെ വരാം."

അരിശം വരുന്നതിനു കുട്ടികളെ കുറ്റം പറഞ്ഞിട്ട് കാര്യമില്ല. ചെറുപ്പത്തിൽ ആ രീതിയിലാണ് അവരോട് പലരും പെരുമാറിയത്. ആ കണക്കൊക്കെ തീർക്കാൻ തുടങ്ങിയാൽ അതിനേ നേരമുള്ളൂ. എല്ലാ കണക്കുകളും നോക്കുന്നവനാണല്ലോ മുകളിലിരിക്കുന്നത്. കണക്കൊക്കെ അവൻ തീർത്തോളും.

മക്കളെ പഠിപ്പിക്കാനും ഉദ്യോഗസ്ഥരാക്കാനും കുറച്ചൊന്നുമല്ല പാടുപെട്ടത്. അരയും തലയും മുറുക്കിത്തന്നെ ഇറങ്ങി. ആരുടെ മുന്നിലും കൈനീട്ടിയില്ല. ആരും കണ്ടറിഞ്ഞ് സഹായിച്ചതുമില്ല. ഉപ്പ പെട്ടെന്നങ്ങ് പോയപ്പോൾ ആഴക്കടലിൽ ഒറ്റപ്പെട്ടതുപോലെ തോന്നി. അതുവരെ ഒന്നിനും മുട്ടില്ലായിരുന്നു. കുട്ടികളുടെ പഠിത്തത്തിനും മരുന്നിനും മറ്റുമുള്ള വഴി കണ്ടെത്തിയാൽ മതിയായിരുന്നു. ഉപ്പയുടെ മരണശേഷം അഞ്ചാറുമാസം ആങ്ങളമാർ വീട്ടുകാര്യം നടത്തി. അതോടെ അവർക്ക് മതിയായി. സ്വത്ത് ഭാഗിച്ച് പിരിയുന്നതാണ് നല്ലതെന്നായി അവർ. സമ്മതിച്ചു. എല്ലാ ഭാരവും കൂടി ഒന്നിച്ച് ചുമലിലായപ്പോൾ അന്തംവിട്ടുപോയി. സൈനുവിന്റെ ഉപ്പയുടെ സ്വത്തുക്കൾ അപ്പോഴേക്കും മുക്കാൽപങ്കും കൈവിട്ടുപോയിരുന്നു. ആരോഗ്യവും ക്ഷയിച്ചു. അസുഖമൊഴിഞ്ഞനേരമില്ല. മരുന്നിനുതന്നെ വേണം വലിയൊരുതുക. എങ്കിലും എല്ലാറ്റിനും താങ്ങായി കൂടെ നില്ക്കുമായിരുന്നു മൂത്തമകൻ. കരീം സ്വന്തം കാലിൽ നില്ക്കാറായപ്പോൾ കുടുംബം മറന്നു. അതുകൊണ്ട് ബാക്കി മക്കളെ പഠിപ്പിക്കുന്ന കാര്യത്തിൽ മൂപ്പർക്ക് ഒട്ടും താല്പര്യമില്ലായിരുന്നു. അത് ശരിയല്ലെന്നു തോന്നി. കുടുംബം നോക്കിയാലും ഇല്ലെങ്കിലും മക്കളെ പഠിപ്പിച്ച് സ്വന്തം കാര്യത്തിന് പ്രാപ്തരാക്കാനുള്ള ചുമതല മാതാപിതാക്കൾക്കുണ്ട്. അതുകൊണ്ടുതന്നെ ഓരോരുത്തരെയും അവർ ആവശ്യപ്പെട്ടത് പഠിക്കാനയച്ചു.

കിട്ടുന്ന വരുമാനം കൊണ്ട് പുത്തൻപുരയിലെ പ്രതാപത്തിനൊത്ത് ജീവിക്കാൻ സാദ്ധ്യമല്ലെന്ന് ഉറപ്പായപ്പോൾ നാടുവിടാൻ തീരുമാനിച്ചു. നശിക്കാനുള്ള പുറപ്പാടാണെന്ന് പലരും പറഞ്ഞു. കുട്ടികളെല്ലാം അപ്പോഴേക്കും മുതിർന്നിരുന്നു. ഉള്ളൂർക്കര ഹൈസ്കൂളില്ല. കോളേജുമില്ല. എല്ലാവരെയും ഒന്നിച്ച് ഹോസ്റ്റലിൽ അയച്ചുപഠിപ്പിക്കാനുള്ള കഴിവുമില്ല. തിരിച്ചും മറിച്ചും ആലോചിച്ചിട്ടാണ് കോഴിക്കോട്ടേക്കു താമസം മാറ്റാൻ തീരുമാനിച്ചത്. ഭാഗത്തിൽ കിട്ടിയ ഒരേക്കർ തെങ്ങിൻപറമ്പ് വിറ്റ് കോഴിക്കോട്ട് നഗരത്തിൽ നിന്ന് മാറി പതിനഞ്ച് സെന്റ് സ്ഥലവും ഒരുചെറിയ വീടും വാങ്ങി താമസം തുടങ്ങി. രണ്ടാമത്തെ മകൻ റഷീദ് അപ്പോഴേക്ക് പഠിപ്പു കഴിഞ്ഞ് സ്വന്തമായി മെഡിക്കൽഷോപ്പ് നടത്തുന്നുണ്ടായിരുന്നു. അവൻ ധൈര്യം തന്നു. കൂടെ നില്ക്കുകയും ചെയ്തു.

വീട് വളരെ ചെറുതായിരുന്നു. പുത്തൻപുരയിലെ കളത്തിലെ വലിപ്പം പോലുമില്ല. മൂന്ന് ചെറിയ മുറികൾ. മൂന്നും ചേർന്നാൽ നാട്ടിലെ ഒരറയുടെ വലിപ്പമില്ല. വീടു കണ്ടപ്പോൾ ഇത്താത്തയ്ക്കും ആങ്ങള മാർക്കും മാനക്കേട്. വകവച്ചില്ല. പിണങ്ങിയതുമില്ല. എളാമയെ പുത്തൻ പുരയിൽ തനിച്ചാക്കി പോരുന്നതിലേ വിഷമമുണ്ടായിരുന്നുള്ളൂ. അവർക്ക് മക്കളില്ലെന്ന് അവർ ഒരിക്കൽപ്പോലും പറഞ്ഞുകേട്ടിട്ടില്ല. രണ്ടാനുമ്മയാണെന്ന തോന്നൽ തങ്ങൾക്കും ഉണ്ടായിട്ടില്ല. പുത്തൻപുര വിട്ടിറങ്ങാൻ അവർ ഒരുക്കമായിരുന്നില്ല. പുത്തൻപുരയിലെ സെയ്തുട്ടിഹാജിയുടെ ഭാര്യ ആ നാട്ടിലെ കാരണവത്തിയാണ്. ആ സ്ഥാനം കളഞ്ഞ് അന്യനാട്ടിൽ വന്ന് താമസിക്കാനോ? അവർ മരിക്കുന്നതുവരെ അവിടെത്തന്നെ താമസിച്ചു. അവർക്ക് കഴിയാനാവശ്യമുള്ള സ്വത്ത് അവരുടെ പേരിലുണ്ട്. നോക്കിനടത്താൻ മമ്മതുണ്ട്. ഒഴിവ് കിട്ടുമ്പോൾ ചെന്ന് ഒന്നോ രണ്ടോ ദിവസം കൂടെ താമസിക്കും. സ്കൂളടയ്ക്കുമ്പോൾ കുട്ടികളെ അയച്ചുകൊടുക്കും. അവരുടെ ആഗ്രഹംപോലെ മരിക്കുമ്പോൾ ബീപാത്തുവും കുട്ടികളും അടുത്തുണ്ടായിരുന്നു.

പുത്തൻപുരയിലാകുമ്പോൾ അടുക്കളഭാഗത്തേക്കു തിരിഞ്ഞ് നോക്കാറില്ല. പണിക്കായി രണ്ടുപേരെ നാട്ടിൽ നിന്നുകൊണ്ടുപോന്നിരുന്നു. എന്നിട്ടും ആദ്യം പകച്ചു. പക്ഷേ, എല്ലാം പെട്ടെന്ന് ശീലമായി. നല്ല ഐശ്വര്യമുള്ള വീടാണ്. വാങ്ങിയതിൽപ്പിന്നെ ഉയർച്ചയേ ഉണ്ടായിട്ടുള്ളൂ. കുട്ടികൾ പ്രാപ്തിയായപ്പോൾ വീട് കുറേശ്ശെയായി നന്നാക്കി. മാളിക പണിയിച്ചു. ഇന്ന് ആരുകണ്ടാലും അന്തസ്സിന് കുറവൊന്നുമില്ല. ആൺകുട്ടികൾ ഓരോരുത്തരായി വീടുവച്ച് മാറിയപ്പോൾ ഈ വീട് സൈനുവിന്റെ പേരിലെഴുതിക്കൊടുത്തു. അവൾക്ക് ആദ്യം സമ്മതമല്ലായിരുന്നു. അവൾക്കും പുത്തൻ വീട് മതിയത്രേ. പുതിയാപ്ലയാണ് പറഞ്ഞു സമ്മതിപ്പിച്ചത്. സ്വത്തും ഭാഗിച്ച് മക്കളുടെപേരിൽ എഴുതിവച്ചിട്ടുണ്ട്. ഉമ്മയുടെ കാലശേഷം മക്കൾ സ്വത്തിനുവേണ്ടി അടിപിടികൂടാൻ ഇടയാകരുത്. അന്ന് മാനാഭിമാനം നോക്കി നാടുവിടാതിരുന്നെങ്കിൽ ഇന്ന് മക്കൾ ഒരിടത്തും എത്തില്ലായിരുന്നു. തിരിഞ്ഞു നോക്കുമ്പോൾ സങ്കടപ്പെടാൻ ഒന്നുമില്ല. അഭിമാനിക്കാൻ ഏറെയുണ്ടുതാനും.

എല്ലാം അറിയുന്ന റബ്ബ് എന്നും കൂടെ ഉണ്ടായിരുന്നു. അവർ മാത്രമായിരുന്നു എന്നും തുണ. ഏതു വിഷമഘട്ടവും തരണം ചെയ്യാൻ കഴിഞ്ഞതും ആ ഉറപ്പുകൊണ്ടുതന്നെയാണെന്നാണ് ഇന്നും വിശ്വാസം.

“നീ മേലിലും എന്റെ മക്കളെ കാത്തോളണേ റബ്ബേ..”

ബീപാത്തു ഹജ്ജുമ്മ രണ്ടുകൈയും മേല്പോട്ടുയർത്തി ഉറക്കെത്തന്നെ തേടി.

ഏഴ്

സൈനുവിന്റെ ഭർത്താവ് ശംസുദ്ദീൻ വക്കീൽ കേസാവശ്യത്തിന് എറണാകുളം പോയിരിക്കുന്നു. കുട്ടികൾ സ്കൂളിലും. ഉമ്മ ബീപാത്തു ഹജ്ജുമ്മ ഒരാഴ്ചയായി മൂത്തമകൾ ആയിഷയുടെ വീട്ടിലാണ്. ആയിഷയുടെ മകൾ പ്രസവിച്ച വിവരമറിഞ്ഞ് പോയതാണ്. എഴുപത് കഴിഞ്ഞെങ്കിലും യാത്ര ഉമ്മയ്ക്ക് ഇന്നും പ്രിയങ്കരംതന്നെ. ഇടയ്ക്കിടെ ഓരോ യാത്ര തരമായില്ലെങ്കിൽ അവരാകെ മുഷിയും.

വായന മതിയാക്കി സൈനു സമയം നോക്കി. മണി രണ്ടായതേയുള്ളൂ. ഒച്ചയും അനക്കവുമില്ല. ഉമ്മയില്ലെങ്കിൽ വീട് ഉറങ്ങിയതുപോലെയാണ്. അവരുണ്ടെങ്കിൽ കാക്കയോടും പൂച്ചയോടുംവരെ സംസാരിച്ചോളും. ഉടനെചെന്ന് ഉമ്മയെ കൂട്ടിക്കൊണ്ടുവരണം. സൈനു കരുതി.

ചെറുപ്പം മുതലേയുള്ള ശീലമാണ്. ഉമ്മയെപ്പിരിഞ്ഞ് ഒരുദിവസം പോലും നില്ക്കുന്നതിഷ്ടമല്ല. ഉമ്മ എവിടേക്കിറങ്ങിയാലും കൂടെ ഇറങ്ങും. കൊണ്ടുപോവില്ല എന്നു തോന്നുമ്പോൾ നിലത്തുകിടന്ന് ഉരുണ്ടൊരു നിലവിളിയാണ്. അത് പലപ്പോഴും ഏശിയെന്നു വരില്ല. അപ്പോൾ അവസാനത്തെ അടവെടുക്കുന്നു. ഉമ്മ കാണാതെ കാറിന്റെ സീറ്റിനടിയിൽ ഒളിച്ചിരിക്കും. ഉടുപ്പുപോലും മാറാതെയാണ് സാഹസം. കോലായിലെ ചാരുകസേരയിലിരുന്ന് ചുരുട്ടു വലിക്കുന്ന വല്യുപ്പ പക്ഷേ, എല്ലാം കാണുന്നുണ്ടാകും. ഉമ്മ കാറിൽ കയറുന്നതുവരെ വല്യുപ്പ മിണ്ടില്ലെന്ന് അവൾക്ക് ഉറപ്പാണ്. ഉമ്മ കയറിയിരുന്ന് യാത്ര ചോദിക്കുമ്പോൾ വല്യുപ്പ ഓർമ്മിപ്പിക്കും.

“ബീപാത്തു, സീറ്റിനടിയിൽ പൂച്ചയുണ്ട് ചവിട്ടല്ലേ.”

ഇക്കാര്യം മുൻകൂട്ടി കണ്ട ഉമ്മ അവളുടെ ഉടുപ്പും പെട്ടിയിൽ കരുതിയിട്ടുണ്ടാവും. എന്നാലും അവളെ നോക്കി കണ്ണുരുട്ടും: “ബല്ലാത്തൊരു പെണ്ണുതന്നെ. നിനക്ക് ഓത്തും എയ്ത്തും ഒന്നും പഠിക്കണ്ടേ അല്ലേ?

എന്നും ഉമ്മാന്റെ ബാലായിട്ട് നടന്നാ മതിയോ?"

ഒന്നാംക്ലാസിൽ ഒരു മാസം തികച്ച് പോയിട്ടുണ്ടാവില്ല. ഉപ്പയാണ് സ്കൂൾ മാനേജർ. അതുകൊണ്ടുതന്നെ ക്ലാസിൽ പോയില്ലെങ്കിലും രണ്ടി ലെത്തും. കൊല്ലവസാനം ഉപ്പ സ്കൂളിലെത്തുന്നു. ഓച്ഛാനിച്ചു നില്ക്കുന്ന ഹെഡ്മാസ്റ്ററോട് ചോദിക്കും.

"എന്തേ കേളപ്പൻ മേഷ്ട്രേ കുട്ട്യോളെല്ലാം ജയിച്ചില്ലേ?"

"ജയിച്ചല്ലോ."

തീർന്നു. അതുതന്നെ പരീക്ഷ. അത് പിന്നീട് തീർത്തും വിനയായി. നഗരത്തിലെ സ്കൂളിൽ ചേർന്നപ്പോൾ വളരെ പിന്നിലായി. നാലിലെ ത്തിയിട്ടും കിഴിക്കാനും കൂട്ടാനും അറിയില്ലായിരുന്നു. മക്കളെ അന്യരാ യിട്ടുള്ളവർ ആരും നുള്ളി നോവിക്കുന്നതോ, ഉപദേശിക്കുന്നതോ ആലി ക്കുട്ടിഹാജി സഹിക്കില്ല.

"ഓലിക്ക് ബേണോങ്കി പഠിച്ചോട്ടെ. അടിച്ചും കുത്തീമൊന്നും ഓലെ ആരും പഠിപ്പിക്കണ്ട."

മാസ്റ്റർമാർക്ക് ഹാജിയാരെ പേടിയായിരുന്നു. പക്ഷേ, ആലിക്കുട്ടി ഹാജിയുടെ ആൺമക്കൾ മിടുക്കന്മാരായിരുന്നു. അതുകൊണ്ട് മാസ്റ്റർമാർക്ക് അവരെ അടിക്കേണ്ടിവന്നില്ല.

"എടാ നാലച്ചരംപഠിച്ച് ബുദ്ധി തെളിഞ്ഞാലേ നിങ്ങക്ക് നാലാളെ എടേല് സീറ്റുണ്ടാവൂ."

എന്ന ഉമ്മയുടെ ഉപദേശം അവർ ഒരിക്കലും മറന്നില്ല. പഠിച്ചു നന്നാവുക എന്നത് അവരുടെയും ആവശ്യമായിരുന്നു.

ഇന്നത്തെപ്പോലെ മുക്കുകൾതോറും സ്കൂളില്ല. വാഹനസൗക ര്യവും നന്നേ കുറവ്. മൂന്നുനാലു മൈൽ നടന്നുവേണം സ്കൂളിലെ ത്താൻ. വല്യക്കാക്കയും ഐഷാത്തയും മറ്റും കുതിരവണ്ടിയിൽ കയറി യാണ് സ്കൂളിൽ പോയിരുന്നതെന്ന് സൈനു കേട്ടിരുന്നു. അന്ന് ഉപ്പയ്ക്ക് വെള്ളക്കുതിര വലിക്കുന്ന വില്ലീസ് വണ്ടി ഉണ്ടായിരുന്നു. അവളുടെ കാല മായപ്പോൾ റിക്ഷാവണ്ടിയായിരുന്നു. പൊന്നാനിക്കാരൻ കോയയായി രുന്നു റിക്ഷക്കാരൻ. അതും ഏറെക്കാലം നിന്നില്ല. പിന്നീട് നടന്നാണ് പോക്ക്. കൂട്ടിന് അവൾ ചെറീക്കയെന്നു വിളിക്കുന്ന തൊട്ടുമൂത്ത സഹോ ദരൻ. ആയിഷാത്തയുടെ മകൾ സമീറയും കൂടെ ഉണ്ടാകും. ചെറീക്ക അവളേക്കാൾ മൂന്നുവയസ്സിന് മൂത്തത്. പിണങ്ങുന്നതുവരെ നല്ലവൻ. പിണങ്ങിയാൽ മൂശേട്ട. നല്ല സ്വഭാവത്തിലാണെങ്കിൽ കൈപിടിച്ച് കൂടെ നടത്തും. ആവശ്യപ്പെടുന്നതെല്ലാം സാധിച്ചുതരും. ചെറീക്ക പറയുന്ന തെല്ലാം തലകുലുക്കി സമ്മതിച്ചോളണമെന്നാണ് അലിഖിത നിയമം. ചെറീക്കയ്ക്ക് ഇടയാൻ ഏറെ സമയമൊന്നും വേണ്ട. ഇടയുന്നതോടെ സൈനുവിന്റെ കഷ്ടകാലം ആരംഭിക്കുന്നു. സൈനു പേടിത്തൊണ്ടി. പട്ടിയോ പൂച്ചയോ അടുത്തുകൂടെ പോയാൽ കണ്ണിൽ വെള്ളം നിറയ്ക്കു ന്നവൾ. അതുകൊണ്ടുതന്നെ പിണങ്ങിയാൽ ആദ്യത്തെ ശിക്ഷ ചെറീ ക്കയുടെ കൈപിടിക്കാൻ സമ്മതിക്കാതിരിക്കുകയാണ്. നടുറോഡിൽ

നിന്നുകൊണ്ട് അവൾ ഉറക്കെ കരയും. അപ്പോൾ ചെവിപിടിച്ച് തിരുമ്മിക്കൊണ്ട് കൈപിടിച്ചൊരുവലിയുണ്ട്. എല്ല് നുറുങ്ങിയതുപോലെ തോന്നും സൈനുവിന്. എന്നാലും മിണ്ടില്ല. ഒറ്റയ്ക്ക് നടക്കണ്ടല്ലോ.

ഉള്ളൂർക്കര മാപ്പിള ഹൈസ്കൂളിലായിരുന്നു അഞ്ചാം ക്ലാസുവരെ പഠിച്ചത്. പുത്തൻപുരയിലെ കുട്ടികളായതുകൊണ്ട് ക്ലാസിൽ പ്രമാണിമാരാണ്. മുന്നിലെ ബെഞ്ചിലാണ് സീറ്റ്. കണക്ക് തെറ്റിച്ചാലും മാഷ് കണ്ണുരുട്ടുകയേ ഉള്ളൂ. അടിക്കില്ല. മറ്റുകുട്ടികളെ അടിക്കുന്നത് കാണുമ്പോൾ അവളുടെ കണ്ണു നിറയും. കാച്ചിത്തുണിയും കുപ്പായവും തട്ടവുമാണ് സ്കൂളിലെ മറ്റു മുസ്ലീം പെൺകുട്ടികളുടെ വേഷം. അവളും സമീറയും മാത്രമാണ് ചേലക്കുപ്പായം എന്ന ഞൊറിയുള്ള ഫ്രോക്കിടുന്നവർ. മൂന്നാം തരമായപ്പോൾ ഉമ്മ ഫ്രോക്കുമാറ്റി പാവാടയാക്കി. മുതിർന്ന പെൺകുട്ടികൾ മുട്ടുമറയ്ക്കാതെ നടക്കുന്നത് ശരിയല്ല എന്നായിരുന്നു ഉമ്മയുടെ വാദം.

ഉമ്മ വലിയ വൃത്തിക്കാരി. എന്നും രണ്ടുനേരം കുളിപ്പിക്കും. മുഖത്തും കൈയിലും മണ്ണോ ചെളിയോ കണ്ടാൽ അടി ഉറപ്പ്. വീട്ടിനകത്തും ചെരിപ്പിട്ടു വേണം നടക്കാൻ. വൃത്തിയും മെനയുമില്ലാത്ത മറ്റു കുട്ടികളുടെ കൂട്ടുകൂടരുത്. എന്നും രാവിലെ സ്കൂളിലേക്കു പുറപ്പെടുമ്പോൾ ഉപദേശിക്കാറുണ്ട്. സ്കൂളിൽ നാലഞ്ചുപേരൊഴിച്ച് ബാക്കിയുള്ളവരെല്ലാം അരപ്പട്ടിണിക്കാരായ പാവങ്ങളായിരുന്നു. പുത്തൻപുരയിലെ തെങ്ങുകയറ്റക്കാരുടെയോ, കർഷകത്തൊഴിലാളികളുടെയോ മക്കൾ. എണ്ണതേക്കാനില്ലാത്തതുകൊണ്ട് ജടപിടിച്ച മുടിയുള്ളവർ, കുളിക്കാത്തവർ. കൈയിലും കാലിലും കരിയും പൊടിയുമായി കീറിമുഷിഞ്ഞ വസ്ത്രങ്ങളണിഞ്ഞെത്തുന്നവർ. പുത്തൻപുരയിലെ കുട്ടികളുമായി കൂട്ടുകൂടാനും അടുക്കാനും അവർക്കു പേടിയായിരുന്നു. അതുകൊണ്ട് സ്കൂളിൽ ചെന്നാൽ ഒറ്റപ്പെട്ടതുപോലെ. മറ്റുകുട്ടികൾ മണ്ണിൽ കുത്തിമറിഞ്ഞ് കളിക്കുന്നത് കൊതിയോടെ നോക്കിനിന്നിട്ടുണ്ട്.

സ്കൂളിൽ കുട്ടികൾക്ക് ഉച്ചയ്ക്ക് കഞ്ഞിയും വൈകുന്നേരം പാലും ഉപ്പുമാവും കൊടുക്കും. വലിയ അലുമിനിയം പാത്രത്തിൽ വെള്ളം ചൂടാക്കി പാൽപ്പൊടി കലക്കി പാലുണ്ടാക്കുമ്പോഴുള്ള മണം നാലുപാടും പരക്കും. വീട്ടിൽ കറവപ്പശുക്കൾ ധാരാളം. രാവിലെയും വൈകുന്നേരവും ഉമ്മ നിർബ്ബന്ധിച്ച് പശുവിൻപാൽ കുടിപ്പിക്കാറുള്ളതുമാണ്. പാൽപ്പൊടി വീട്ടിൽ ഉപയോഗിക്കാറില്ല. എന്നും വൈകുന്നേരം കുട്ടികൾ പാൽപ്പൊടിപ്പാൽ കുടിച്ച് ചുണ്ടുതുടയ്ക്കുന്നത് കാണുമ്പോൾ നാവിൽ വെള്ളം. കൊതി മൂത്തപ്പോൾ കൊയ്ത്തക്കാരൻ കണാരന്റെ മകൾ അമ്മാളുവിനോട് കാര്യം പറഞ്ഞു. സഹായിക്കാമെന്ന് അമ്മാളു ഏറ്റു. തന്റെ പേര് മിണ്ടിപ്പോകരുതെന്ന് അമ്മാളുവിനെ താക്കീത് ചെയ്തിരുന്നു. അമ്മാളു രണ്ടു പാത്രവുമായി പാലിന് ചെന്നപ്പോൾ ചാത്തുമാഷ് കണ്ണുരുട്ടി. "എന്താദ്? തട്ടിപ്പോ?" അടി വീഴുമെന്ന് ഉറപ്പായപ്പോൾ മാളു സത്യം പറഞ്ഞു. അവൾ തന്റെ നേരെ വിരൽ ചൂണ്ടുന്നതു കണ്ടപ്പോൾതന്നെ കണ്ണു നിറയാൻ തുടങ്ങി. പക്ഷേ, മാഷ് അടുത്തുവിളിച്ചു സമാധാനിപ്പിച്ചു. മാഷുപ

യോഗിക്കുന്ന ഗ്ലാസിൽ പാലൊഴിച്ച് കുടിക്കാൻ തന്നിട്ടും പേടി മാറിയില്ല. വീട്ടിലറിയുമോ എന്നായിരുന്നു ആധി.

വിശേഷദിവസങ്ങളിൽ സ്കൂളിൽ അരിയും തേങ്ങാപ്പാലും ചേർത്ത ശർക്കപ്പായസം വിളമ്പുക പതിവാണ്. ആഗസ്ത് പതിനഞ്ച്, റിപ്പബ്ലിക് ദിനം ഹെഡ്മാസ്റ്ററുടെ പിറന്നാൾ തുടങ്ങിയ ദിവസങ്ങളിലാണ് സാധാരണ കുട്ടികൾക്ക് പായസം കൊടുക്കാറുള്ളത്. അതിനായി കുട്ടികൾ പാത്രങ്ങൾ കൊണ്ടുവരണം. പുത്തൻപുരയിലെ കുട്ടികൾക്ക് അവിടെയുമുണ്ട് മുൻഗണന. മാസ്റ്റർമാരുടെ ഗ്ലാസുകളിലാണ് അവർക്ക് പായസം കൊടുക്കുന്നത്.

മറ്റുവിഷയങ്ങൾ ഒരുവിധം നന്നായിട്ടു പഠിക്കുമെങ്കിലും കണക്ക് സൈനുവിന് അന്നും തലയിൽ കയറില്ല. കൂട്ടിയാലും കിഴിച്ചാലും ഒരേ ഉത്തരം. ഗുണനവും ഹരണവും അവളുടെ തല പെരുപ്പിക്കും. അമ്മാളുവിന്റെ സ്ലേറ്റാണ് ശരണം. അവൾ സ്ലേറ്റ് സൈനുവിനു കാണാൻ പാകത്തിൽ വച്ചുതരും. അത് പകർത്തി ഒന്നും അറിയാത്ത മട്ടിൽ ഇരിക്കും. ആയിടയ്ക്കാണ് ചെറുപ്പക്കാരനായ രാഘവൻ മാഷ് കണക്കുപഠിപ്പിക്കാനെത്തിയത്. അതുവരെ കണക്കുപഠിപ്പിച്ചിരുന്ന രാവുണ്ണിമാഷ് പിരിഞ്ഞുപോയി. പോകുമ്പോൾ മാഷ് കുട്ടികൾക്ക് നാരങ്ങാമിഠായി വിതരണം ചെയ്തിരുന്നു.

രാഘവൻമാഷ് കണിശക്കാരൻ. കണക്കുതെറ്റിക്കുന്നവരുടെ കൈവെള്ളയിൽ ചൂരൽ വീണതുതന്നെ. അമ്മാളുവിന്റെ സ്ലേറ്റു നോക്കി പകർത്തുന്നത് മാഷ് കണ്ടു. അതു കണ്ട മട്ടു കാണിക്കാതെ മാഷ് അവളെ സ്ഥലം മാറ്റി ഇരുത്തി. കണക്കിൽ വട്ടപ്പൂജ്യം വാങ്ങുന്ന പാത്തുമ്മയുടെ അടുത്ത്. അതോടെ സൈനുവിന്റെ കണക്കെല്ലാം തെറ്റ്. മാഷ് നന്നായി പൂശുകയും ചെയ്തു. കൈവെള്ള ചുവന്നു തിണർത്തു. അടിയുടെ വേദന അതുവരെ അറിഞ്ഞിട്ടില്ലാത്ത സൈനുവിന്റെ ആർപ്പുകേട്ട് സ്കൂൾ ഞടുങ്ങി. ഹെഡ്മാസ്റ്റർ കേളപ്പൻമാഷ് ഓടിയെത്തി. ആർത്തലച്ചുകരയുന്ന സൈനുവിന്റെ കൈ പിടിച്ചുനോക്കി കേളപ്പൻ മാഷ് കുറ്റപ്പെടുത്തി.

“എന്താ മാഷെയിത്? ചെറിയ കുട്ടികളാണെന്ന വിചാരം വേണ്ടേ? ഇനിയിപ്പോ ആ ഹാജ്യാര് എന്തെല്ലാം പൊല്ലാപ്പാണാവോ ഉണ്ടാക്കുന്നത്?”

രാഘവൻമാഷ് പുതുതായി വന്ന ആളായതുകൊണ്ട് ഉള്ളൂർക്കരയുടെ ചരിത്രവും ഭൂമിശാസ്ത്രവുമൊന്നും വശമായിട്ടില്ല. മരമണ്ടിയുടെ തലയിൽ വല്ലതും കയറ്റാൻ പറ്റുമോ എന്നൊന്നു നോക്കാമെന്നു കരുതി. ഹെഡ്മാസ്റ്ററുടെ പറച്ചിൽ കേട്ട് മാഷ് ആകെ വിഷമിച്ചു. കേളപ്പൻമാഷ് കുട്ടികളെ പറഞ്ഞയച്ച് ചോക്ലേറ്റ് വാങ്ങിപ്പിച്ചു തന്നു. വീട്ടിൽ പറയരുതെന്ന് താക്കീത് തരാനും മറന്നില്ല. ചോക്ലേറ്റിന്റെ മധുരത്തിൽ അവൾ അടിയുടെ ചൂട് മറന്നു.

അവൾ അഞ്ചിൽ ജയിച്ചപ്പോഴാണ് ഉമ്മ താമസം കോഴിക്കോട്ടേക്കു മാറ്റിയത്. മൂത്ത ഇക്കാക്കമാർ രണ്ടുപേരും കോഴിക്കോട്ടായിരുന്നു താമസം. ബാക്കിയുള്ളവർ സ്കൂളിലും കോളേജിലും പഠിക്കുന്നു. ഉന്നത പഠനത്തിന് സൗകര്യം കോഴിക്കോട്ടാണുള്ളത്. പലതും തിരിച്ചും മറിച്ചും ആലോചിച്ചും കണക്കുകൂട്ടിയും ആയിരുന്നു ഉമ്മയുടെ തീരുമാനം. അത്

അവൾക്കും അനുഗ്രഹമായി. ഉള്ളൂർക്കരയിൽത്തന്നെ ആയിരുന്നെങ്കിൽ അഞ്ചാം ക്ലാസിനപ്പുറം പഠിക്കാൻ അവൾക്ക് അവസരം കിട്ടില്ലായിരുന്നു. പത്താം ക്ലാസ് കഴിഞ്ഞതോടെ ഇനി പഠിത്തം മതി എന്നായിരുന്നു ഉമ്മയുടെ തീരുമാനം. അവൾ കരഞ്ഞു. വാശിപിടിച്ച് നിരാഹാരം കിടന്നു. ഇക്കാക്കമ്മാരുടെ നിർബ്ബന്ധം കൂടി ആയപ്പോൾ ഉമ്മയുടെ എതിർപ്പ് അയഞ്ഞു.

"ഉമ്മാ, ഇപ്പളത്തെക്കാലത്ത് അത്യാവശ്യം പഠിപ്പുണ്ടെങ്കിലേ നല്ല പുതിയാപ്ലമാരെ കിട്ടൂ."

എന്ന ഖാദറിക്കായുടെ വാക്കുകളാണ് ഉമ്മയെ വീഴ്ത്തിയത്. വല്യുപ്പ മരിച്ചതോടെ ഉപ്പ വാശി മതിയാക്കി. അപ്പോഴേക്കും ഉപ്പയുടെ സമ്പത്തും ആരോഗ്യവും നന്നേ ക്ഷയിച്ചിരുന്നു. ഉമ്മ തന്നെയാണ് വീട്ടുകാര്യങ്ങളെല്ലാം നോക്കി നടത്തിയത്. ജോലിയുള്ള മക്കളെപ്പോലും അവർ അമിതമായി ഒന്നിനും ആശ്രയിച്ചില്ല. ഉള്ളൂർക്കരയിലെ കാര്യങ്ങൾ നോക്കാനും ഉമ്മതന്നെ പോകണം. വയ്യെങ്കിലും ഉപ്പ കൂടെപ്പോകുമായിരുന്നു.

പാട്ടപ്പിരിവിനും തെങ്ങിന് വളമിടീക്കാനും നെല്ലു കൊയ്യിക്കാനും ഉമ്മ തന്നെ വേണം. കാര്യസ്ഥൻ മമ്മത്ക്ക വേണ്ട ഒത്താശകൾ ചെയ്തുകൊടുക്കും. നെല്ല് കൊയ്താൽ പുഴുങ്ങി ഉണക്കി കുത്തി അരിയാക്കിയാണ് കോഴിക്കോട്ടേക്കു കൊണ്ടുവരുന്നത്. പുട്ടിനും പത്തിരിക്കുമുള്ള അരിപ്പൊടി പോലും ഉമ്മ നാട്ടിൽനിന്നാണ് ഉണ്ടാക്കിക്കൊണ്ടുവരുന്നത്. അതുകൊണ്ടുണ്ടാക്കുന്ന പുട്ടിന്റെ രുചി ഒന്നുവേറെ തന്നെ. ഉള്ളൂർക്കര വിട്ടപ്പോൾ ജീവിതരീതി ആകെമാറി. കുട്ടികൾ പോലും പൊരുത്തപ്പെടാൻ വിഷമം തോന്നി. പക്ഷേ, ഉമ്മ എല്ലാം ശീലിച്ചു. കാലത്തിന്റെ ഗതിക്കനുസരിച്ച് നീങ്ങാനുള്ള ഉമ്മയുടെ കഴിവ് അവളെ പലപ്പോഴും അത്ഭുതപ്പെടുത്തിയിട്ടുണ്ട്.

നഗരത്തിലെ കേൾവികേട്ട കോൺവെന്റ് സ്കൂളിലാണ് ആറാം ക്ലാസിൽ അവളെ ചേർത്തത്. പണക്കാരുടെ മക്കളാണ് കൂടുതലും. ഇംഗ്ലീഷ് ചട്ടവട്ടങ്ങൾ ക്രമം തെറ്റാതെ പാലിക്കണമെന്ന് മദറിന് നിർബ്ബന്ധം. എന്നും അലക്കിത്തേച്ചുമിനുക്കിയ യൂണിഫോം അണിയണം. ഇല്ലെങ്കിൽ ശിക്ഷയുണ്ട്. ചുളിഞ്ഞ യൂണിഫോമിട്ടതിന് അവൾ പലപ്പോഴും ശിക്ഷിക്കപ്പെട്ടിട്ടുണ്ട്. എത്ര അമർത്തിത്തേച്ചാലും ചീട്ടിത്തുണികൊണ്ടുള്ള പാവാടയിൽ ചുളിവ് ബാക്കി. വേറെ നൂറുകൂട്ടം ജോലിയുള്ള ഉമ്മയ്ക്ക് തുണി ഇസ്തിരി ഇട്ടുതരാൻ നേരമെവിടെ? നാട്ടിലെ സ്കൂളിൽ പഠിച്ചതുകാരണം ഇംഗ്ലീഷ് ഒട്ടുംവശമില്ല. ഇവിടെയാണെങ്കിൽ ഇംഗ്ലീഷ് സംസാരിക്കണമെന്ന് നിർബ്ബന്ധം. അതുവരെ പഠിച്ച സ്കൂളിൽ വലിയ ആളായി വിലസി നടന്നതാണ്. എവിടെ എത്തിയപ്പോൾ ആകെ ജാള്യം. ഇംഗ്ലീഷ് പറയുന്നതുകേൾക്കുമ്പോൾ പട്ടണക്കാരി കുശുമ്പികളുടെ മുഖത്ത് പരിഹാസം.

പൊതുവെ ആരോടും അധികം അടുക്കാത്ത പ്രകൃതം. ഇവിടെയാണെങ്കിൽ മിക്കവരും സ്റ്റൈലുകാർ. അതുകൊണ്ട് തീർത്തും ഒറ്റപ്പെട്ടതുപോലെ. പഠിത്തത്തിൽ മാത്രം ശ്രദ്ധിച്ചു. നല്ല മാർക്കു വാങ്ങിയപ്പോൾ ടീച്ചർമാർ ശ്രദ്ധിച്ചുതുടങ്ങി. പഠിച്ചു വക്കീലാകണമെന്നായിരുന്നു മോഹം.

കേൾക്കുമ്പോൾ ഉമ്മയ്ക്ക് കലി.

"ഓളിനി വക്കീലിച്ചി ആകാഞ്ഞിട്ടാ. അന്നേരംകൊണ്ട് വെപ്പുപണി പഠിക്കാൻ നോക്ക്. ബല്ലോനും ബന്ന് കെട്ടിക്കൊണ്ടുപോകാനുള്ളതാ." കേൾക്കുമ്പോൾ മനസ്സ് നോവും. ഒന്നും മിണ്ടില്ല. മിണ്ടിയാൽ പഠിപ്പു നിർത്തിയാലോ? നന്നായി പഠിക്കണമെന്ന് ആരും ഒരിക്കൽപ്പോലും നിർബ്ബന്ധിച്ചിട്ടില്ല. എന്നിട്ടും മിനക്കെട്ടിരുന്നു പഠിച്ചു. നല്ല മാർക്കോടെ പത്താംക്ലാസ് പാസാവുകയും ചെയ്തു. നല്ലൊരു കല്യാണാലോചന ഒത്തുവരുന്നതുവരെ പഠിച്ചോളൂ എന്ന താക്കീതുമായാണ് കോളേജിൽ വിട്ടത്. പതിനെട്ടാം വയസ്സിൽ വിവാഹിതയായി. മുപ്പത് തികയുന്നതിനു മുമ്പ് മൂന്നു കുട്ടികളെയും പ്രസവിച്ചു. എന്നും തിരക്കും ബദ്ധപ്പാടും. ഈ ജീവിതമാണോ കുട്ടിക്കാലം മുതൽ ആഗ്രഹിച്ചിരുന്നത്? വെറുതെ ഇരിക്കുമ്പോൾ മനസ്സ് പലപ്പോഴും കൈവിട്ടുപോകാറുണ്ട്. നഗരജീവിതവുമായി ഇന്നും തീർത്തും ഇണങ്ങിച്ചേരാൻ കഴിയാത്തതുപോലെ. ഈ തിരക്കിൽ നിന്നെല്ലാം അകന്നുമാറി ഉൾനാട്ടിലെവിടെയെങ്കിലും ഒരു പുഴക്കരയിൽ ഒരു കൊച്ചുപുരയിൽ ശേഷിച്ച ജീവിതം കഴിച്ചുകൂട്ടുക. പലപ്പോഴും തോന്നാറുണ്ട്. കേൾക്കുമ്പോൾ ഭർത്താവിന് ചിരി. കുറുക്കൻ ഓലിയിടുമ്പോൾ ഞെട്ടിവിറയ്ക്കുന്ന നീയാണോ നാട്ടുമ്പുറത്ത് സ്ഥിരതാമസമാക്കാൻ പോകുന്നത്? അതൊക്കെ കഥയിലല്ലേ സാറേ?

നേരുതന്നെ. സ്വപ്നം വേറെ. ജീവിതം വേറെ. കുട്ടികളെ നല്ല നിലയിൽ വളർത്തുക എന്ന യാഥാർത്ഥ്യമാണ് ഇപ്പോൾ മുന്നിലുള്ളത്. ഭർത്താവിന് തിരക്കൊഴിഞ്ഞ നേരമില്ല. അതുകൊണ്ട് എല്ലാ ചുമതലയും അവളുടെ തലയിലാണ്. മക്കൾ മൂന്നുപേരും മിടുക്കരാണ്. മൂത്തവൻ ആൾ ഉഴപ്പനാണെങ്കിലും നിർബ്ബന്ധിച്ചിരുത്തിയാൽ പഠിച്ചോളും. രണ്ടാമൻ അവളെപ്പോലെ മുഷിഞ്ഞിരുന്ന് പഠിച്ചോളും. ഏറ്റവും ഇളയവൻ മൂന്നിലായിട്ടേയുള്ളൂ. അവൾക്കൊരു പെണ്ണില്ലാതായിപ്പോയല്ലോ എന്നാണ് ഉമ്മയ്ക്ക്സങ്കടം. അവൾക്കതിൽ വലിയ ആധിയൊന്നും തോന്നിയിട്ടില്ല. ഇനിയുള്ള കാലത്ത് ആണായാലും പെണ്ണായാലും പറക്കമുറ്റിയാൽ സ്വന്തം കാര്യം നോക്കിപ്പോകും. അതുവരെ അവരെ നോക്കിവളർത്തേണ്ട ചുമതലയുണ്ട്. അതു വേണ്ടവിധത്തിൽ നിറവേറ്റിയില്ലെങ്കിൽ പടച്ചവന്റെ മുന്നിൽ ഉത്തരം പറയേണ്ടിവരും. അതിന് ഇടവരരുത്. മനസ്സ് ശുദ്ധമായാൽ എല്ലാം നേരെയാകുമെന്നാണ് ഉമ്മ പറയാറുള്ളത്. അന്യരോട് അസൂയയോ കുശുമ്പോ അരുത്. എന്നാലേ സന്തോഷമായിട്ട് കഴിയാനാവൂ. എല്ലാം പടച്ചവനിൽ അർപ്പിച്ചാൽ മനസ്സ് സ്വസ്ഥമായിക്കോളും.

"ഉമ്മ എവിടെ? ഉമ്മാ, ചായ."

സത്താറിന്റെ ഉറക്കെയുള്ള വിളി കേട്ടപ്പോൾ സൈനു സമയം നോക്കി. നാലര കഴിഞ്ഞു. ഓർത്തു കിടന്ന് നേരം പോയതറിഞ്ഞില്ല. ഇനി കിടന്നാൽ മക്കൾ പുരപൊളിച്ച് പന്തലിടും. സൈനു എഴുന്നേറ്റ് അടുക്കളയിലേക്കു നടന്നു.

എട്ട്

സൈനു വരാന്തയിലിരുന്ന് ഉമ്മയുടെ നഖം വെട്ടുന്നു. മുമ്പ് എല്ലാ വെള്ളിയാഴ്ചയും ചെറിയ പേനാക്കത്തികൊണ്ട് ബീപാത്തുഹജ്ജുമ്മ തന്നെയായിരുന്നു നഖംവെട്ടിയിരുന്നത്. കാൽമുട്ടിൽ നീരായതുകാരണം അവർക്ക് മുട്ടുമടക്കി ഇരിക്കാൻ വയ്യ. ഇപ്പോൾ എല്ലാറ്റിനും പരസഹായം വേണ്ടിയിരിക്കുന്നു. സൈനുവാണ് വെള്ളിയാഴ്ചതോറും നഖംവെട്ടിക്കൊടുക്കുന്നത്. നഖംവെട്ടുന്നതിനും അവർക്ക് ചില നിബന്ധനകളൊക്കെയുണ്ട്. തുടക്കം വലത്തെ കൈയിലേ ചൂണ്ടുവിരലിൽ നിന്നായിരിക്കണം. ഇടത്തേതാകുമ്പോൾ ആദ്യം ചിന്നം വിരൽ. സൈനു ഇതെല്ലാം പലപ്പോഴും മറക്കുക പതിവാണ്. വലത്തേതിനെ എപ്പോഴും നാം മുന്തിക്കണം. ഉമ്മയുടെ സ്ഥിരം ഉപദേശമാണ്. വലത്തേതിന് പടച്ചവൻതന്നെ മുൻഗണന കൊടുത്തിട്ടുണ്ടത്രേ. നിസ്കാരത്തിനുമുമ്പായി ഒളു എടുക്കുമ്പോഴും ആദ്യം വലത്തേ അവയവങ്ങളാണ് തടവുന്നത്. നഖം കളയാൻ വേണ്ടി സൈനു എഴുന്നേറ്റപ്പോൾ അവർ മുന്നറിയിപ്പ് കൊടുത്തു.

“നിലത്തിടല്ലേ. ലക്ഷണക്കേടാ.”

സ്ഥിരമായി കേൾക്കാറുള്ളതുകൊണ്ട് സൈനു ഒന്നും മിണ്ടിയില്ല. ആരോ ഗെയിറ്റ് തുറക്കുന്ന ശബ്ദം കേട്ടു സൈനു തല ഉയർത്തി. പ്രായമായ ഒരാൾ തലയിൽക്കെട്ടിയ തോർത്തഴിച്ച് മുഖത്തെ വിയർപ്പു തുടച്ചുകൊണ്ട് കയറി വരുന്നു. എന്തൊക്കെയോ പറയുന്നുമുണ്ട്.

“ഇഞ്ഞെന്താ കുഞ്ഞനേ തുറിച്ചു നോക്കുന്നത്? എന്നെതിരിഞ്ഞില്ലേ അല്ലേ?”

“ഞമ്മളെ മമ്മതിന്റെ കൂറ്റുപോലെയുണ്ടല്ലോ.” സംസാരം കേട്ടതും ഹജ്ജുമ്മ പറഞ്ഞു.

“പൊന്നാരമ്മായി... തന്നെ... മമ്മത് തന്നെ..” മമ്മതിന്റെ ശബ്ദം ഇടറി.

“ആബദില്ലാത്തകാലത്ത് നീയെന്തിനാ പഹയാ ഒറ്റയ്ക്ക് പോന്നത്? സൈനു ഇത് മമ്മത്ക്കായാ. ഞമ്മളെ കാര്യസ്ഥൻ..”

“ദൂരേന്ന് കണ്ടപ്പോ തീരെ മനസ്സിലായില്ലാട്ടോ. എത്ര കാലായി കണ്ടിട്ട്. മമ്മത്ക്ക വയസ്സനായിപ്പോയിട്ടോ.”

“തീരെ സുകല്യാ മോളേ. ഉമ്മാനെ കാണാനുള്ള പൂതികൊണ്ട് ഇറങ്ങീതാ. ഒറ്റയ്ക്ക് ബരണ്ടാന്ന് കുട്ട്യോള് ബെലക്കിയതാ. കൂടെ പോരാന്ന് അസ്സൻ പറഞ്ഞതാ. ഞാൻ സമ്മതിച്ചില്ല. ഇപ്പളത്തെ കുട്ട്യേക്ക് കുരുത്തോം പൊരുത്തോം ഒന്നുമറിഞ്ഞൂടാ. ഇബിടെ ബന്നാ കസാലമ്മൽ കേറി ഇരിക്കാനും ഓൻ മടിക്കൂലാ. അതന്യാ ബരണ്ടാന്ന് പറഞ്ഞത്.”

“മോളേ മമ്മത്ക്കാക്ക് ചായ കൊടുക്ക്. ഓൻ ബല്ലാതെ കൊയങ്ങിന്. ഇനിക്ക് അസ്സനെ കൂട്ടിക്കൂടൈനോ? ഇപ്പളത്തെ കാലത്ത് വലിപ്പച്ചെറുപ്പമൊക്കെ ആരാ മമ്മതേ നോക്കുന്നത്. ഇബിടത്തെ പുതിയാപ്ലയ്ക്ക് പയേ നടപടികളൊന്നും ഇഷ്ടല്ല. നീ ഇരി മമ്മതേ.”

“ഞാനിബിടെ ഇരുന്നോളം” ഉമ്മറപ്പടിയിൽ കുന്തിച്ചിരുന്നുകൊണ്ട് മമ്മത് പറഞ്ഞു.

“ഓരോന്നാലോയിച്ചാൽ അന്തണ്ടോ? ഇങ്ങനൊരു കാലം ഞമ്മള് കിനാവിൽപ്പോലും നിനച്ചതല്ല. നിങ്ങള് പുത്തൻപുര വിട്ടിറങ്ങുമെന്ന് ആരെങ്കിലും കരുതിയതാ? ആലംഉടയവന്റെ ഓരോ മറിമായങ്ങളെന്നല്ലാതെ എന്താ പറയേണ്ടത്?”

“കാലത്തിനനുസരിച്ച് കോലം കെട്ടാണ്ടെന്താ മമ്മതേ നിവൃത്തി? നിന്റെ മക്കളെല്ലാം പടച്ചോന്റെ ബേണ്ടുകകൊണ്ട് നല്ല നിലയിലെത്തി അല്ലേ? നന്നായി. അസ്സനിക്കിപ്പം എന്താ പണി? പാത്തുമ്മാന്റെ മാപ്പള ദുബായീത്തന്നല്ലേ?”

“ഉള്ളത് പറയണമല്ലോ, കഞ്ഞിക്ക് മുട്ടില്ല. നിങ്ങളന്ന് കണ്ടറിഞ്ഞ് സഹായിച്ചതോണ്ടാ കുഞ്ഞമ്മതിന് അക്കരെ കടക്കാൻ പറ്റ്യത്. അതോണ്ട് കാലം തെളിഞ്ഞു. അസ്സനിക്ക് നാട്ടിത്തന്നെയാ പണി. തേങ്ങേന്റെ എടപാടാ. പാത്തുമ്മായ്ക്ക് സ്വന്തം പൊരയായി. ടെറസാ. കുഞ്ഞമ്മതിനും പൊരയായി. അസ്സനാ എന്റെ കൂടെ. ഓന്റെ ഉമ്മായ്ക്ക് ഒന്നിനും ആവദില്ല. എനക്കുമില്ല നല്ല സുഖം. കെടന്നുപോയാ പോയി. അതോണ്ട് നടക്കുന്നു.”

“സൂക്കേട് എല്ലാരിക്കുമുണ്ട് മമ്മതേ. അവനോന്റെ കാര്യത്തിന് മറ്റുള്ളോരെ ആശ്രയിക്കാതെ കിട്ടിയാൽ മതിയായിരുന്നു. എന്നും കുന്നും മരുന്നും കഷായവുമായിറ്റ് നടക്കണ്ണെ. ഒന്നൂല്ലെങ്കിലും അഞ്ചുനേരം പടച്ചോന്റെ മുന്നിൽ കുമ്പിടണ്ടേ? നീയിനി വൈന്നേരം പോയാ മതി. ആടനെലത്ത് കുന്തിച്ചങ്ങനെ ഇരിക്കണ്ട. ആ കസാലയിലിരുന്നോ.” അക

ത്തേക്കു നടക്കുമ്പോൾ ബീപാത്തുഹജ്ജുമ്മ പറഞ്ഞു.

അവർ പോകുന്നതും നോക്കി മമ്മത് അതേ ഇരിപ്പിരുന്നു. അവരുടെ പഴയരൂപമായിരുന്നു അപ്പോൾ മമ്മതിന്റെ മനസ്സിൽ. കത്തിനില്ക്കുന്ന കാലത്തും അഹങ്കാരം ഒട്ടുമില്ല. പണിക്കാരോട് എപ്പോഴും സൗമ്യമായിട്ടേ സംസാരിക്കൂ. മമ്മതിനോട് പ്രത്യേകിച്ചും. മുഖം കറുപ്പിച്ച് ഒരുവാക്കു പറഞ്ഞത് ഓർമ്മയില്ല. സെയ്തുട്ടിഹാജി നാടുവിറപ്പിച്ചിരുന്ന കാലത്താണ് മമ്മത് പുത്തൻപുരയിലെത്തുന്നത്. അന്ന് വയസ്സ് എട്ട്. വീട്ടിലെ മുഴുപ്പട്ടിണിയിൽനിന്ന് ഒരു രക്ഷയാകട്ടെ എന്നു കരുതിയാണ് ബാപ്പ അവിടെ കൊണ്ടാക്കിയത്. ബാപ്പ പറഞ്ഞത് ഇന്നും കാതിലുണ്ട്.

“അടിച്ചാലും കുത്ത്യാലും ഞമ്മള് ചോയ്ക്കാൻ ബരൂലാ. ഓന് മൂന്നുനേരം തിന്നാൻ കിട്ടിയാ അതുതന്നെ വലിയൊരു കാര്യായി. അത്തര മുട്ടാ പൊരേല്.”

അന്ന് അരിക്കും തുണിക്കും കടുത്തവറുതിയായിരുന്നു. മൂന്നുനേരം ആഹാരം കഴിക്കുന്നവർ ചുരുക്കം. ഉച്ചയ്ക്ക് ചോറ് കിട്ടുന്ന ദിവസം മമ്മതിന് പെരുന്നാളായിരുന്നു. വീട്ടിൽ നിറയെ കുട്ടികൾ. ബാപ്പയ്ക്കാണെങ്കിൽ സ്ഥിരം പണിയൊന്നുമില്ല. താളും തകരയും കായും കിഴങ്ങും കഴിച്ച് കോലംകെട്ടിരുന്നു. ഹാജ്യാരുടെ അടുത്തെത്തിയശേഷമാണ് വയറു നിറയെ വല്ലതും കഴിക്കാൻ കിട്ടിയത്. ഹാജ്യാർ അന്ന് തറവാട്ടിലാണ് സ്ഥിരതാമസം. ഭാര്യയും മക്കളും തലശ്ശേരിയിലുള്ള അവരുടെ തറവാട്ടിലും. മമ്മതിന് പന്ത്രണ്ടു വയസ്സുള്ളപ്പോഴാണ് പുത്തൻപുരയുടെ പണി തുടങ്ങിയത്. രണ്ടേക്കർ സ്ഥലം പകുതിയും ചെളിക്കുണ്ടായിരുന്നു. മണ്ണിട്ട് നികത്തിയാണ് നിരപ്പാക്കിയത്. അവിടം തൊട്ട് പടിഞ്ഞാറ് കടപ്പുറംവരേക്കും കിഴക്ക് റെയിൽവേഗേറ്റുവരേയും ഉള്ള പറമ്പുകളത്രയും ഹാജ്യാരുടെ വകയായിരുന്നു. ഒത്ത നടുവിലായിട്ടാണ് വീട്ടിന്റെ പണിതുടങ്ങിയത്. പുരപ്പണിതുടങ്ങുന്നതിന് എത്രയോ മുമ്പുതന്നെ ചന്തു ആശാരിയും കൂട്ടരും മരപ്പണി തുടങ്ങിയിരുന്നു. തേക്കിലും വീട്ടിയിലുമാണ് വാതിലുകളും ജനലുകളും പണിതത്. അതിശയപ്പെട്ട കൊത്തുപണികൾ ഓരോ വാതിലിന്റെയും മാറ്റ് കൂട്ടി. ഉമ്മറവാതിലിന് ആറടി ഉയരം. താമരപ്പൂകൊത്തിയ കട്ടിള. വാതിൽ തുറക്കുമ്പോൾ മണിമുട്ടും. കമ്പിയഴികളിട്ട ജനലുകളും വർണ്ണക്കണ്ണാടി പതിച്ച ജനൽപ്പൊളികളും നാട്ടുകാർ അതിനു മുമ്പ് കണ്ടിട്ടില്ല. ഇന്നും അതിനൊത്തൊരു വീട് ആ നാട്ടിലില്ല. നിലത്ത് പാകിയ ചുവന്ന ഇഷ്ടികയും പൂവോടും ഏതോ നാട്ടിൽനിന്ന് വരുത്തിയതാണത്രേ. ഹാജ്യാര് രാവിലെ പണിസ്ഥലത്തെത്തും. പണിക്കാർക്ക് നിർദ്ദേശം കൊടുത്തുകൊണ്ട് വൈകുന്നേരംവരെ അവിടെത്തന്നെയുണ്ടാകും. തറവാട്ടിൽനിന്ന് മൂന്നുനേരവും ഭക്ഷണം കൊണ്ടുവരുന്ന പണി മമ്മതിനാണ്. പണിക്കാർക്കുള്ള ചോറും

കൂട്ടാനും അവിടെത്തന്നെ ഉണ്ടാക്കും. അതിനായി മാതായും കൊറുമ്പിയും രാവിലെ എത്തും. ഉദിച്ചാൽ അസ്തമിക്കുന്നതുവരെ പണിതന്നെ. പത്തു പതിനഞ്ച് കല്പണിക്കാർ, അവരുടെ കൈയാളുകൾ, ആശാരിമാർ. പണി സ്ഥലത്തു പൂരപ്പറമ്പിലേതിനേക്കാൾ തിരക്ക്. ഒരു കൊല്ലം കൊണ്ടാണ് പണി പൂർത്തിയായത്.

പണി തീർന്നപ്പോൾ കോഴിക്കോട്ടു നിന്ന് പെയിന്റർമാരും വെള്ളവലിക്കാരുമെത്തി. അവർക്കും മൂന്നുനേരത്തെ ഭക്ഷണം ഒരുക്കണം. വീട് പരന്നങ്ങനെ കിടക്കുന്നു. ഏറ്റവും പുറത്ത് പുറംനാടുകളിൽ നിന്നെത്തിയ കാര്യസ്ഥന്മാർക്കും വിരുന്നുകാർക്കും താമസിക്കാനുള്ള മുറികളും ആഫീസുമുറികളും. അതിനോടു ചേർന്ന കുളിമുറിയും നിസ്കാരമുറിയും. അതിന് വീടുമായി ബന്ധമില്ല. പ്രത്യേകം കെട്ടാണ്. വീട് ഇരുനിലമാളികയും മച്ചും. നാലുകെട്ടും അടുക്കളയും വേറെ. രണ്ടുവശത്തും പടിപ്പുരവാതിലുകൾ. കണ്ടാൽ നമ്പൂതിരി ഇല്ലം പോലിരിക്കും. വീട് കണ്ട് നാട്ടുകാർ മൂക്കത്ത് വിരൽ വച്ചു പോയി.

പുരയിൽക്കൂടിയ ഉടനെ ആയിരുന്നു ഹാജ്യാരുടെ മൂത്തമകൾ കദീജയുടെ വിവാഹം. പെട്ടെന്നായതുകൊണ്ട് ഉപായത്തിലാണ് നടത്തിയത്. വിവാഹം കഴിഞ്ഞതും അവർ ഭർത്താവിന്റെ വീട്ടിലേക്കുപോയി. അതുകൊണ്ടാണ് ഇളയ മകളെ നാട്ടുകാരനേ വിവാഹം കഴിച്ചുകൊടുക്കൂ എന്നുറപ്പിച്ചത്. സ്വന്തം മരുമകനെക്കൊണ്ടുതന്നെ മകളെ വിവാഹം കഴിപ്പിക്കാൻ തീരുമാനിച്ചു. ബീപാത്തുവിന്റെ കല്യാണം പൊടിപൊടിച്ചാണ് നടത്തിയത്. ബീപാത്തു ഉമ്മയെപ്പോലെ ഹൂറി. ഒരിക്കൽ കണ്ടാൽ ആ മുഖം മനസ്സിൽ നിന്നു മായില്ല. കല്യാണം കുറിച്ചതും കുടിയാന്മാർ കാഴ്ചയുമായി എത്തിത്തുടങ്ങി.

ആട്, കോഴി, ജീരകശാല അരി, നെയ്യ്, അടയ്ക്ക, പുകയില, വാഴക്കുല, വീടിന്റെ അകവും പുറവം കാഴ്ചകൊണ്ടു നിറഞ്ഞു. മേൽനോട്ടക്കാരൻ മമ്മത് തന്നെ. ആരും കണക്കു ചോദിച്ചിട്ടുപോലുമില്ല. അത്ര വിശ്വാസമായിരുന്നു ഹാജ്യാർക്ക് മമ്മതിനെ. അതുകൊണ്ടാണല്ലോ അടിയന്തിരം കഴിഞ്ഞപ്പോൾ ഒരാടിനെ മമ്മതിനു തന്നത്. അരിയും നെയ്യും പഞ്ചസാരയുമൊക്കെ വേറെയും തന്നു. മമ്മതിന്റെ വീട്ടിലും ഒരരക്കല്യാണത്തിന്റെ മോടി ആയിരുന്നു.

കല്യാണം ഉറപ്പിച്ചതും തട്ടാൻ നാണുവിന് ആളയച്ചു. കിഴക്കേ വരാന്തയിലിരുന്നാണ് നാണു പണിയെടുക്കുന്നത്. നേരം പുലരുന്നതും നാണു എത്തും. മൺചട്ടിയിൽ കനലിട്ട് ഊതിപ്പിടിപ്പിക്കുമ്പോഴേക്ക് പവനിട്ടുവച്ച തകരപ്പെട്ടിയുമായി ഹാജ്യാരെത്തുന്നു. വാതിലിന്റെ മറവിൽ നിന്നുകൊണ്ട് ഹാജ്യാരുടെ ഭാര്യ നിർദ്ദേശങ്ങൾ നല്കുന്നു. ഇളക്കത്താലി, ചക്കരമാല, ചങ്കേലസ്സ്, നെറ്റിപ്പട്ടം, അരഞ്ഞാണം, പാദസരം, എല്ലാം ഒരിക്കൽക്കണ്ടാൽ മതി നാണുവിന്. ഉണ്ടാക്കി കഴിയുമ്പോൾ കാണുന്നവരുടെ

മുഖത്ത് അതിശയം. നേരമിരുട്ടിത്തുടങ്ങുമ്പോൾ നാണു ചട്ടിയിലെ കനൽ വെള്ളമൊഴിച്ച് കെടുത്തുന്നു. വൈകുന്നേരം തൂക്കം നോക്കി തിരിച്ചുവാങ്ങുന്ന പൊൻപെട്ടി ഹാജ്യാരെ തിരിച്ചേല്പിക്കുന്നതും മമ്മതുതന്നെ. എന്തെല്ലാംതരം മാലകളും വളകളുമാണ് തട്ടാൻ നാണുവും അനിയൻ ചങ്കരനും കൂടി പണിതീർത്തത്! പൊന്ന് കണ്ട് മമ്മതിന്റെ കണ്ണ് മഞ്ഞളിച്ചു.

ഒരു മാസം മുമ്പേ വീട്ടിൽ കല്യാണത്തിരക്കു തുടങ്ങി. പല നാട്ടിൽനിന്നും ബന്ധുക്കളെത്തി. പട്ടിലും പൊന്നിലും പൊതിഞ്ഞ പെണ്ണുങ്ങളെക്കൊണ്ടു വീടു നിറഞ്ഞു. അകത്തു കയറിയാൽ പൊന്നിന്റെ പളപളപ്പും, അത്തറിന്റെ നറുമണവും. മാത്താവ് എന്നു വിളിക്കുന്ന പട്ടുതുണിയാണ് വിശേഷാവസരങ്ങളിൽ സ്ത്രീകൾ ഉടുക്കുന്നത്. കസവുതുണിയിൽ നിറയെ സ്വർണ്ണക്കസവുപൂക്കളും ഉണ്ടായിരിക്കും. മാറത്തും കൈകളിലും കസവു പണിചെയ്ത പട്ടുകുപ്പായം. തലയിൽ ബനാറസ് പട്ടിൽ കസവുപൂക്കളുള്ള തട്ടം കാലിൽ മിന്നിത്തിളങ്ങുന്ന ബൂട്ട്സ്. അരയിലും കാതിലും കഴുത്തിലുമെല്ലാം പൊന്ന്. പെണ്ണുങ്ങൾ നടക്കുമ്പോൾ പളപളപ്പ്. കണ്ടുനില്ക്കുന്നവരുടെ മനസ്സിലും തിളക്കം.

വെപ്പിന് തലശ്ശേരിക്കാർ ഒരാഴ്ച മുമ്പേ എത്തി. അപ്പത്തരങ്ങളുണ്ടാക്കാൻ അപ്പക്കാരത്തി കുഞ്ഞാമിനയും അനിയത്തി ഉമ്മക്കയ്യയും. നാട്ടിലെ പാവപ്പെട്ടവർക്കുമാത്രമായി ഒരുദിവസത്തെ സദ്യ. പെണ്ണുങ്ങൾക്ക് മൊയിലാഞ്ചിക്കല്യാണം. നാട്ടുപ്രമാണിമാർക്കും മറ്റു ഉന്നതന്മാർക്കും പ്രത്യേകസദ്യ. എന്നും നറുമണം വിതറുന്ന കോഴിബിരിയാണി. നാല്പതു ദിവസത്തെ പുതിയാപ്ല സൽക്കാരം. വിരുന്നൊരുക്കി ആശ തീരുന്നതിനുമുമ്പ് ഹാജ്യാരുടെ ഭാര്യ കിടപ്പിലായി. വലിവും ശ്വാസം മുട്ടും ഇടയ്ക്കിടെ വരാറുള്ളതാണ്. അവരുടെ അവസാനമെത്തി എന്ന് ആരും നിനച്ചതല്ല. പക്ഷേ, അവർ മരണം മുന്നിൽ കണ്ടിരുന്നു.

“വല്ലാത്തൊരു പൊറുതിക്കേട് മമ്മതേ. പോവാനായീന്നാ തോന്നുന്നത്. ന്റെ മക്കക്ക് ആരുല്ലാണ്ടാവ്വല്ലോ.” കല്യാണത്തിരക്കിനിടയിൽ ഇടയ്ക്കിടെ പറഞ്ഞു.

“അങ്ങനെയൊന്നും പറേല്ലെ മൊലാളിച്ചി, തടിക്ക് ആവതില്ലാത്തോണ്ട് ഓരോന്ന് തോന്നുന്നതാ.” ആശ്വസിപ്പിക്കുമ്പോൾ വാക്കുകളിടറി.

കല്യാണത്തിരക്ക് കഴിഞ്ഞതും അവർ തീർത്തും കിടപ്പിലായി. മരുന്നും കഷായവും ഒട്ടും ഫലിച്ചില്ല. അവസ്ഥ നിത്യേനയെന്നോണം ഏറിക്കൊണ്ടിരുന്നു. അപ്പോഴും മക്കളെക്കുറിച്ചായിരുന്നു വേവലാതി.

“പിയ്യാപ്ലേ, എന്റെ മോക്ക് ബകതിരിവായിട്ടില്ല. ഇനി നിങ്ങളാ ഓക്ക് തുണ.” ആലിക്കുട്ടിഹാജിയോട് പറയുന്നത് കേട്ട് അവിടെ ഉണ്ടായിരുന്നവരുടെയെല്ലാം കണ്ണ് നിറഞ്ഞു. ആലിക്കുട്ടി ഹാജി വിതുമ്പുന്നുണ്ടായിരുന്നു.

മരുമകന് വിരുന്നൊരുക്കി ആശ തീരുന്നതിനുമുമ്പ് അവരെ അള്ളാഹു മടക്കിവിളിച്ചു. നല്ലവരെ ഏറെക്കാലം ഭൂമിയിലിരിക്കാൻ സമ്മതിക്കില്ലെന്നു പറയുന്നത് പൊള്ളല്ല. അവരെപ്പോലെ അടക്കവും ഒതുക്കവും മതകാര്യങ്ങളിൽ നിഷ്ഠയുമുള്ള മറ്റൊരു സ്ത്രീയെ അതിനു മുമ്പും പിമ്പും കണ്ടിട്ടില്ല. ഏഴു വയസ്സുകഴിഞ്ഞ അന്യ ആൺകുട്ടികളുടെ മുന്നിൽ നേരെ നിന്ന് വർത്തമാനം പോലും പറയില്ല. മമ്മതിനോട് സംസാരിക്കുമ്പോൾ തട്ടം കൊണ്ട് മുഖം മറയ്ക്കും. വാതില്ക്കൽ മറഞ്ഞുനിന്നാണ് സാധനം വാങ്ങാനേല്പിക്കുന്നതും കണക്കു പറയുന്നതും. സ്ത്രീകൾ പെരുമാറുന്നിടത്ത് പ്രവേശനമുള്ള ഏകപുരുഷനും മമ്മത് തന്നെ. അവരുടെ ഒരു മുടിയിഴ ഹാജ്യാരല്ലാതെ മറ്റൊരു പുരുഷനും കണ്ടിട്ടുണ്ടാവില്ല. തട്ടത്തിനിടയിൽക്കൂടെ മാത്രമേ അവരുടെ മുഖം കണ്ടിട്ടുള്ളൂ. മതിയല്ലോ പതിനാലാം രാവിന് ശോഭ പോരല്ലോ എന്നുപോലും തോന്നിയിട്ടുണ്ട്. ഉമ്മയുടെ നിറവും മട്ടും മാതിരിയും കിട്ടിയത് ബീപാത്തുവിനാണ്. അവരുടെ മരണം ഹാജ്യാരെ തളർത്തി പത്തുപതിനഞ്ചു ദിവസം ഒരേകിടപ്പായിരുന്നു.

ബീപാത്തു ഉമ്മയ്ക്കും ബാപ്പയ്ക്കും പ്രിയപ്പെട്ടവൾ. തലയിലും താഴത്തുംവയ്ക്കാതെയാണ് വളർത്തിയത്. എന്നിട്ടും കരയാൻ മാത്രമായിരുന്നു വിധി. എല്ലാത്തിനും മൂകസാക്ഷിയായിരുന്നു മമ്മത്. പണ്ടങ്ങൾ ഓരോന്നായി വില്ക്കാനും പണയം വയ്ക്കാനും അവർ ഏല്പിക്കുമ്പോൾ മുഖം താഴ്ത്തി നില്ക്കാനേ കഴിയാറുള്ളൂ. സ്വത്തിനും മുതലിനും കുറവില്ലായിരുന്നു. പത്തുപതിനായിരം തേങ്ങ പറിക്കാനുണ്ടായിരുന്നു. ആലിക്കുട്ടിഹാജിക്ക്. കാണെക്കാണെ എല്ലാം തീർന്നു. മൂത്തമകൻ മുതിർന്നപ്പോൾ ബാക്കി അവനും തീർത്തു. എന്നിട്ടും ബീപാത്തു പിടിച്ചു നിന്നു. അവരുടെ ക്ഷമയ്ക്ക് അതിരില്ല. അതുകൊണ്ടുതന്നെയാണ് കാലിടറാതെ മുന്നോട്ടുപോകാൻ സാധിച്ചത്.

ആലിക്കുട്ടിഹാജി മരിച്ചയുടനെ ഇങ്ങോട്ട് താമസം മാറ്റാൻ തോന്നിയത് നന്നായി. അതുകൊണ്ട് മക്കളൊക്കെ പഠിച്ച് ഓരോ നിലയിലെത്തി. പാട്ടപ്പിരിവുള്ളകാലത്തുതന്നെ മൂത്തമകളുടെ പഠിപ്പ് പൂർത്തിയായി. ആയിരപ്പറ നെല്ല് പാട്ടപ്പിരിവായി കിട്ടാനുണ്ടായിരുന്നു. പെട്ടെന്നൊരു ദിവസം അതങ്ങു നിന്നു. പാട്ടക്കാരോട് പിരിവ് ചോദിക്കാൻ ജന്മികൾക്ക് അവകാശമില്ലത്രേ! മുതലാളിമാര് കുറേ സുഖിച്ചില്ലേ ഇനി മതി എന്നൊക്കെ മകൻ ഹസ്സൻ പറയുന്നത് കേൾക്കുമ്പോൾ അമ്പരപ്പാണ് തോന്നുന്നത്. മുതലാളിമാരില്ലാതെ എങ്ങനെയാ തൊഴിലാളികള് ജീവിക്കുക? ബ്രിട്ടീഷ് രാജാവിന്റെ കാലത്ത് കുറ്റംചെയ്തവർ ശിക്ഷിക്കപ്പെട്ടിരുന്നു. ഇന്നോ? ആർക്കും എന്തുമാവാം. അവരെ ഇവിടന്ന് കെട്ടുകെട്ടിക്കാൻ ഏറെ പാടുപെട്ടു എന്നിട്ടോ? ഇന്നും പാവപ്പെട്ടവരുടെ ജീവിതം കഷ്ടം നിറഞ്ഞതുതന്നെ. പണ്ട് സഹായിക്കാൻ മുതലാളിമാരെങ്കിലും ഉണ്ടായിരുന്നു. ഇന്ന്

നാഥനില്ലാക്കളരിപോലെ എല്ലാം കുത്തഴിഞ്ഞ് കിടക്കുന്നു.

"സ്വത്തായ സ്വത്തെല്ലാം ഗവൺമെന്റ് പിടിച്ചെടുത്ത് ഇല്ലാത്തോരിക്ക് കൊടുത്ത്. എന്നിട്ട് മൊലാളിമാര് ഇല്ലാണ്ടായോ? ഇപ്പോ ഓല് മൊലാളിമാരും ജന്മ്യേള് ഫക്കീറുകളുമായി അല്ലാണ്ടെന്താ?" ബീപാത്തുഹജ്ജുമ്മ പറയുന്നതാണ് നേര്.

പണ്ടത്തെ തെങ്ങുകയറ്റക്കാരൻ ചാത്തപ്പനും തോണിക്കാരൻ അത്യമാനുമാണ് ഇന്ന് ഉള്ളൂർക്കരയിലെ പ്രമാണിമാർ. ചാത്തപ്പന്റെ മക്കൾ ഉദ്യോഗസ്ഥരായി. ചാത്തപ്പനിന്ന് അമ്പലക്കമ്മിറ്റി പ്രസിഡന്റാണ്.

"പുത്തൻപൊരേലെ കുട്ട്യോള് പഠിക്കുന്നത് ഞമ്മള് കൊറെ കണ്ടതാ. എന്നാ ഇപ്പോ ചാത്തപ്പന്റെ മക്കളെ പഠിപ്പു കണ്ടാൽ അതൊന്നും ഒരു പഠിത്തമല്ല മമ്മത്ക്കാ. നൂറും ഇരുന്നൂറും ഉറുപ്യക്കാപോലെ ഓൻ പുസ്തകം മാങ്ങുന്നത്."

പുത്തൻപുരയിൽ മുമ്പ് പണിക്കുനിന്ന ചട്ടച്ചിക്കുഞ്ഞാമിന ഈയിടെ കണ്ടപ്പോൾ പറഞ്ഞതു കേട്ട് ഒരാട്ടുവെച്ചുകൊടുക്കാൻ തോന്നി. നക്കിത്തിന്നുനടന്ന പരിഷകളാണ്. പൂത്ത നാലു പണം കണ്ടപ്പോഴേക്ക് അവളൊക്കെ പഴയത് മറന്നു.

ഉള്ളൂർക്കര പള്ളി സെയ്തുട്ടിഹാജിയുടെ ബാപ്പയാണ് പണിയിച്ചത്. ഇന്നിപ്പോൾ തോണിക്കാരൻ അത്യമാനാണ് പള്ളിക്കമ്മിറ്റി പ്രസിഡന്റ്. മൂന്നു മക്കൾ ദുബായിലുണ്ട്. വലിയൊരു മാളികയും പണിതിട്ടുണ്ട്. അതുകൊണ്ട് തറവാട്ടുകാരനാകുമോ? മമ്മതിനെ കാര്യസ്ഥനായി കിട്ടാൻ കുറേ നോക്കിയതാണ്. ആ പൂതി മനസ്സിൽവെച്ചാൽ മതിയെന്ന് തുറന്നങ്ങ് പറഞ്ഞു. കാക്ക കുളിച്ചാൽ എങ്ങനെയാ കൊക്കാകുന്നത്? ഇവരുടെയൊക്കെ കാലം വരുന്നതിനു മുമ്പ് ബീപാത്തുഹജ്ജുമ്മ നാടുവിട്ടത് ചിതമായി. ഇല്ലെങ്കിൽ ചവിട്ടിത്തേക്കാനും നാട്ടുകാർ മടിക്കില്ല. എവിടെയെങ്കിലും നാലുമുക്കാല് കണ്ടാൽ വാലാട്ടി പിറകെ നടക്കാൻ ആൾക്കാർക്കാണോ പഞ്ഞം.

അല്ലെങ്കിലും പുത്തൻപുര ലക്ഷണംകെട്ടതാണ്. അവിടെക്കയറി ഏറെനാൾകഴിയും മുമ്പ് സെയ്തുട്ടിഹാജിയുടെ ഭാര്യ മരിച്ചു. ആലിക്കുട്ടി ഹാജി പാപ്പരായത് അവിടെ കയറിയതിൽ പിന്നെയാണ്. വീട്ടിലാണെങ്കിൽ എന്നും സ്വൈരക്കേട്. അമ്മാവനും മരുമകനും തമ്മിൽ എന്നും ലഹള. സെയ്തുട്ടിഹാജി ഭാര്യക്കുവേണ്ടി ബംഗ്ലാവു പണിയുന്നു. തറവാട്ടു ഭൂമി മക്കളുടെയും ഭാര്യയുടെയും പേരിൽ മാറ്റി എഴുതിക്കുന്നു. മരുമക്കൾ ഒളിഞ്ഞും തെളിഞ്ഞും മുറുമുറുപ്പ് തുടങ്ങിയിരുന്നു. തറവാട്ടിലെ ഇരുട്ടറയിൽ ചെമ്പുകലങ്ങളിൽ നിറച്ച് സ്വർണ്ണപ്പണ്ടങ്ങളും സ്വർണ്ണ നാണയങ്ങളുമുണ്ടായിരുന്നു. കല്യാണങ്ങളിലും മറ്റുവിശേഷാവസരങ്ങളിലും അറ തുറക്കും. പാത്രങ്ങളും പണ്ടങ്ങളും പുറത്തെടുക്കും. തിരികെ തരുമ്പോൾ പലതും കാണാനുണ്ടാവില്ല. ചോദിച്ചാൽ ആണും പെണ്ണും

ഒരുപോലെ മേക്കിട്ടുകേയറും. അതൊന്നും കണക്കൊപ്പിച്ചു നോക്കാൻ സെയ്തുട്ടി ഹാജി ഒരിക്കലും മെനക്കെട്ടതുമില്ല. കക്കുന്നത് നേരിട്ട് കണ്ടിട്ടും കാണാത്ത മട്ടിൽ നില്ക്കേണ്ടിവന്നിട്ടുണ്ട്. പലവട്ടം ഹാജ്യാരോട് പറഞ്ഞതാണ്.

"അവനോന്റെ സ്വത്ത് കട്ടുമുടിച്ച് തീർക്കണോരോട് എന്തു പറഞ്ഞിട്ടാടാ കാര്യം?" എന്നാണ് മൂപ്പരുടെ ചോദ്യം. തറവാട്ടിലുള്ളവർ ദുർമന്ത്രവാദം ചെയ്ത് തകിട് കുഴിച്ച് മൂടിയിട്ടാണ് പുത്തൻപുര നശിച്ചതെന്ന് പണ്ടുള്ളവർ പറഞ്ഞു കേട്ടിട്ടുണ്ട്. ആർക്കറിയാം നിജസ്ഥിതി? ഇന്ന് ആ വീട് കണ്ടാൽ ചങ്ക് തകരും മമ്മതിന്. അതായിരുന്നു സ്വന്തം വീട്. പുലരുമ്പോൾ ചെന്നാൽ നേരമിരുട്ടിയാലാണ് വീട്ടിലെത്തുന്നത്. ഹാജ്യാരുടെ രണ്ടാം ഭാര്യ മരിക്കുന്നതുവരെ മമ്മത് തന്നെയായിരുന്നു കാര്യങ്ങൾ നോക്കിയിരുന്നത്. സ്വന്തം വീട്ടിനേക്കാൾ കൂറ് എന്നും ആ വീട്ടിനോടായിരുന്നു.

മമ്മത് എന്നും ഹാജ്യാരുടെ വലംകൈ ആയിരുന്നു. അകത്തും പുറത്തും ഏതു കാര്യത്തിനും മമ്മത് വേണം. പ്രായം കുറവാണെങ്കിലും മമ്മത് കാര്യക്കാരനായിരുന്നു. അതുകൊണ്ടാണല്ലോ സെയ്തുട്ടിഹാജിയുടെ ഒന്നാം കാര്യസ്ഥനാകാൻ കഴിഞ്ഞത്. കാര്യസ്ഥൻ മാത്രമല്ല ഹാജ്യാരുടെ മനസ്സാക്ഷി സൂക്ഷിപ്പുകാരൻ കൂടിയായിരുന്നു മമ്മത്. ഹാജ്യാരുടെ എല്ലാ രഹസ്യങ്ങളും മമ്മതിനറിയാം. അതു പുറത്തറിയില്ലെന്ന് ഹാജ്യാർക്ക് ഉറപ്പായിരുന്നു. ആ വീട്ടുകാർക്കു വേണ്ടിയാണ് എന്നും ജീവിച്ചത്. ഹാജ്യാർ കണ്ടറിഞ്ഞ് സഹായിക്കുകയും ചെയ്തിട്ടുണ്ട്. ഇപ്പോൾ താമസിക്കുന്ന സ്ഥലം ഹാജ്യാർ എഴുതിത്തന്നതാണ്. കാലം മാറിയത് കാണാൻ മനസ്സ് കൂട്ടാക്കിയില്ല. ഇന്ന് ഉള്ളൂർക്കരയിൽ മണിമാളികകൾക്ക് പഞ്ഞമില്ല. പക്ഷേ, പുത്തൻപുരയോടു കിടപിടിക്കത്തക്ക മറ്റൊരു തറവാട് ഇന്നുമില്ല. പഴകി നരച്ചെങ്കിലും ഇന്നും ആ വീട് ഉള്ളൂർക്കരയുടെ അഭിമാനമായി തലയുയർത്തി നില്ക്കുന്നു. പുത്തൻപുര വിലയ്ക്കുവാങ്ങാൻ തോണിക്കാരൻ അത്യമാൻ കുറേ നടന്നതാണ്. സെയ്തുട്ടിഹാജിയുടെ മക്കൾ ആ വീട് അന്യർക്കു കൊടുക്കാൻ ഇന്നും തയ്യാറല്ല. നന്നായി. കണ്ണടയുന്നതുവരെ അത് അങ്ങനെതന്നെ നിലനിർത്തണമേ എന്ന് പ്രാർത്ഥിക്കാത്ത ദിവസമില്ല.

"മമ്മത്ക്കാ ഉറക്കമായോ?"

"ഏയ് ഒറങ്ങീട്ടൊന്നുമില്ല. പയേതോരോന്ന് ചിക്കിപ്പരത്തുകയായിരുന്നു മമ്മത്ക്ക."

സൈനു മമ്മതിനെയും കൂട്ടി അകത്തേക്കു നടന്നു. മേശപ്പുറത്ത് വിളമ്പി വച്ചിരിക്കുന്ന ചോറും കൂട്ടാനും കണ്ട് മമ്മത് പറഞ്ഞു: "കുട്ടി ഇതൊക്കെയെടുത്ത് ആ നെലത്ത് ബെച്ചാ. മമമ്മത്ക്കാക്ക് ഒരു പലക ഇട്ടുതന്നാ മതി. ഇങ്ങളെ മുന്നില് കസാലമ്മല് കേറി ഇരിക്കാനൊന്നും

മമ്മത്ക്കാക്ക് ആവൂല്ല മോളേ."

"ഈ മമ്മത്ക്കാക്ക് എന്തിന്റെ കേടാ? ഇപ്പളാരെങ്കിലും നെലത്തിരുന്ന് ചോറ് തിന്ന്വോ. നിങ്ങള് അടുക്കളേലെ അരിപ്പെട്ടിമ്മല് ഇരുന്ന് തിന്നോളി."

"എന്നാലും മതി." ചോറ് തിന്ന് പോകാനിറങ്ങിയപ്പോൾ നൂറിന്റെ ഒരു ഒറ്റനോട്ട് ബീപാത്തുഹജ്ജുമ്മ മമ്മതിന് നീട്ടി.

"ഞാൻ പയിശക്കും പണത്തിനും വന്നതല്ല. ഇങ്ങളെ കാണണോന്ന് ഒരു പൂതി തോന്നി. ആയകാലം മുതൽ ഇങ്ങളെ ചോറാ മമ്മത് തിന്നത്. ഇന്നും അപ്പറമ്പത്ത്ന്ന് തേങ്ങാപറിച്ചിട്ടാ അരയ്ക്കുന്നത്. ബല്ല തെറ്റും ചെയ്തിട്ടുണ്ടെങ്കിലും ഇങ്ങളെക്കൊണ്ട് പൊരുത്തപ്പെടീക്കലോന്ന് നിരീച്ച് പോന്നതാ. ഇനി എത്തര കാലാന്ന് ആര് കണ്ടു?"

"ഇനിക്ക് പൈശക്ക് തിടുക്കമില്ലാന്ന് അറിയാം. എന്നാലും സാരല്ല. പൊരുത്തത്തിനിരിക്കട്ടെ. നിന്നെക്കൊണ്ട് എനക്കും ഏറെ എത്തിയിട്ടുണ്ട്. അങ്ങോട്ടുമിങ്ങോട്ടും പറഞ്ഞതെല്ലാം പൊരുത്തപ്പെട്ടേക്ക്. നേരമിരുട്ടുന്നതിനു മുമ്പ് പൊരയിലെത്താൻ നോക്ക്."

"എന്നാ ഞാനെറങ്ങട്ടെ. മോളെ സൈനു, മമ്മത്ക്കാ പോണ്. ഇനി യോഗമുണ്ടെങ്കിൽ കാണാം. മമ്മത്ക്ക മരിച്ചൂന്നറിഞ്ഞാ നിങ്ങള് ബരാതിരിക്കരുത്."

കണ്ണ് തുടച്ചുകൊണ്ട് മമ്മത് ഇറങ്ങിപ്പോകുന്നത് കണ്ടപ്പോൾ ബീപാത്തു ഹജ്ജുമ്മയുടെ കണ്ണും നിറഞ്ഞു. ഇതുപോലെ കൂറും നന്ദിയുമുള്ളവരെ ഇക്കാലത്ത് കാണാൻ പോലും കിട്ടില്ല. വഴിമുട്ടി നിന്നപ്പോഴെല്ലാം മമ്മത് മാത്രമേ കൂടെ ഉണ്ടായിരുന്നുള്ളൂ. പുത്തൻപുരയോട് കൂറുള്ള അവസാനത്തെ കണ്ണി.

ഒൻപത്

ബീപാത്തുഹാജുമ്മ പനിയായി കിടപ്പിലാണ്. ചെറുപ്പകാലത്ത് അസുഖമൊഴിഞ്ഞ നേരമില്ലായിരുന്നു. പ്രായം ചെന്നപ്പോഴാണ് ആരോഗ്യം നന്നായത്. ഈയിടെയായി പറയത്തക്ക അസുഖമൊന്നും വരാറില്ല. വയറുവേദനയും ഛർദ്ദിയുമായിരുന്നു തുടക്കത്തിൽ. നേരിയ പനിയും. ദഹനക്കേടായിരിക്കുമെന്നു കരുതി പതിവായി കഴിക്കുന്ന നാടൻമരുന്നുകൾ കഴിച്ചു. ഒരുവിധം അസുഖങ്ങൾക്കെല്ലാം അവരുടെ കൈയിൽ മരുന്നുണ്ട്. ഡോക്ടറെ വിളിക്കാമെന്നു സൈനു പറഞ്ഞിട്ടും അവർ സമ്മതിച്ചില്ല. സന്ധ്യകഴിഞ്ഞ് പതിവുള്ള പാലുമായി ചെന്ന സൈനു ഉമ്മ മൂടിപ്പുതച്ചു കിടക്കുന്നതു കണ്ട് പകച്ചു. അത് പതിവുള്ളതല്ല. സന്ധ്യാസമയത്തെ മഗരിബ് നിസ്കാരം കഴിഞ്ഞ് *ഖുറ്ആൻ* ഓതുകയാണ് ഉമ്മയുടെ പതിവ്.

നെറ്റിയിൽ കൈവെച്ചുനോക്കിയ സൈനു ഞെട്ടി. ചുട്ടുപൊള്ളുന്നു. സൈനു ഉടൻ ഡോക്ടറെ ഫോൺ ചെയ്തു വരുത്തി. രാത്രി മുഴുവൻ ഉമ്മയുടെ മുറിയിൽത്തന്നെ ഉറക്കമിളച്ചിരുന്ന് മരുന്നും വെള്ളവും കൊടുത്തു. രാവിലെയായിട്ടും പനി വിടുന്നില്ലെന്ന് കണ്ട് ആങ്ങളമാരെയെല്ലാം വിളിപ്പിച്ചു. കട്ടിലിനു ചുറ്റും പകച്ചു നില്ക്കുന്ന മക്കളെക്കണ്ട് ഉമ്മ സൈനുവിനോട് കയർത്തു:

“നിനക്കെന്തിന്റെ കേടാ പെണ്ണേ? നീയെന്തിനാ അക്കുട്ട്യേളെയെല്ലാം ബേജാറാക്കിയത്? ഉമ്മ കാലാകാലം നിങ്ങളുടെകൂടെ ഉണ്ടാകുമെന്നാ ബിചാരം?”

മക്കളുടെ മുഖത്തെ പകപ്പ് കണ്ടപ്പോൾ അവർ സമാധാനിപ്പിച്ചു: “എനിക്കിപ്പം ഒന്നുമില്ല. പനിച്ചതിന്റെ ക്ഷീണമാ. നിങ്ങള് പോയി ഓരോരുത്തരെ പണിയെന്താന്നുവെച്ചാ നോക്കിൻ. ഇബിടിങ്ങനെ പൊരുത്തി

നിരിക്കണ്ട ആവശ്യമൊന്നും അള്ള എത്തിച്ചിട്ട് ഇപ്പളില്ല."

പറഞ്ഞുതീർന്നതും അവർ കിതച്ചു.

"കണ്ടോ ക്ഷീണം മാറീട്ടില്ല. രണ്ടുദിവസം അനങ്ങാതെ കിടക്കണമെന്നാ ഡോക്ടർ പറഞ്ഞിരിക്കുന്നത്." സൈനു പറഞ്ഞു.

"അതു നേരാ ഉമ്മാ. ക്ഷീണം മാറുന്നതുവരെ അനങ്ങാത കെടക്കണം."

ആൺമക്കൾ പോകുമ്പോൾ ഒന്നുകൂടി ഓർമ്മിപ്പിച്ചു. അനങ്ങാതെ കിടക്കുന്നത് ഹജ്ജുമ്മയ്ക്ക് ഒട്ടും ഇഷ്ടമുള്ള കാര്യമല്ല. ചെറുപ്പം മുതൽ വെറുതെയിരുന്ന് ശീലിച്ചിട്ടില്ല. ഇപ്പോൾ വയ്യാത്തതുകൊണ്ട് കാര്യമായി ഒന്നും ചെയ്യാറില്ല. എന്നാലും വെറുതെയിരിക്കാറുമില്ല. നിസ്കാരവും *ഖുറ്ആൻ* പാരായണവും വായനയും ഒക്കെയായി നേരം പോകുന്നത് അറിയാറേയില്ല. പഴങ്കഥകൾ കേൾക്കാൻ ആരെയെങ്കിലും കിട്ടിയാൽ വളരെ സന്തോഷം. വെറുതെ കിടന്നപ്പോൾ മനസ്സിൽ നിറയെ ഓരോരോ ഓർമ്മകൾ. ഭർത്താവിനെക്കുറിച്ച് ഓർക്കുമ്പോൾ മനസ്സിൽ എന്നും നോവു മാത്രം ബാക്കി.

തന്റേടിയും കരുത്തനുമായിരുന്നു. ഒരു ചാക്കരി ഒറ്റക്കാലുകൊണ്ട് മറിച്ചിടും. കളരിയിൽപ്പോയി അടവുകൾ പതിനെട്ടും പയറ്റിത്തെളിഞ്ഞവൻ. അത്രയ്ക്ക് അഹങ്കാരവുമുണ്ടായിരുന്നു. ഗുരുക്കളോട് പിണങ്ങിയാണ് ഒടുക്കം കളരി വിട്ടത്. ആരെയും വകവയ്ക്കാത്ത പ്രകൃതം. അതുകൊണ്ടുതന്നെ നാട്ടുകാർ മുഴുവൻ ശത്രുക്കൾ. ഒടുവിൽ ആരോഗ്യവും സമ്പത്തും നശിച്ച് അവശനായി... ഓർത്തപ്പോൾ അവർ തേങ്ങിപ്പോയി.

അവസാനകാലത്തും ശൗര്യത്തിനൊട്ടും കുറവില്ലായിരുന്നു. കേസും കൂട്ടവും നടത്തി കൈവശഭൂമികൾ ഓരോന്നായി തീർത്തു. പണത്തിന് ഞെരുക്കമാണെന്നു കണ്ടപ്പോൾ സേവകരുടെ വരവും കുറഞ്ഞു. എങ്കിലും വെറുതെയിരിക്കില്ല. എന്തെങ്കിലും പണി കണ്ടുപിടിച്ചോളും. പണത്തിനു ഞെരുക്കമായപ്പോൾ വീട്ടിനു പുറത്തിറങ്ങുന്നത് ചുരുങ്ങി. കുട്ടികളെ കളിപ്പിച്ചും വീട്ടുജോലികളിൽ സഹായിച്ചും വീട്ടിനകത്തു തന്നെ കൂടും.

ആശാരിപ്പണിയും തുന്നൽപ്പണിയും പെയിന്റടിയുമൊക്കെ തന്നെത്താൻ ചെയ്തോളും. ഒന്നും ചെയ്യാനില്ലെങ്കിൽ പഴയ മരപ്പലകകൾകൊണ്ട് മേശയും സ്റ്റൂളും മറ്റും ഉണ്ടാക്കുക വളരെ ഇഷ്ടമുള്ള പണിയായിരുന്നു. സഹായത്തിന് കുട്ടികളെയും വിളിക്കും. മനുഷ്യനായാൽ എല്ലാ തൊഴിലും അറിഞ്ഞിരിക്കണമെന്നാണ് കുട്ടികളെ പഠിപ്പിച്ചത്. മക്കളിൽ മിക്കവർക്കും ബാപ്പയുടെ കഴിവുകൾ പലതും കിട്ടിയിട്ടുമുണ്ട്.

അൻപതാം വയസ്സിൽത്തന്നെ കിഴവനായി. ഹാർട്ടിനായിരുന്നു തകരാറ്. കൂടെ പ്രമേഹം. ആസ്ത്മ തുടങ്ങി മറ്റനേകം അസുഖങ്ങൾ. എന്നുമുള്ള വലിവ് തണുപ്പാകുമ്പോൾ ഏറുന്നു. കണ്ടുനില്ക്കാനാവില്ല. ഉള്ളൂർക്കരയിലായിരുന്നപ്പോൾ പെട്ടെന്ന് അസുഖം കൂടുമ്പോൾ വലിയ ബുദ്ധിമുട്ടായിരുന്നു. കൈയിലാണെങ്കിൽ രൊക്കം പണമൊന്നും കാണില്ല.

കാര്യസ്ഥൻ മമ്മതിനെ വിളിപ്പിച്ച് പണ്ടം പണയം വെച്ചോ തേങ്ങാക്കാരനോട് കടം വാങ്ങിയോ ഒക്കെയാണ് ആവശ്യം നടത്തുന്നത്. ഇതൊന്നും മൂപ്പരെ അറിയിക്കാതിരിക്കാൻ ശ്രദ്ധിച്ചിരുന്നു. പ്രായമേറുന്തോറും തന്റെ പൂർവ്വചെയ്തികളെക്കുറിച്ച് ഓർത്ത് നൊമ്പരപ്പെടാനേ നേരമുണ്ടായിരുന്നുള്ളൂ.

"വെറുതെ വേണ്ടാത്ത ഏടാകൂടങ്ങളിലൊക്കെ എടുത്തുചാടി നിന്നെയും കുട്ടികളെയും കഷ്ടപ്പെടുത്തി. ഉള്ളതും വെച്ച് അനങ്ങാതിരുന്നാ മതിയായിരുന്നു." അവസാനകാലത്ത് എന്നും പറയുമായിരുന്നു.

മക്കളെ ഏറെ പഠിപ്പിക്കാനൊന്നും മിനക്കെടേണ്ട. പത്താം ക്ലാസ് കഴിഞ്ഞാൽ വല്ല ജോലിക്കും പറഞ്ഞയച്ചാൽ നിന്റെ കഷ്ടപ്പാടുകൾ അത്രയും കുറയുമല്ലോ എന്നായിരുന്നു പറയുക. അത് വകവയ്ക്കുന്നില്ലെന്നു കാണുമ്പോൾ കലിതുള്ളും. അവശനായിട്ടും പഴയ വമ്പത്തരത്തിന് കുറവൊട്ടുമില്ലായിരുന്നു. ഭാര്യ പറയുന്നത് കേട്ട് നടക്കുന്നവർ ആണത്തമില്ലാത്തവരാണത്രേ. ഭാര്യ പറയുന്നതിന് നേരെ വിപരീതം പ്രവർത്തിക്കണമെന്നായിരുന്നു മൂപ്പരുടെ സിദ്ധാന്തം. ഭാര്യ പറഞ്ഞത് കേട്ടതുകൊണ്ടുമാത്രം ചിലർക്കു സംഭവിച്ച അമളികൾ ഉദാഹരണസഹിതം സമർത്ഥിക്കാനും നല്ല മിടുക്കായിരുന്നു. ഭാര്യ പറഞ്ഞത് കേട്ടിരുന്നെങ്കിൽ ഇന്നീ കഷ്ടപ്പാടൊന്നും അനുഭവിക്കേണ്ടിവരില്ലായിരുന്നു എന്നുപറയാൻ തോന്നാറുണ്ട്. പേടിച്ചിട്ട് മിണ്ടുകയില്ല. മിണ്ടിയാൽ ആട്ടു കിട്ടുമെന്ന് ഉറപ്പായിരുന്നു.

അനങ്ങാതെ കിടക്കണമെന്നു പറഞ്ഞാൽ അന്ന് പുറത്തുപോയേ മതിയാകൂ. മടങ്ങിവരുമ്പോൾ വലിവു കാരണം നടക്കാൻപോലും കഴിയാതെ വിഷമിക്കുന്നുണ്ടാകും. ഭക്ഷണകാര്യത്തിൽ പത്ഥ്യം നോക്കണമെന്ന് ഡോക്ടർ എന്നും ഓർമ്മിപ്പിക്കും. എണ്ണയും ഉപ്പും പഞ്ചസാരയും കുറയ്ക്കണം. പക്ഷേ, ആരോട് പറയാൻ? ഭക്ഷണത്തിന് രുചിയില്ലെങ്കിൽ പാത്രത്തോടെ വലിച്ചെറിയും. നേന്ത്രപ്പഴം കനലിൽ ചുട്ടതു കൊടുത്താൽ വേണ്ട. പശുവിൻനെയ്യിൽ വാട്ടിക്കൊടുക്കണം. മൂപ്പരുടെ സുഖത്തിനു വേണ്ടിയാണ് എന്നുപറഞ്ഞാൽ തലയിൽ കയറില്ല. പ്രതാപം കുറഞ്ഞപ്പോൾ ചവിട്ടിത്തേക്കാൻ ശ്രമിക്കുന്നു എന്നായിരുന്നു പരാതി. ഖാദറാണ് നല്ല വാക്കുകൾ പറഞ്ഞ് സമാധാനിപ്പിക്കുന്നത്. അവനോടായിരുന്നു എന്നും കൂറ്. കലി വന്നാൽ വായിൽ തോന്നുന്നത് വിളിച്ചുപറയും. ചിലപ്പോൾ സങ്കടവും ദേഷ്യവുമൊക്കെ വരും. എല്ലാം ഇട്ടെറിഞ്ഞ് എങ്ങോട്ടെങ്കിലും ഓടിപ്പോകാൻ പോലും തോന്നാറുണ്ട്. പെണ്ണായി പിറന്നുപോയില്ലേ? മറക്കാതെയും പൊറുക്കാതെയുമിരുന്നാൽ ജീവിതം വഴിമുട്ടിപ്പോകും. കെട്ടിയവനും മക്കൾക്കുംവേണ്ടി ചെയ്യുന്നതെന്തും അള്ളാഹുവിനുവേണ്ടിയുള്ള ആരാധന തന്നെയാണെന്ന് *ഖുര്ആനിൽ* പറഞ്ഞിട്ടുണ്ടെന്നാണല്ലോ മുസലിയാക്കന്മാർ പറയുന്നത്. ഈ ലോകത്തില്ലെങ്കിൽ പരലോകത്തെങ്കിലും അതിന്റെ ഫലം ലഭിക്കാതിരിക്കില്ല.

ഒരിക്കൽ എന്തോ ആവശ്യത്തിന് പുത്തൻപുരയിൽ ചെന്നപ്പോൾ

രാത്രിയിൽ പെട്ടെന്ന് വലിവ് കൂടി. രാവിലെ കുറേശ്ശെയുണ്ടായിരുന്നു. ഉച്ചയ്ക്ക് കഞ്ഞി കുടിച്ചാൽ മതിയെന്നുപറഞ്ഞപ്പോൾ കേട്ടതുമില്ല. നെയ്ച്ചോറുതന്നെ വേണമെന്ന് ഒരേ വാശി. എളാമയും അനുകൂലിച്ചപ്പോൾ എതിർക്കാനും കഴിഞ്ഞില്ല. സന്ധ്യയായപ്പോൾ വലിവ് കൂടി. ഉടനെ കോഴിക്കോട്ടു പോകാമെന്നുപറഞ്ഞപ്പോൾ സമ്മതിച്ചില്ല. നേരം വെളുത്തിട്ട് മതിയെന്നായി. നോക്കിക്കൊണ്ടിരിക്കേ ഏറി. സന്ധ്യ കഴിയുന്നതുവരെ മമ്മതുണ്ടായിരുന്നു.രാവിലെ വരാമെന്നു പറഞ്ഞ് മമ്മത് പോയി. പാതിരയായപ്പോൾ മരണവെപ്രാളം. മമ്മതിനെ വിളിക്കാൻ പോകാൻ പോലും ആളില്ല. പണിക്കുനില്ക്കുന്ന സ്ത്രീക്ക് രാത്രിയായാൽ കണ്ണു കാണില്ല. കണ്ടുസഹിക്കാൻ കഴിയാതായപ്പോൾ രണ്ടും കല്പിച്ച് മമ്മതിന്റെ വീട്ടിലേക്ക് ഒരോട്ടമായിരുന്നു. നട്ടപ്പാതിര നേരം. മുമ്പ് പകൽ ഒന്നോ രണ്ടോ തവണ പോയിട്ടുണ്ടായിരുന്നു. അപ്പോഴൊക്കെ തുണയ്ക്ക് കൂടെ ആളുണ്ടായിരുന്നു. എന്തായാലും ഓടി എത്തിയത് മമ്മതിന്റെ മുറ്റത്ത് തന്നെ. വാതിലിനു മുട്ടിവിളിച്ച് കാര്യം പറഞ്ഞതും തിരിഞ്ഞോടി.

തിരിച്ചെത്തിയപ്പോൾ എളാം പേടിച്ച് വിറച്ച് അന്തംവിട്ടിരിക്കുന്നു. "നീയെന്ത് അന്തല്യായ്മയാ പൊന്നുമോളേ ഇക്കാണിച്ചത്?"

എളാമ ചോദിച്ചപ്പോൾ ഉള്ളിൽ ഞടുക്കം. ഉടനെ മമ്മത് ടാക്സി പിടിക്കാൻ പോയി. ടാക്സിയെത്തുമ്പോൾ സുബഹി ബാങ്കുകൊടുക്കുന്നുണ്ടായിരുന്നു. പുലരും മുമ്പേ ആസ്പത്രിയിലെത്തി.

"ആയുസ്സിന് നീളമുണ്ട്. അതുകൊണ്ടാ നിങ്ങൾക്ക് ഉടനെ എത്തിക്കാൻ തോന്നിയത്. ഓക്സിജൻ കൊടുക്കാൻ കഴിഞ്ഞതുകൊണ്ട് രക്ഷപ്പെട്ടു." ഡോക്ടർ പറഞ്ഞു.

ഡോക്ടർതന്നെ കുട്ടികൾക്ക് ഫോൺ ചെയ്തു. ഉച്ചയായതോടെ ആശ്വാസം കിട്ടി. അപ്പോൾ പറയുകയാണ്.

"ഞാൻ ആസ്പത്രിയിൽ കിടക്കുന്നതു കാണാൻ നിനക്ക് വലിയ പൂതിയാ അല്ലേ?"

കേട്ടപ്പോൾ ഡോക്ടർക്ക് ചിരി. രണ്ടു ദിവസം കൊണ്ട് ആശ്വാസം കിട്ടി. അപ്പോൾ വീട്ടിൽ പോകണമെന്നായി. ഡോക്ടർ സമ്മതിച്ചില്ല. മക്കളെ കാണണമെന്നായി പിന്നെ നിർബ്ബന്ധം. നാണുനായരുടെ ആസ്പത്രി വീടുപോലെ തന്നെയാണ്. എല്ലാ സൗകര്യങ്ങളുമുണ്ട്. സ്കൂളടച്ച സമയമായതുകൊണ്ട് കുട്ടികളെയെല്ലാം അവിടെത്തന്നെ താമസിപ്പിച്ചു. മൂപ്പർക്ക് മക്കൾ എപ്പോഴും അടുത്തുണ്ടാകണമെന്ന് ഡോക്ടർക്കും അറിയാവുന്നതാണ്. കുട്ടികൾ അടുത്തുണ്ടെങ്കിൽ രോഗം മറക്കും. കളിയും തമാശയുമായി ആസ്പത്രി വീടാക്കും. കുട്ടികളെല്ലാവരും ഒത്തുകൂടി ഒരുദിവസം താനറിയാതെ കാദറിനെ പറഞ്ഞയച്ച് ഹോട്ടലിൽ നിന്ന് കോഴിബിരിയാണി വരുത്തി എല്ലാവരും ഒന്നിച്ചിരുന്ന് കുശാലായി കഴിക്കുകയും ചെയ്തു. തടയാൻ ചെന്നപ്പോൾ പതിവുപോലുള്ള വിരട്ടൽ.

"സാരല്ലുമ്മാ. ഇന്നൊരു ദിവസല്ലേ?"

കാദർ സമാധാനിപ്പിച്ചപ്പോൾ അടങ്ങി. ഊണും കഴിച്ച് സുഖമായൊന്ന് ഉറങ്ങി. അസുഖത്തിന്റെ ഒരു ലക്ഷണവും അപ്പോഴുണ്ടായിരുന്നില്ല. വൈകുന്നേരമായപ്പോൾ കുട്ടികൾ ഓരോരുത്തരായി പിരിഞ്ഞു.

അപ്പോഴേക്കും സന്ധ്യ കഴിഞ്ഞിരുന്നു. പതിവുപോലെ മഗരിബ് നിസ്കരിച്ചു. കുടിക്കാനെന്തോ കൊടുത്തിട്ട് കുളിമുറിയിൽ കയറിയപ്പോഴാണ് വല്ലാത്തൊരു ശബ്ദം കേട്ടത്. ചെന്നു നോക്കുമ്പോൾ ശ്വാസം കിട്ടാതെ വെപ്രാളപ്പെടുന്നു. ആദ്യം പകച്ചു. പെട്ടെന്നാണ് നഴ്സിനെ വിളിക്കാൻ തോന്നിയത്. വിവരമറിഞ്ഞ് ഡോക്ടറുമെത്തി. "വെള്ളം കൊടുത്തോളൂ." ഡോക്ടർ പറഞ്ഞത് കേട്ടപ്പോൾ ചങ്കിൽ എരിച്ചിൽ. രണ്ടും കല്പിച്ച് അടുത്തിരുന്ന് ചെവിയിൽ ചൊല്ലിക്കൊടുത്തു.

"ലാഇലാഹ് ഇല്ലല്ലാഹ് മുഹമ്മദുറസൂലുള്ളാഹ്"

അദ്ദേഹത്തിന്റെ ചുണ്ടുകൾ ഏറ്റു ചൊല്ലുന്നുണ്ടായിരുന്നു. വെപ്രാളം കുറഞ്ഞു. ശ്വാസഗതി പതുക്കെയായി. പതുക്കെ നിലച്ചു. ഡോക്ടർ കണ്ണുതിരുമ്മി അടയ്ക്കുന്നത് കണ്ടിട്ടും അനങ്ങാൻ കഴിഞ്ഞില്ല. കണ്ണു നിറയുന്നതുമില്ല. ഡോക്ടർ ഫോൺ ചെയ്തിട്ടായിരിക്കണം കുട്ടികളോരോരുത്തരായി എത്തി. കാദർ വന്നു കെട്ടിപ്പിടിച്ചപ്പോഴാണ് പിടിവിട്ടുപോയത്. ഉറക്കെ കരഞ്ഞു. ആങ്ങള പോക്കർകുട്ടി വന്ന് തോളിൽപിടിച്ചപ്പോഴും തേങ്ങുകയായിരുന്നു. തലയിലെ തട്ടം ഊർന്നുപോയത് അപ്പോഴാണ് അറിഞ്ഞത്. ഉടനെ തട്ടംകൊണ്ടു മുഖം മറച്ചു.

ഇന്നുമുതൽ മറക്കാരത്തിയാണ്. അന്യപുരുഷന്മാർ മുഖം കാണരുത്. ഭർത്താവു മരിച്ചാൽ മുസ്ലീം സ്ത്രീകൾ നാലുമാസവും പത്തുദിവസും മുറിക്കകത്ത് അടച്ചിരിക്കണം. വെള്ളവസ്ത്രം ധരിച്ച് അന്യപുരുഷന്മാരെ കാണാതെ, അവരുടെ ശബ്ദം പോലും കേൾക്കാതെ ലൗകിക കാര്യങ്ങളൊന്നും ശ്രദ്ധിക്കാതെ വേണം കഴിയാൻ. നിർബ്ബന്ധമൊന്നുമില്ലെങ്കിലും അതൊരു പതിവാണ്. മുഹമ്മദ് നബി മരിച്ചപ്പോൾ ആയിഷാ ബീവി അങ്ങിനെ ചെയ്തിരുന്നു. അതുവരെ സുഖത്തിലും ദുഃഖത്തിലും കൂടെയുണ്ടായിരുന്ന ഭർത്താവിന്റെ വിയോഗത്തിൽ ദുഃഖം ആചരിക്കുക. എന്നതുതന്നെയാവും അതുകൊണ്ടുദ്ദേശിക്കുന്നത്. മറയിലിരിക്കുമ്പോൾ ആഭരണങ്ങൾ ഊരിവയ്ക്കുന്നു. സ്വരം പുറത്ത് കേൾപ്പിക്കാതെവേണം സംസാരിക്കാൻ. ഭക്ഷണംപോലും നിലനില്പിനു മാത്രം. മനസ്സ് അള്ളാഹുവിലർപ്പിച്ച് *ഖുറാൻ* പാരായണവും പ്രാർത്ഥനയുമായി കഴിയണം. മനസ്സിന് നിയന്ത്രണം കിട്ടാൻ ഇതൊക്കെ സഹായിക്കും നാലു മാസം കഴിയുമ്പോഴേക്കും പുതിയൊരു ജീവിതത്തിന് മനസ്സ് തയ്യാറെടുത്തു കഴിഞ്ഞിരിക്കും. മറയിലിരുന്നപ്പോൾ വേറൊരു ചിന്തയും മനസ്സിലുണ്ടായിരുന്നില്ല. അതുകഴിഞ്ഞപ്പോഴായിരുന്നു ആകെ അമ്പരന്നത്. ഉപ്പ മരിച്ചതോടെ ലോകമെന്താണെന്നറിഞ്ഞു. പല വിഷമതകളും അനുഭവിച്ചു. അപ്പോഴൊക്കെയും താങ്ങിന് കൂടെ ആളുണ്ടല്ലോ എന്നൊരു സമാധാനമുണ്ടായിരുന്നു. വാശിയും വൈരാഗ്യവുമൊക്കെ കാണിക്കുമെങ്കിലും ഉള്ളു നിറയെ സ്നേഹമായിരുന്നു. ഒറ്റയ്ക്കല്ല എന്ന തോന്നൽ എപ്പോഴുമുണ്ടാ

യിരുന്നു. മൂപ്പർ പോയതോടെ പിടിവള്ളി വിട്ടുപോയതുപോലൊരു തോന്നൽ. പക്ഷേ, ദുഃഖിച്ചിരിക്കാൻ നേരമെവിടെ? കഴിഞ്ഞുകൂടേണ്ടേ? എല്ലാം ഉള്ളിലൊതുക്കി ധൈര്യമായി നിന്നു.

ഭർത്താവ് ക്ഷയിക്കാൻ താനും കൂട്ടുനിന്നില്ലേ? പലപ്പോഴും തോന്നിയിട്ടുണ്ട്. ഉപ്പയോടുള്ള അന്ധമായ സ്നേഹത്തിനിടയിൽ അദ്ദേഹത്തെ മറന്നില്ലേ? മനസ്സ് കുറ്റപ്പെടുത്തി. കൂടെ താമസിക്കാൻ അദ്ദേഹം പല തവണ ക്ഷണിച്ചതാണ്. വീടു പണിത് വിളിക്കാൻവന്നപ്പോൾ കൂടെപ്പോകാൻ ഉപ്പ സമ്മതിച്ചില്ല. വൈരാഗ്യം മൂത്തപ്പോൾ കിട്ടിയ വിലയ്ക്ക് വിറ്റ് ദീവാളി കുളിച്ചു. ഒരിക്കലല്ല, രണ്ടുതവണ. ഒന്നോർത്താൽ എല്ലാം എന്റെ പോരായ്മതന്നെ. കോഴിക്കോട്ട് വീടു വാങ്ങി താമസിക്കാൻ ക്ഷണിച്ചപ്പോൾ കൂടെ ചെല്ലേണ്ടതായിരുന്നു. ആ വീടും ചുരുങ്ങിയ വിലയ്ക്കാണ് വിറ്റത്. പിന്നീട് ചെറിയൊരു വീട് അവിടെ വാങ്ങാൻ എത്ര വിഷമിച്ചു? എല്ലാം വിധി എന്നു കരുതി സമാധാനിക്കാനാണ് ശ്രമിച്ചത്.

“ഉമ്മാ എണീക്ക് മരുന്നു കുടിക്കാൻ സമയമായി.”

സൈനുവിന്റെ വിളികേട്ട് മയക്കത്തിൽ നിന്നുണർന്നെങ്കിലും മനസ്സ് അപ്പോഴും പിറകിലായിരുന്നു. മനസ്സിൽ നിറഞ്ഞുനിന്നത് ഒരുരൂപം മാത്രം. എഴുന്നേറ്റിരുന്ന് കണ്ണുതുടയ്ക്കുന്നത് കണ്ടപ്പോൾ സൈനുവിന്റെ മുഖത്തെ അമ്പരപ്പ് അറിഞ്ഞെങ്കിലും ഒന്നും മിണ്ടിയില്ല.

പത്ത്

ഫോൺ അടിക്കുന്നത് കേട്ടാണ് കരീം ഉണർന്നത്. വാച്ചിൽ നോക്കി. മണി അഞ്ചായി. ഊണു കഴിച്ചു കിടന്നതാണ്. സുഖമായൊന്ന് ഉറങ്ങി. കൈനീട്ടി ഫോണെടുത്തു.

"ഹലോ... കരീം ഹിയർ."

"വല്ലിക്കാക്ക, ഞാനാണ്.. സൈനു. അവിടത്തെ വിവരമൊന്നും അറിയാതെ ഉമ്മ ബേജാറായിരിക്കുന്നു. ഇപ്പോ സൂക്കേട് കുറവുണ്ടോ?"

"ആ. ഇപ്പോൾ ഒന്നുമില്ല. പുറത്തൊക്കെ പോവുന്നുണ്ട്. ബേജാറാകാനൊന്നുമില്ലെന്ന് ഉമ്മാനോട് പറഞ്ഞേക്ക്."

"വല്ലിക്കാക്ക എന്നാ നാട്ടില് വരുന്നതെന്ന് ചോദിക്കാൻ പറഞ്ഞു ഉമ്മ."

അപ്പോഴേക്ക് ഫോൺ കട്ടായി. നാശം. ഈ ടെലിഫോണിൽ ഒരു കാര്യവും മുഴുവൻ പറയാൻ പറ്റില്ല. അരിശത്തോടെ ഫോൺ താഴെ വച്ചു. കോളിങ് ബെല്ലിൽ കൈയമർത്തി. അഞ്ചുമിനിട്ടിനകം ജോലിക്കാരൻ അങ്കമുത്തു ചായയുമായി എത്തി. ആ തമിഴൻ ചെക്കനെ കാണുമ്പോൾ അരിശം ഇരട്ടിക്കും.

"അമ്മ എങ്കേ?"

"തെരിയാതയ്യാ. കാലൈലേ പോയതാക്കും."

"അല്ലെങ്കിൽ എപ്പളാ വീട്ടിലുണ്ടായിരിക്കുന്നത്."

"അയ്യ ഏൻ എങ്കിട്ടെ കോപപ്പടറത്?"

"നിന്നോട് ഞാനൊന്നും പറഞ്ഞില്ലല്ലോ. നീ പോ."

ഇവിടത്തെ ജോലിക്കാർപോലും വകവയ്ക്കാതായിരിക്കുന്നു. ഭരണം അവളുടെ കൈയിലാണല്ലോ. എന്തുമാകാമെന്നായിരിക്കുന്നു. പറഞ്ഞിട്ട് കാര്യമില്ല. അവരവർ ചെയ്യുന്നതിന്റെ ശിക്ഷ സ്വയം അനുഭവിച്ചുതന്നെ തീരണം. ഭാര്യയെ ചൊല്പടിക്കു നിർത്താൻ ഇത്രയും നാളായിട്ട് കഴിഞ്ഞില്ല. രണ്ടു

കാറുണ്ട് വീട്ടിൽ. എങ്കിലും പുറത്തിറങ്ങണമെങ്കിൽ ടാക്സി തന്നെ ശരണം. ഉമ്മയ്ക്കും മക്കൾക്കും വീട്ടിനകത്ത് ഇരിക്കാൻ വയ്യെന്നായിരിക്കുന്നു. എല്ലാം ജോലിക്കാരെ ഏല്പിച്ച് രാവിലെ തെണ്ടാൻ ഇറങ്ങിക്കോളും.

മകളുടെ ഭർത്താവ് സുഹൃത്തിന്റെ മകനാണ്. ഡോക്ടർ. വേറെ വീടുവച്ച് മാറണമെന്ന് അയാൾ കുറേ നാളായി പറയുന്നു. വിടാതെ പിടിച്ചുവച്ചിരിക്കയാണ്. മകളുംകൂടി പോയാൽ ഈ വീട്ടിൽ ഒറ്റപ്പെടും. അവളുടെ ഉമ്മയ്ക്ക് ബാപ്പയുടെ കാര്യങ്ങൾ ശ്രദ്ധിക്കാൻ നേരമില്ലെന്ന് നദീറയ്ക്കറിയാം. ക്ലബ്ബും കിറ്റിപാർട്ടിയുമൊക്കെയായി നടക്കുന്നതിനിടയിലും നദീറ ബാപ്പയുടെ കാര്യങ്ങൾ അന്വേഷിക്കാറുണ്ട്. അവളുടെ പുതിയാപ്ല നല്ല സ്നേഹമുള്ളവനാണ്. മകൻ സക്കീറിനേക്കാൾ സ്നേഹമുണ്ട്. മകൻ വേറെയാണ് താമസം. കല്യാണം കഴിഞ്ഞതും അവൻ മാറിത്താമസിച്ചു. മരുമകൾ അമ്മായിയെ വില വയ്ക്കുന്ന ടൈപ്പല്ല. ഈ ശിക്ഷ അവൾ തീർച്ചയായും അർഹിക്കുന്നത് തന്നെ.

ശാഹിദയെ വിവാഹം കഴിക്കുന്നത് ഉമ്മയ്ക്ക് ഒട്ടും ഇഷ്ടമല്ലായിരുന്നു. അവനവന്റെ കൊക്കിലൊതുങ്ങുന്നത് മതിയെന്ന് നിർബ്ബന്ധം പിടിച്ചതുമാണ്. പക്ഷേ, പണവും പ്രതാപവും കണ്ട് ഉപ്പയും വല്യുപ്പയും വീണുപോയി. അവരെ എതിർക്കാനുള്ള തന്റേടം ഉമ്മയ്ക്കില്ലായിരുന്നു. ശാഹിദ സുന്ദരി. പടിപ്പും പരിഷ്കാരവുമുണ്ട്. മണിമണിപോലെയാണ് ഇംഗ്ലീഷ് സംസാരിക്കുക. ആദ്യകാലത്ത് കൂട്ടുകാരുടെ ഇടയിൽ അവളെ കെട്ടി എഴുന്നള്ളിച്ചു നടക്കുന്നതിൽ അഭിമാനമായിരുന്നു.

സ്വത്തുവിറ്റും പണ്ടം പണയം വച്ചുമായിരുന്നു കോഴിക്കോട്ട് കച്ചവടം തുടങ്ങാനുള്ള പണം ഉമ്മ ഉണ്ടാക്കിത്തന്നത്. കച്ചവടം നല്ലരീതിയിൽ നടന്നതുമാണ്. ഉമ്മയുടെ വിഷമങ്ങൾ ഓരോന്നായി തീർക്കണം. അനുജന്മാരെ പഠിപ്പിച്ച് നല്ലനിലയിലെത്തിക്കണം എന്നൊക്കെ ആത്മാർത്ഥമായി ആഗ്രഹിച്ചിരുന്നതുമാണ്. കല്യാണം കഴിഞ്ഞതോടെ അതെല്ലാം മറന്നു. ഭാര്യവീട്ടുകാർ പണക്കാർ. മദിരാശിയിലെ അവരുടെ ഈൗർച്ചമില്ലും മരം ഡിപ്പോയുമൊക്കെ കണ്ടതോടെ തന്റെ കട നന്നെച്ചെറുതാണെന്ന് തോന്നി. ശാഹിദയുടെ നിർബ്ബന്ധം കൂടി ആയപ്പോൾ എല്ലാം വിറ്റുപെറുക്കി മദിരാശിയിൽ സ്ഥിരതാമസമാക്കാൻ തീരുമാനിച്ചു.

ഉള്ളൂർക്കരയിൽ സിനിമാതിയേറ്ററില്ല. ഷോപ്പിങ്സെന്ററില്ല. എന്തിന് മനസ്സ് തുറന്നൊന്ന് സംസാരിക്കാൻപോലും ആളില്ല. ശാഹിദയ്ക്ക് പരാതി പറയാനേ നേരമുണ്ടായിരുന്നുള്ളൂ. അവൾക്ക് നാട്ടുമ്പുറത്ത് താമസിക്കാൻ അത്ര വിഷമമാണെങ്കിൽ കോഴിക്കോട്ട് വീട് വാടകയ്ക്കെടുത്ത് താമസിക്കാൻ ഉമ്മ സമ്മതിച്ചതാണ്. മൂത്ത മകൻ കരപിടിച്ചാൽ മറ്റു മക്കളെയും ഒരു കരയ്ക്കെത്തിക്കാം എന്നായിരുന്നു ഉമ്മയുടെ കണക്കുകൂട്ടൽ. കേട്ടതും ശാഹിദ കലിതുള്ളി. അവൾ കത്തെഴുതി ബാപ്പയെ വരുത്തി. അതോടെ ഉമ്മ ഒന്നും പറയാതായി.

പണമുണ്ടാക്കാനും കുറക്കൂടി മെച്ചപ്പെട്ട രീതിയിൽ കഴിയാനും അന്നേ മോഹമുണ്ടായിരുന്നു. മദ്രാസിലെ ശാഹിദയുടെ വീടും ചുറ്റുപാ

ടുമൊക്കെ കണ്ടതോടെ ഉള്ളൂർക്കരയിലേക്കു മടങ്ങാൻ മനസ്സ് കൂട്ടാക്കിയതുമില്ല. മദ്രാസിലായാലും ഒറ്റയ്ക്കുള്ള ഏർപ്പാട് മതിയെന്ന് ഉമ്മയ്ക്ക് നിർബ്ബന്ധമായിരുന്നു. ഉമ്മ നിർബ്ബന്ധിച്ചതുകൊണ്ടാണ് ശാഹിദയുടെ ബാപ്പ മരമില്ല് തുടങ്ങാൻ സഹായിച്ചത്. ഇന്നീ കാണുന്നതെല്ലാം അതുകൊണ്ടുണ്ടാക്കിയതാണ്. എല്ലാം അവളുടെ സാമർത്ഥ്യം കൊണ്ടുണ്ടായതാണെന്നേ അവളുടെ ഭാവം കണ്ടാൽ തോന്നുകയുള്ളൂ. തുടക്കത്തിൽ അവളുടെ കുറച്ച് ആഭരണങ്ങൾ വിറ്റിരുന്നു എന്നത് നേരാണ്. അതിന്റെ രണ്ടിരട്ടി പിന്നീട് ഉണ്ടാക്കിച്ചുകൊടുത്തിട്ടുമുണ്ട്. പക്ഷേ, അതൊന്നും കണക്കിലില്ല. എല്ലാം അവളുടെ ബാപ്പയുടെ ഔദാര്യം. താനിത്രയും കാലം കഠിനമായി അദ്ധ്വാനിച്ചത് എവിടെയുമില്ല.

ചായക്കപ്പും വച്ച് എത്രനേരമിങ്ങനെ ഇരുന്നെന്നറിയില്ല.

“ഏൻ അയ്യാ ലൈറ്റൊന്നും പോടലേ. മാത്ര ശാപ്പിടറ്തുക്ക് ടൈമാച്ചേ.”

അങ്കമുത്തു വന്ന് ലൈറ്റിട്ടു. കണ്ണു മങ്ങുന്നതുപോലെ. അവൻ ഗുളികയും വെള്ളവും തന്നു. നദീറ പുറത്തുപോകുമ്പോൾ ഏല്പിച്ചിട്ടുണ്ടാകും.

ശാഹിദയ്ക്ക് പണ്ടും തന്റെ കാര്യത്തിൽ ഒട്ടും ശ്രദ്ധയില്ല. അവൾക്ക് എന്നും ഭർത്താവ് ഒരു ഷോപീസ് മാത്രമായിരുന്നു. തണ്ടും തടിയും കാണാൻ ചേലുമുള്ള ആളെ ബാപ്പ പണംകൊടുത്തു വാങ്ങി അടിമയാക്കി കൊടുത്തെന്ന ഭാവം എപ്പോഴും അവൾക്കുണ്ടായിരുന്നു.

“ഹസ്സിന്റെ ബോഡി കണ്ടില്ലേ. സച്ചേ ബ്യൂട്ടിഫുൾ ഫിഗർ. കല്യാണം ആലോചിക്കാൻ തുടങ്ങിയപ്പോഴേ ഞാൻ കണ്ടീഷൻ വച്ചിരുന്നു. ആള് കണ്ടാൽ നന്നായിരിക്കണമെന്ന്. ഇപ്പോ ഹാർട്ട് ട്രബിളും ഷുഗറും ഒക്കെയുണ്ടെങ്കിലും ഫിഗറിന് ഒരു കുറവുമില്ലാട്ടോ. വെറുതെയല്ലാ. ഞാൻ സ്ട്രിക്ടായി ഡയറ്റ് കൺട്രോൾ ചെയ്യുന്നതുകൊണ്ടാ. മൂപ്പരുടെ കാര്യം നോക്കാൻ മാത്രമായിട്ടാ ഞാൻ അങ്കമുത്തുവിനെ നിർത്തിയിരിക്കുന്നത്.”

കിറ്റിപാർട്ടിയും മറ്റും നടത്തുമ്പോൾ അവൾ കൂട്ടുകാരികളോട് അഭിമാനത്തോടെ പറയുന്നത് പലതവണ കേട്ടിട്ടുള്ളതാണ്. അവരുടെ മുന്നിലിട്ട് രണ്ടു പൊട്ടിച്ചു കൊടുക്കണമെന്ന് തോന്നാറുണ്ട്. പക്ഷേ, അരിശം തീർക്കുന്നത് അങ്കമുത്തുവിനോടാണെന്നു മാത്രം. വെറുതെ അവന്റെ മേക്കിട്ടുകയറും. അവന് ശാഹിദയേക്കാൾ കൂറില്ലേ എന്ന് പലപ്പോഴും തോന്നാറുണ്ട്. പിറുപിറുത്തുകൊണ്ടാണെങ്കിലും അവൻ വേണ്ടതെല്ലാം സമയാസമയത്ത് ചെയ്തുതരുന്നുണ്ടല്ലോ.

ഇപ്പോൾ ഉച്ചയ്ക്കുശേഷം മില്ലിൽ പോകാറില്ല. മാനേജർ വിശ്വസ്തനാണ്. എല്ലാം കണ്ടറിഞ്ഞു ചെയ്തോളും. ആർക്കുവേണ്ടിയാണ് ഇനിയും കഷ്ടപ്പെടുന്നതെന്ന തോന്നൽ ദിനംതോറും ഏറി വരുന്നു. ഇത്രയുംകാലം സമ്പാദിച്ചതൊക്കെ മതി. മാനേജർക്ക് വേണമെങ്കിൽ അയാളും കുറച്ചെടുത്തോട്ടെ. കുറെക്കാലമായില്ലേ കൂടെ നടക്കുന്നു. മില്ല് സക്കീറിനെ ഏല്പിക്കണമെന്നതാണ് ശാഹിദയുടെ ഇപ്പോഴത്തെ ഡിമാന്റ്. എന്നിട്ട് ഓരോരോ ആവശ്യങ്ങൾക്കായി അവന്റെ മുമ്പിൽ കൈനീട്ടുക. അതുമാത്രം നടപ്പില്ല. ഫർണീച്ചർ ഷോപ്പും എക്സ്പോർട്ട്

കമ്പനിയും അവനുവേണ്ടിയല്ലേ തുടങ്ങിക്കൊടുത്തത്? എല്ലാം ഏകദേശം തീരാറായി. ഉമ്മയ്ക്കും മകനും ഇപ്പോൾ താൻ ശത്രു..!

ഈയിടെയായി ഉമ്മയെ ഓർക്കാത്ത ഒറ്റ ദിവസംപോലുമില്ല. മൂത്ത മകനോടായിരുന്നു ഉമ്മയ്ക്ക് ഏറ്റവും പ്രിയം. കരീം എത്തുമ്പോൾ മാത്രമാണ് ഉമ്മ അടുക്കളയിലിറങ്ങുന്നത്. മകനിഷ്ടപ്പെട്ട ഓരോന്നും അവർതന്നെ ഉണ്ടാക്കി തീറ്റിക്കും. കൂടെ ഉമ്മാമയും കാണും. ഓന് പച്ചക്കായ താളിച്ചതും ഓട്ടുമോരുമാ ഇഷ്ടം. ഇന്നെല്ലാർക്കും അതുമതി. ഉമ്മാമയുടെ ഓർഡർ കേൾക്കുമ്പോൾ റഷീദിന്റെയും കാദറിന്റെയും മുഖം കറക്കുന്നു. താൻ തിരിച്ചുപോകുന്നതുവരെ മറ്റാരുടെ വാക്കുകളും അവിടെ ചെവിക്കൊള്ളാറില്ല. എത്ര വേണമെങ്കിലും പഠിപ്പിക്കാൻ ഉമ്മ തയ്യാറായിരുന്നു. ഉമ്മയുടെ വിഷമം കുറയട്ടെ എന്നുകരുതിയാണ് ബി എ കഴിഞ്ഞപ്പോൾ കച്ചവടത്തിനിറങ്ങിയത്. എന്നിട്ടോ?

ഉമ്മയെ ഹജ്ജിനുകൊണ്ടുപോകണമെന്ന് ചെറുപ്പം മുതലേയുള്ള ആശയായിരുന്നു. അതിനുവേണ്ടി അപേക്ഷിച്ചതുമാണ്. സംഗതി ശാഹിദയെ അറിയിച്ചിരുന്നില്ല. അറിഞ്ഞുപോയാൽ അവൾ ഇടങ്കോലിടുമെന്ന് ഉറപ്പായിരുന്നു. കഷ്ടകാലത്തിന് അപേക്ഷിച്ചകൊല്ലം നറുക്കുവീണില്ല. വിവരമറിയിച്ചുകൊണ്ടുള്ള കത്ത് അവളുടെ കൈയിലാണ് എത്തിയത്. അതോടെ തന്റെ പാസ്പോർട്ട് അവളുടെ ലോക്കറിലായി. ഇപ്പോൾ അവളറിയാതെ വിദേശയാത്രയ്ക്കിറങ്ങാൻ പോലും പറ്റാത്ത അവസ്ഥയാണ്. ഉമ്മയ്ക്ക് പണത്തിന് ഇപ്പോൾ ഞെരുക്കമില്ലെന്നറിയാം. എന്നാലും പെരുന്നാളിനും മറ്റും എന്തെങ്കിലും അയച്ചുകൊടുക്കും. വിവരം ശാഹിദ അറിഞ്ഞാൽ അതുമതി കുറെനാളത്തെ സ്വൈരക്കേടിന്.

“നീ പൈസയൊന്നും അയക്കണ്ട. എടക്ക് വന്നുകണ്ടാ മതി.” ഉമ്മ പതിവായി എഴുതാറുണ്ട്. അനുജന്മാർ ഭാഗ്യം ചെയ്തവർ. ഇഷ്ടമുള്ളപ്പോൾ ഉമ്മയെ കാണാനും ഉമ്മയ്ക്ക് വേണ്ടത് ചെയ്തുകൊടുക്കാനും അവർക്ക് സാധിക്കുന്നുണ്ടല്ലോ. പിന്നീടുള്ള വിവാഹങ്ങൾ വളരെ ആലോചിച്ചാണ് ഉമ്മ നടത്തിയത്. കുടുംബമഹിമയേക്കാൾ പെൺകുട്ടികളുടെ സ്വഭാവത്തിനും പെരുമാറ്റത്തിനും മുൻതൂക്കം കൊടുത്തു. അതുകൊണ്ടുതന്നെ അവർക്ക് സ്വസ്ഥതയുള്ള കുടുംബജീവിതവും കിട്ടി.

ഇനി ഏതായാലും അധികകാലം ഭാര്യയുടെ ചൊല്പടിക്ക് കഴിയാൻ തീരുമാനിച്ചിട്ടില്ല. എല്ലാ ചങ്ങലകളും പൊട്ടിച്ചെറിയാൻ സമയമായി എന്ന് തോന്നാൻ തുടങ്ങിയിട്ട് നാളുകളേറെയായി. നാട്ടിൽ ഒരു ചെറിയ വീടു വാങ്ങി ഉമ്മയോടൊന്നിച്ച് കഴിയണം. എങ്കിലേ പഴയതിനെല്ലാം പ്രായശ്ചിത്തം ചെയ്യാനാവൂ. മക്കൾ സ്വന്തം കാലിൽ നില്ക്കാൻ പ്രാപ്തരായി. ബാപ്പയുടെ സഹായം അവർക്ക് ആവശ്യമില്ല. അവരുടെ ഉമ്മയ്ക്കാണെങ്കിൽ ഭർത്താവെന്ന ഒരാൾ ജീവിച്ചിരിപ്പുണ്ടെന്ന വിചാരവുമില്ല. ഇതൊക്കെ പറഞ്ഞാൽ ഉമ്മയ്ക്ക് തീർച്ചയായും മനസ്സിലാകും.

ചടപടാന്ന് കോണികയറുന്ന ഒച്ച. വാതിൽ തള്ളിത്തുറന്ന് കൊടുങ്കാറ്റുപോലെ ശാഹിദ അകത്തെത്തി. ഹാൻഡ് ബാഗ് കട്ടിലിലേക്ക് വലി

ച്ചൊരേറ്. മുഖത്ത് കൊണ്ടില്ലെന്നേയുള്ളൂ. ഇന്നത്തെ യുദ്ധത്തിന് എന്താണാവോ കാരണം? ഊഹിച്ചിട്ട് പിടിയൊന്നും കിട്ടിയില്ല. മുഖമൊന്നുയർത്തി. അവളുടെ കണ്ണുകളിൽ എരിയുന്ന കോപം. മുഖം മറയ്ക്കാൻ അവസരം കിട്ടുന്നതിനു മുമ്പ് ചീറ്റൽ:

"സക്കീറിന്റെ വീട്ടിൽ പോയിരുന്നു. വരുമെന്ന് രാവിലെ വിളിച്ചു പറഞ്ഞതാണ് എന്നിട്ടും അവിടെ ആളില്ല. സിനിമയ്ക്ക് പോയിപോലും."

തികട്ടി വന്ന ചിരി അടക്കാൻ പാടുപെടുന്നത് അവളുടെ കണ്ണിൽപ്പെട്ടു. അതോടെ പൊട്ടിത്തെറിച്ചു.

"അല്ലെങ്കിലും എന്റെ സങ്കടം കണ്ടു സന്തോഷിക്കുകയാണല്ലോ ഇവിടെ ചിലരുടെ പതിവ്."

ഉടുത്തിരുന്ന സാരി വലിച്ചെറിഞ്ഞത് വീണത് അയാളുടെ മുഖത്തായിരുന്നു. അതുകൊണ്ട് അവളുടെ മുഖം കാണേണ്ടി വന്നില്ല. സാരി സാവധാനം ചുരുട്ടി സോഫയിലേക്കിട്ടപ്പോഴേക്കും അവൾ നൈറ്റ് ഗൗൺ ഇട്ടിരുന്നു.

ഉപ്പു തിന്നവൻ വെള്ളം കുടിക്കാതിരിക്കുമോ? എന്നു ചോദിക്കണമെന്നുണ്ടായിരുന്നു. ഇനിയും ഒരു പൊട്ടിത്തെറിക്ക് സാക്ഷിയാവാൻ മനസ്സ് ഒരുക്കമല്ലായിരുന്നു. അയാളുടെ ഉമ്മയും സഹോദരിമാരും അവൾക്ക് ശുദ്ധ കൺട്രികളായിരുന്നു. അവരെ തള്ളിപ്പറയുമ്പോൾ ഇപ്പോഴും എന്തുത്സാഹം. എവിടെന്നെങ്കിലും തിരിച്ചടി കിട്ടാതിരിക്കുമോ?

ഊക്കോടെ വാതിൽ വലിച്ചടച്ച് വന്ന അതേ ആരവത്തോടെ കോണിയിറങ്ങുന്ന ശബ്ദം കേട്ടു. ഇന്ന് ആയക്കും അങ്കമുത്തുവിനും നല്ലഡോസ് കിട്ടിയതുതന്നെ. രണ്ട് സ്ലീപ്പിങ് പിൽസ് എടുത്തു കഴിച്ച് നേരത്തെ ചെന്നു കിടന്നാലോ? തോന്നാതിരുന്നില്ല. കുളിമുറിയിൽ പോയി തിരിച്ചെത്തിയതും "ശാപ്പാട് റെഡി അയ്യാ" എന്നു പറഞ്ഞ് അങ്കമുത്തു എത്തി. അതുകഴിക്കാൻ ചെന്നില്ലെങ്കിൽ ഇനി അതിനെക്കുറിച്ചായിരിക്കും യുദ്ധം.

"ഡോക്ടർ അയ്യാ വന്നോടാ?"

"വരലെ. ലേറ്റാക്കുമെന്ന് ശൊന്നാച്ച്."

രാത്രി താമസിച്ച് ഭക്ഷണം കഴിക്കുന്നതാണിഷ്ടം. പക്ഷേ, രാത്രി ഭക്ഷണം നേരത്തെ കഴിക്കണമെന്നാണ് ഡോക്ടറുടെ നിബന്ധന. നെയ് പുരട്ടാത്ത ഉണക്കച്ചപ്പാത്തി തിന്നേണ്ട കാര്യമോർത്തപ്പഴേ വിശപ്പു കെട്ടു. ഉമ്മ ഉണ്ടാക്കുന്ന നെയ്യും തേങ്ങാപ്പാലും പുരട്ടിയ അരിപ്പത്തിരിയുടെയും ഇറച്ചിക്കൂട്ടിന്റെയും സ്വാദോർത്തപ്പോൾ വായിൽ കപ്പലോട്ടാൻ മാത്രം വെള്ളം. അരിപ്പത്തിരി, വറുത്തരച്ച ഇറച്ചിക്കറി, മീൻമുളകിട്ടത്, തേങ്ങാപ്പാലൊഴിച്ച കഞ്ഞി, ഇത്രയും കിട്ടിയാൽ കുശാലായി. പറഞ്ഞിട്ടെന്താ? ഇഷ്ടമുള്ളതിനെല്ലാം വിലക്കല്ലേ? ആർക്കുവേണ്ടിയാണ് ആരോഗ്യം നിലനിർത്തേണ്ടത്? പലപ്പോഴും തോന്നാറുണ്ട്. ഒന്നു നാട്ടിലോളം പോയി കുറച്ചുകാലം ഉമ്മയുടെകൂടെ താമസിക്കണമെന്നുണ്ട്. അതിനുവേണ്ടി മാത്രമാണ് ഡോക്ടറുടെ വിലക്കുകൾ അനുസരിക്കുന്നത്. എല്ലാം ഒന്നു നോർമ്മലായാലല്ലേ ഇവരുടെ തടവിൽനിന്ന് രക്ഷപ്പെടാൻ ആവൂ. പുതി

യാപ്ലയ്ക്ക് എന്തോ കോൺഫ്രൻസുള്ള കാര്യം രാവിലെ പറഞ്ഞിരുന്ന താണ്. മറന്നു. ഇപ്പോൾ മറവി ഏറിയിട്ടുണ്ട്.

താഴെ ഊണുമുറിയിൽ ആയ വിളമ്പാൻ തയ്യാറായി നില്ക്കുന്നു. ശാഹിദയെ അവിടെയെങ്ങും കണ്ടില്ല. ഫോണിൽ ആരോടോ ഉച്ചത്തിൽ സംസാരിക്കുന്നത് കേൾക്കാനുണ്ട്. പതുക്കെ സംസാരിക്കാൻ അവൾക്ക റിയില്ലല്ലോ. ആരോടും തട്ടിക്കയറി വർത്തമാനം പറയുന്നതാണ് അന്ത സ്സെന്നാണ് അവൾ പഠിച്ചിരിക്കുന്നത്. നാളത്തേക്കുള്ള പരിപാടി ഫിക്സ് ചെയ്യുകയാവും. വീട്ടിലുണ്ടായാലും വിളമ്പിത്തരാൻപോലും നേരമില്ല.

നാളെ തിരക്കുപിടിച്ച ദിവസമാണ്. മലബാറുകാരൻ സേട്ടുവുമായുള്ള കരാർ പുതുക്കണം. പുതിയ ഓർഡറുമായി രാവിലെ എത്താമെന്നാണ് അയാൾ പറഞ്ഞിരിക്കുന്നത്. അത് ശരിയായാൽ കുറച്ചുപണം കൈയിൽവരും. അത് നാട്ടിലേക്ക് അയച്ചുകൊടുക്കണം. ഒരു ചെറിയവീട് നോക്കിവയ്ക്കാൻ കാദറിനെ ഏല്പിച്ചിട്ടുണ്ട്. ആറുമറിയരുതെന്ന് പ്രത്യേകം പറഞ്ഞിട്ടുണ്ട്. എല്ലാം കഴിഞ്ഞിട്ട് ഇവിടെയുള്ളവർ സംഗതി അറിഞ്ഞാൽ മതി.

നദീറയെ ഉമ്മയ്ക്ക് ജീവനാണ്. എന്നിട്ട് അവളുടെ കല്യാണത്തിന് ഉമ്മയെ ഇങ്ങോട്ട് കൂട്ടിക്കൊണ്ടുവരാൻ പോലും സാധിച്ചില്ല. കല്യാണം ഇവിടെ ഒരു വലിയ ഹോട്ടലിൽവച്ചായിരുന്നു. പുതിയാപ്ലയുടെ വീട്ടുകാർ ഇവിടെത്തന്നെയാണല്ലോ സ്ഥിരതാമസം. അവരുടെ ബന്ധുമിത്രങ്ങളും ഇവിടെത്തന്നെ. അതുകൊണ്ട് വിവാഹം ഇവിടെവച്ചുമതിയെന്നായി അവർ. എതിർത്തില്ല. കല്യാണം നിശ്ചയിച്ചതും നദീറായെയും കൂട്ടി നാട്ടിൽചെന്നിരുന്നു. അനിയന്മാരും സഹോദരിമാരും വന്നിരുന്നു. ശാഹി ദയുടെ സ്വഭാവം കാരണമായിരിക്കും രണ്ടു ദിവസം നില്ക്കാൻ പറഞ്ഞിട്ട് കൂട്ടാക്കിയില്ല. കൂടുതൽ നിർബ്ബന്ധിക്കാൻ ധൈര്യവുമില്ലായിരുന്നു. വിവാഹം കഴിഞ്ഞ് ഇത്ര നാളായിട്ട് പുതിയാപ്ലയേയും കൂട്ടി ഉമ്മയെ ചെന്ന് കാണാനും സാധിച്ചില്ല.

“അയ്യാ, ഏൻ ഒണ്ണും ശാപ്പിടലേ?”

ആയ.

“പോതും.”

എണീറ്റുചെന്നു കൈ കഴുകി. കുറച്ചുകാലമായി വിശപ്പ് തീരെ ഇല്ല. വായ്ക്ക് രുചിയുമില്ല. എന്തൊക്കെയോ പരിശോധനകൾ നടത്തണമെന്ന് പുതിയാപ്ല കുറേ ദിവസമായി പറയുന്നു. കേൾക്കാതെ ഒഴിഞ്ഞു മാറുക യാണ്. ഈയിടെ ഹാർട്ട് അറ്റാക്കുവന്നപ്പോൾ എല്ലാം പരിശോധിച്ചതാണ്. ഇനിയും ഉഴുതും കിളച്ചും പുതിയതോരോന്ന് കണ്ടുപിടിക്കേണ്ട. അസു ഖമായികിടന്ന വിവരം ഉമ്മയെ അറിയിച്ചിട്ടില്ല. അല്ലെങ്കിലേ തന്നെക്കുറി ച്ചോർത്ത് വേവലാതിപ്പെടാനേ അവർക്കു നേരമുള്ളൂ. സുഖമില്ലെന്നറി ഞ്ഞാൽ ഇങ്ങോട്ടുപുറപ്പെടാനും മടിക്കില്ല. ഉമ്മയെ കാണണമെന്ന് മോഹ മില്ലാഞ്ഞിട്ടല്ല. വയ്യാതിരിക്കുമ്പോൾ അവരെ ബുദ്ധിമുട്ടിക്കുന്നത് ശരിയല്ല. യാത്ര ചെയ്യാൻ അനുവാദം കിട്ടിയാൽ ഉടനെ ഉമ്മയെ ചെന്നു കാണാൻതന്നെ തീരുമാനിച്ചിരിക്കുകയാണ്.

ഇംഗ്ലീഷ് പത്രവുമായി ബാൽക്കണിയിലെ കസേരയിൽ ചെന്നിരുന്നു. പഠിക്കുന്ന കാലത്ത് ധാരാളം വായിക്കുമായിരുന്നു. ഇപ്പോൾ പത്രവായന മാത്രമേയുള്ളൂ. ചില ദിവസം അതിനും നേരം കിട്ടിയെന്നുവരില്ല.സമയം കിട്ടിയാലും കാര്യമായൊന്നും വായിക്കാൻ കഴിയാറില്ല. ആകെ ഒരുന്മേഷ ക്കുറവ്. പണ്ടത്തെ ചൊടിയും ചുറുചുറുക്കും എങ്ങനെ നഷ്ടപ്പെട്ടോ എന്തോ?

സ്വന്തം കുടുംബത്തോട് ചെയ്ത അനീതികൾക്ക് കണക്കില്ല. കുടുംബത്തിനു താങ്ങായി ഉമ്മ കണ്ടിരുന്നത് മൂത്തമകനെയായിരുന്നു. സ്വന്തം കാലിൽ നില്ക്കാറായപ്പോൾ കുടുംബത്തെ മറന്നു. ബാപ്പയുടെ തീപ്പെട്ടിക്കമ്പനി ഏറ്റെടുത്ത് നടത്തിയാലും മതിയായിരുന്നു. ഉമ്മയ്ക്ക് ഒരു താങ്ങാവുമായിരുന്നു. ഇനിയിപ്പോൾ ഓർത്ത് ദുഃഖിച്ചിട്ട് കാര്യമില്ലെ ന്നറിയാം. ഇന്നിപ്പോൾ ഉമ്മയ്ക്ക് പണത്തിന് പറയത്തക്ക ബുദ്ധിമുട്ടൊ ന്നുമില്ല. മകനെ ഇടയ്ക്കിടെ കാണണമെന്നേ അവർക്കുള്ളൂ. ആ മോഹം പോലും സാധിച്ചുകൊടുക്കാനാവുന്നില്ലല്ലോ എന്നോർക്കുമ്പോഴാണ് ആധി ഇരട്ടിക്കുന്നത്. നല്ല കാര്യങ്ങൾ ഒരിക്കലും ചെയ്യാൻ കഴിയാതിരി ക്കുക ചിലരുടെ വിധിയായിരിക്കാം.

കുന്നോളം മലയോളം തെറ്റുകുറ്റങ്ങൾ ചെയ്താലും ഉമ്മ പൊറുക്കു മെന്നറിയാം. ശപിക്കില്ലെന്നും ഉറപ്പുണ്ട്. പക്ഷേ, ഉപ്പയുടെ ശാപം കിട്ടി യിട്ടുണ്ടെന്ന് തീർച്ചയാണ്. കാദറിന്റെ കാലൊടിഞ്ഞ് മദ്രാസിൽ വന്നപ്പോൾ കാര്യമായിട്ടൊന്നും ചെയ്തുകൊടുക്കാൻ സാധിച്ചില്ല. കുറച്ചു പണം റഷീ ദിനെ ഏല്പിച്ചതോടെ കടമ തീർന്നു എന്ന മട്ടിലായിരുന്നു പെരുമാറ്റം. ബിസിനസുമായുള്ള കെട്ടിമറിച്ചിൽ കാരണം വല്ലപ്പോഴുമാണ് ചെന്നു നോക്കുക. ശാഹിദ ആ വഴി പോയതേയില്ല. ഒരു നേരത്തെ ആഹാരം പോലും വീട്ടിൽനിന്ന് കൊടുത്തയച്ചതുമില്ല. എന്നിട്ടും ഉമ്മയ്ക്ക് പരാതി ഇല്ലായിരുന്നു. ഒടുവിൽ നാട്ടിൽ ചെന്നപ്പോൾ ഉപ്പ അതിനെച്ചൊല്ലി ശാസിച്ചു. ഉപ്പ അസുഖമായി കിടക്കുകയാണെന്നുപോലും മറന്ന് ശരിക്കും ഇടഞ്ഞു. റഷീദിന്റെ ഏഷണികേട്ട് വഴക്കിന് വരരുതെന്നുപോലും പറയാൻ മടിച്ചില്ല.

“നിന്റെ മുന്നിലും മക്കളുണ്ടല്ലോ. നീ അനുഭവിക്കും.” ഉപ്പയുടെ വാക്കുകൾ ഇപ്പോഴും കാതിൽ അലയ്ക്കുന്നു. ലാളിച്ചുവളർത്തിയ മകൻ ബാപ്പ ജീവിച്ചിരിക്കുമ്പോൾതന്നെ ഓഹരി ആവശ്യപ്പെടുക. ഉമ്മ അതിനു കൂട്ടുനില്ക്കുക. ഇതിൽക്കൂടുതൽ എന്തനുഭവിക്കാൻ? ഇപ്പോൾ മകൻ അവളുടെ കൈപ്പിടിയിൽ ഒതുങ്ങുന്നില്ല എന്നാണ് പരാതി. ആ വിവാഹം അയാൾക്കൊട്ടും ഇഷ്ടമില്ലായിരുന്നു. ഈയിടെ ഉയർന്നുവന്ന അല്പനായ പണക്കാരൻ. ലക്ഷങ്ങളും കാറുമൊക്കെ കൊടുക്കാമെന്നു പറഞ്ഞപ്പോൾ അവൾക്ക് അതുതന്നെ മതി. എതിർത്തിട്ട് കാര്യമില്ലെന്നറിയാവുന്നതു കൊണ്ട് മിണ്ടാതിരുന്നു. അവന്റെ ഭാര്യ ബെൻസു കാറിലേ കയറൂ. വീടു മുഴുവൻ എ സി വേണം. ഒരു ഡസൻ ജോലിക്കാർവേണം. ഇങ്ങനെ പോയാൽ കുത്തുപാള എടുക്കേണ്ടിവരും.

ചുമതലകൾ ഏറ്റെടുക്കാനുള്ള പ്രായമായില്ല. കുറച്ചുകൂടി കഴിഞ്ഞി ട്ടുമതി വിവാഹം എന്നൊക്കെ ആവും മട്ട് പറഞ്ഞതാണ്. കേട്ടില്ല. അവനെ

വിദേശത്തയച്ച് ബിസിനസ് മാനേജ്മെന്റ് കോഴ്സ് പഠിപ്പിക്കണം; എന്നിട്ട് ബിസിനസൊക്കെ അവനെ ഏല്പിച്ച് സ്വസ്ഥമായി കഴിയണം. എന്നൊക്കെ മോഹിച്ചിരുന്നു. അങ്ങനെ എന്തൊക്കെയോ തന്റെ ഉപ്പയും ആഗ്രഹിച്ചിട്ടുണ്ടാവില്ലേ? ചോരത്തിളപ്പു കാരണം അന്ന് അതൊന്നും കാണാൻ കഴിഞ്ഞില്ല. മകൻ ആ വഴിക്കാണോ നീങ്ങുന്നത്? ഉപ്പയുടെ ശാപം ഫലിക്കുകയാണോ?

അവനെ കുറ്റം പറയാൻ എന്തർഹതയാണുള്ളത്? അവന്റെ പ്രായത്തിൽ അവന്റെ ബാപ്പ ചെയ്തത് അവൻ ആവർത്തിക്കുകയല്ലേ? മൂന്നു മാസം കൂടുമ്പോൾ കീശ നിറയെ കാശുമായി നാടു ചുറ്റാനിറങ്ങും. മുന്തിയ ഹോട്ടലുകളിൽ താമസം. അവന്റെ ഉമ്മയ്ക്ക് ഡസൻ കണക്കിനു സാരികൾ. ഭാര്യയുടെ ഇഷ്ടത്തിനൊത്തു തുള്ളുന്ന ഒരു പാവ. അന്നു താങ്ങാൻ അവളുടെ ബാപ്പയുണ്ടായിരുന്നു. മകളുടെ ഏതാവശ്യവും നിറവേറ്റാൻ ബാപ്പ തയ്യാർ. അദ്ദേഹം മരിച്ചതിനുശേഷമാണ് കച്ചവടത്തിൽ വേണ്ടത്ര ശ്രദ്ധിച്ചുതുടങ്ങിയത്. അതോടെ അവളുടെ താളത്തിനൊത്ത് തുള്ളാൻ നേരം കിട്ടാതായി. അതുകൊണ്ടാണല്ലോ അവൾ അകന്നത്.

ചെറുപ്പത്തിൽ അസുഖമൊഴിഞ്ഞ നേരമില്ലായിരുന്നു എന്ന് ഉമ്മ പറഞ്ഞുകേട്ടിട്ടുണ്ട്. രാത്രിയിൽ ഉറക്കമില്ല. നിർത്താതെയുള്ള കരച്ചിൽ കണ്ടാൽ പോക്കാച്ചിത്തവളയെപ്പോലിരിക്കുമത്രേ. അപസ്മാരമായിരുന്നു. കാണിക്കാത്ത വൈദ്യന്മാരും തങ്ങന്മാരുമില്ല. രാത്രിയായാൽ ഉമ്മയ്ക്ക് ഉറക്കമില്ല. നിർത്താതെ കരയുന്ന കുഞ്ഞിനെയും തോളിലിട്ട് തേരാ പാരാ നടന്ന് നേരം വെളുപ്പിക്കും. രാത്രി ഉറക്കം ഞെട്ടുമ്പോൾ ഉപ്പയ്ക്ക് കലി. ഉപ്പയുടെ വായിലുള്ളതും ഉമ്മ കേൾക്കണം. രാത്രി കുട്ടികളെ പണിക്കാരെ ഏല്പിക്കുന്നത് ഉമ്മയ്ക്ക് ഇഷ്ടമല്ല. ഉറക്കമൊഴിക്കുന്നത് ആർക്കായാലും ഇഷ്ടപ്പെടുകയില്ല. ഉറങ്ങാൻ കഴിയാത്ത അരിശത്തിന് അവർ കുട്ടികളെ ഉപദ്രവിക്കുമോ എന്ന് ഉമ്മ ഭയപ്പെട്ടു. അഞ്ചുവയസ്സു കഴിഞ്ഞപ്പോഴാണ് ആരോഗ്യം ശരിയായത്. ഇപ്പോഴും അവസരം കിട്ടിയാൽ ഉമ്മ ഇക്കഥകളൊക്കെ പറയും.

അഞ്ചാം വയസ്സിൽ മതപഠനത്തിനായി മദ്രസ്സയിൽ ചേർത്തു. ഒപ്പം സ്കൂളിലും. അന്നു ഉള്ളൂർക്കരയിൽ ഹൈസ്കൂളില്ല. അതുകൊണ്ട് അഞ്ചാംതരം കഴിഞ്ഞപ്പോൾ കോഴിക്കോട്ടേക്കു മാറ്റി. അപ്പോഴേക്കും *ഖുറ്ആൻ* മുപ്പതും ഓതിത്തികച്ചിരുന്നു. എന്നിട്ടും ഉമ്മയ്ക്ക് തൃപ്തി ആയില്ല. സ്കൂളടച്ച് വീട്ടിലെത്തുന്നതും കുഞ്ഞമ്മോട്ടി സീതിയെ ആളയച്ചു വരുത്തും. രാവിലെ ചായ കഴിഞ്ഞ് ഓതാനിരുന്നാൽ ഉച്ചയാകുന്നതുവരെ പഠനം തന്നെ. രാത്രി ഏഴുമുതൽ എട്ടരവരെ വീണ്ടും ഇരിക്കണം. ഇതൊന്നും കൂടാതെ ഉമ്മയുടെ വക പഠിപ്പിക്കൽ വേറെയും. ആകെ മുഷിയും. മൗലൂദും റാത്തീബുമൊക്കെ ഓതുമ്പോൾ കുട്ടികളെ ചുറ്റുമിരുത്തുക ഉമ്മയുടെ പതിവാണ്. ഉമ്മ ഈണത്തിൽ ചൊല്ലിത്തരുന്നത് അതുപോലെ ഏറ്റുചൊല്ലണം.

“ഹാളിക്കുനള്ളാഹു റാസിക്കുനാ ഖാളില്ലിൽ ഹാജത്തിമൻതലബ.” എന്നീ വരികൾ അർത്ഥമറിയില്ലെങ്കിലും ഇപ്പോഴും മനസ്സിലുണ്ട്. വളരെ കാര്യമായി പഠിപ്പിച്ചിട്ടും ഇപ്പോൾ തപ്പിത്തടഞ്ഞുവേണം *ഖുറ്ആൻ*

ഓതാൻ. രാവിലെ എഴുന്നേറ്റാൽ *ഖുറ്ആന്റെ* ഇംഗ്ലീഷ് തർജ്ജമ വായിക്കുക ഇപ്പോൾ കുറച്ചുകാലമായി പതിവാക്കിയിരിക്കുകയാണ്. മനസ്സമാധാനത്തിന് ഇനി അതേ വഴി കാണുന്നുള്ളൂ.

ഉമ്മയ്ക്ക് വിദ്യാഭ്യാസം കുറവായിരുന്നെങ്കിലും കുട്ടികളെ വളർത്തുന്നതിലൊക്കെ വലിയ ചിട്ടയായിരുന്നു. കുട്ടികളുടെ പാൽക്കുപ്പിയും മറ്റു സാധനങ്ങളും ദിവസം ഒരുനേരമെങ്കിലും ചൂടുവെള്ളത്തിലിട്ട് തിളപ്പിക്കും. തുണികൾ ഡെറ്റോളുപയോഗിച്ചാണ് കഴുകുന്നത്. അസുഖം വന്നാൽ മറ്റുള്ളവരിൽനിന്ന് മാറ്റിക്കിടത്തും. ഉമ്മ മാറാതെ കൂടെ ഇരിക്കും. മഞ്ഞളും കൽക്കണ്ടവും ചേർത്തുകാച്ചിയ പശുവിൻപാലാണ് ഉമ്മ കുട്ടികൾക്ക് പതിവായിക്കൊടുക്കുക. ഏതൊക്കെയോ അറബി മലയാളം പുസ്തകങ്ങൾ നോക്കി പഠിച്ചാണ് ഓരോന്നും ചെയ്യുന്നത്.

കോളേജടച്ച് നാട്ടിൽ ചെന്നാൽ രാത്രി പന്ത്രണ്ടുമണിവരെ ഉമ്മയുമായി വർത്തമാനം പറഞ്ഞിരിക്കുക പതിവായിരുന്നു. ഉമ്മ വെറ്റിലച്ചെല്ലവുമായി അടുത്തിരുന്നാൽ പിന്നെ നേരം പോകുന്നതറിയില്ല. ഉമ്മയുടെ കൂടെക്കൂടിയാണ് വെറ്റിലമുറുക്ക് ശീലമായത്. ഉമ്മയുടെ ചെല്ലത്തിൽ നല്ല തളിർ വെറ്റിലയും വാസനപ്പാക്കുമൊക്കെ ഉണ്ടാകും. മുറുക്കിക്കഴിഞ്ഞാൽ ഒരു പ്രത്യേക മണമാണ്. ഇപ്പോൾ വല്ലപ്പോഴും ശാഹിദ കാണാതെയാണ് മുറുക്കുന്നത്. മുറുക്കുന്നത് ഡീസൻസിക്ക് ചേരില്ലത്രെ.

ഉമ്മയുടെ മക്കളിൽ മദ്യപിക്കുന്നത് താൻ മാത്രം. ഹൈസൊസൈറ്റിയിൽ വന്നുപെട്ടതുകൊണ്ട് കിട്ടിയ ദുശ്ശീലം. കുറേശ്ശെ കുടിക്കുന്നത് മാന്യതയുടെ സിംബലായിട്ടാണ് ശാഹിദ കണ്ടത്. അതുകൊണ്ടായിരിക്കാം മദ്യപിക്കുന്നതിനെ അവൾ എതിർത്തിരുന്നില്ല. മാനസിക സംഘർഷങ്ങൾ ഏറിയപ്പോൾ കുടിക്കുന്നതിന്റെ അളവും ഏറി. ശാഹിദയുമായി പിണങ്ങുമ്പോൾ അതായിരുന്നു ശരണം. പിന്നീട് അതിന് അടിമയായി എന്നുപോലും പറയാം. അസുഖം വന്നതിനുശേഷം തൊട്ടിട്ടില്ല. സിഗരറ്റുവലിയും നിർത്തിയിരിക്കയാണ്.

“ഇന്നെന്താ ഉറങ്ങുന്നില്ലേ?”

ശാഹിദയുടെ ഉറക്കെയുള്ള ചോദ്യം കേട്ട് ഞെട്ടി. മിണ്ടാതെ എഴുന്നേറ്റുചെന്ന് കട്ടിലിലിരുന്നു. സ്ലീപ്പിങ് പിൽസ് ഇപ്പോൾ കഴിക്കണോ? വേണ്ട. അവൾ കുളിമുറിയിൽ കയറട്ടെ.

“ഇപ്പോൾ ഞാനെന്തു ചോദിച്ചാലും മറുപടിയില്ല. ഇതാരെ കാണിക്കാനാ ഇങ്ങനെ മുനിയെപ്പോലെ നടക്കുന്നത്? മോൻ പിണങ്ങിപ്പോയത് എന്റെ കുറ്റം കൊണ്ടാണെന്നല്ലേ ഇവിടെ ഓരോരുത്തരുടെ ഭാവം കണ്ടാൽ തോന്നുക.”

ഏറ്റുമുട്ടാനുള്ള പുറപ്പാടാണ്. മിണ്ടാതെ പുതപ്പ് വലിച്ചു തലവഴി മൂടി ഉറങ്ങിയതുപോലെ കിടന്നു.

പതിനൊന്ന്

റഷീദ് രാവിലത്തെ ചായകുടികഴിഞ്ഞ് എസ്റ്റേറ്റിലേക്കു പുറപ്പെടാനുള്ള ഒരുക്കമാണ്. കാപ്പി പറിക്കുന്ന സീസൺ. കണ്ണുതെറ്റിയാൽ കള്ളത്തരം കാണിക്കും. ആരേയും അതിരുകടന്ന് വിശ്വസിക്കുന്ന ആളല്ല റഷീദ്. ജീപ്പിൽ കയറാൻ നേരത്താണ് ഭാര്യ നഫീസ ഓടിക്കിതച്ചെത്തിയത്. എന്തോ പറയാനുണ്ടെന്ന് മുഖം കണ്ടാലറിയാം.

"ഊം?"

"അത് പിന്നെ... സൈനു വിളിച്ചീനും. അങ്ങോട്ട് വിളിക്കാൻ പറഞ്ഞു."

പോകാനിറങ്ങുമ്പോൾ ഒന്നും പറയുന്നത് ഭർത്താവിനിഷ്ടമല്ലെന്ന് നഫീസയ്ക്കറിയാം. മൂക്കത്താണ് അരിശം. സൈനു വിളിച്ച കാര്യം പറഞ്ഞില്ലെങ്കിൽ പിന്നീട് അതിനും ചീത്ത കേൾക്കേണ്ടിവരും.

"ഇപ്പളാ ശൈത്താനേ പറേന്നത്? എത്ര പറഞ്ഞാലും നീ നന്നാകൂലാ."

"അന്നേരം നിങ്ങള് കുളിക്കെന്നും."

"അതു കഴിഞ്ഞിട്ടിപ്പോ മണിക്കൂറൊന്നായല്ലോ. ഉമ്മ പറഞ്ഞിട്ടായിരിക്കും ഓള് വിളിച്ചത്. കാര്യമെന്തൊന്ന് പറഞ്ഞില്ലേ?"

"വെറുതെ വിശേഷമറിയാൻ വിളിച്ചതാന്നാ പറഞ്ഞേ."

"ഇനിയിപ്പോ സമയമില്ല. ഞാൻ വന്നിട്ട് വിളിച്ചോളാം."

കൂടുതലൊന്നും പറയാൻ നില്ക്കാതെ ജീപ്പ് വിട്ടു. ഉമ്മ അങ്ങനെയാണ്. ഒരുദിവസം അങ്ങോട്ടുവിളിക്കാൻ വിട്ടുപോയാൽ സൈനുവിനെ സ്വൈരം കെടുത്തി ഇങ്ങോട്ടുവിളിപ്പിക്കും. ഫോണിൽ പറഞ്ഞാൽ ഉമ്മയ്ക്ക് കേൾക്കില്ല. അല്ലെങ്കിൽ നേരിട്ട് വിളിച്ചേനെ. എല്ലാ ആഴ്ചയും മുടങ്ങാതെ ഉമ്മയെ ചെന്ന് കാണാറുള്ളതാണ്. ഇപ്പോൾ സീസനായതി

നാൽ നിന്നു തിരിയാൻ സമയം കിട്ടുന്നില്ല. ചെറിയൊരു കച്ചവടവുമായി കോഴിക്കോട്ടിരുന്നതാണ്. ഉമ്മ ധൈര്യം തന്നില്ലായിരുന്നെങ്കിൽ ഇവിടെ എത്തില്ലായിരുന്നു. ഇന്ന് അൻപതേക്കർ കാപ്പിത്തോട്ടമുണ്ട്. നല്ലൊരു വീടുമുണ്ട്. എല്ലാം ഉമ്മയുടെ പ്രാർത്ഥനയുടെ ഫലം. ബി എസ് സി കഴിഞ്ഞ ഉടനെ ബാങ്കിൽനിന്ന് ലോണെടുത്താണ് മെഡിക്കൽ ഷോപ്പ് തുടങ്ങിയത്. ആവുന്നതുപോലെ ഉമ്മയും സഹായിച്ചു. അനിയൻ റസാക്കിന് പഠിക്കാൻ ഒട്ടും താല്പര്യമില്ലായിരുന്നു. പ്രീഡിഗ്രി തോറ്റപ്പോൾ അവനേയും കൂടെക്കൂട്ടി രണ്ടുപേരും കൈയും മെയ്യും മറന്ന് അദ്ധ്വാനിച്ചു. അതിനു ഫലവുമുണ്ടായി. ലോണെല്ലാം തീർന്നപ്പോൾ തുണിക്കച്ചവടത്തിലിറങ്ങി. അതിലാണ് പച്ചപിടിച്ചത്.

പണ്ടേ കൃഷിയിലായിരുന്നു താല്പര്യം. വയനാട്ടിൽ കുറച്ചു തോട്ടം വാങ്ങണമെന്ന് ഏറെ നാളായുള്ള മോഹമായിരുന്നു. നടക്കുമെന്ന് ഒരിക്കലും കരുതിയില്ല. റഷീദ് കച്ചവടം പഠിച്ചെന്നു കണ്ടപ്പോൾ തുണിക്കട അവനെ ഏല്പിച്ചു. മെഡിക്കൽ ഷോപ്പിന് നല്ലൊരു കോളുകാരനെ കിട്ടിയപ്പോൾ രണ്ടാമതൊന്നാലോചിക്കാതെ വിറ്റു. പത്തേക്കറാണ് ആദ്യം വാങ്ങിയത് ആയിടയ്ക്കാണ് നഫീസയുടെ ബാപ്പ മരിച്ചത്. അവളുടെ വീതത്തിൽ കിട്ടിയ തെങ്ങിൻപറമ്പ് വിറ്റ് വയനാട്ടിൽ തോട്ടംവാങ്ങി. കുറെ റെഡികാഷും കിട്ടിയിരുന്നു. എല്ലാം തോട്ടത്തിൽ മുടക്കി. കിളി കൂടുകെട്ടുന്നതുപോലെ കുറേശ്ശെയായി വാങ്ങി കൂട്ടിച്ചേർക്കുകയായിരുന്നു. കുറച്ചൊന്നുമല്ല കഷ്ടപ്പെട്ടത്. ഇപ്പോഴും രാപ്പകലില്ലാതെ അദ്ധ്വാനിക്കുന്നു. രാവിലെ അഞ്ചിന് എണീറ്റാൽ രാത്രി പതിനൊന്നുമണിവരെ പണിതന്നെ. എന്നാലെന്താ? ഇന്ന് എസ്റ്റേറ്റിലില്ലാത്ത കൃഷിയില്ല. കാപ്പി, കുരുമുളക്, ഏലം, വാഴ എല്ലാമുണ്ട്. നല്ല വരുമാനവും കിട്ടുന്നുണ്ട്.

തുണിക്കച്ചവടം റസാക്കിന് എഴുതിക്കൊടുത്തു. അവൻ ന്യായമായിട്ടുള്ള പണവും തന്നു. അവന്റെ ഭാര്യവീട്ടുകാർക്ക് തുണിക്കച്ചവടമാണ്. അത് അവനും സഹായമായി. അവന്റെ ഹിറാ ടെക്സ്റ്റൈൽസ് ഇന്നു പേരു കേട്ടതാണ്. ഇരട്ടി ലാഭം കിട്ടുന്ന ഏർപ്പാടാണ്. ഏതായാലും അവൻ കരപറ്റി.

എല്ലാ കാര്യങ്ങളും ഉമ്മയോടു ചോദിച്ചുമാത്രം ചെയ്യുക. ഉമ്മയെ വേദനിപ്പിക്കുന്ന ഒന്നും ഉണ്ടാകരുത്. അതായിരുന്നു നാടുവിടുമ്പോൾ അവനു കൊടുത്ത ഉപദേശം. അതവൻ തെറ്റിച്ചിട്ടില്ല. സൈനുവിന്റെ വീട്ടിനടുത്തു തന്നെയാണ് അവനും വീടുവച്ചിരിക്കുന്നത്. ഭാര്യവീട്ടിൽ താമസിക്കാൻ അവന്റെ ഭാര്യയും ബന്ധുക്കളും ഏറെ ശ്രമിച്ചുനോക്കിയതാണ്. റസാക്ക് വഴങ്ങിയില്ല. വല്യക്കയുടെ പതനം എല്ലാവർക്കും എന്നുമൊരു പാഠമായിരുന്നു. ആലോചനയ്ക്കിടയിൽ തോട്ടത്തിലെത്തിയതറിഞ്ഞില്ല.

“ഉസ്മാനേ..” വിളികേട്ട് ഉസ്മാൻ മേസ്തിരി ഓടിയെത്തി.

“ഇന്ന് എത്രാളുണ്ട് പൊറത്ത്ന്ന്?”

“ഇരുപത്തഞ്ച്.”

“മൈസൂർക്കാരൻ നഞ്ചയ്യനേയും കൂട്ടരേയും പ്രത്യേകം നോയി

ക്കോളണേ. ആനമടിയന്മാരാ.”

“ഓ...”

“മയക്കോളുണ്ട്. കളത്തിലാരാള്ളത്.?”

“മമ്മതും പോക്കരുമുണ്ട്.”

“എല്ലായിടത്തും കണ്ണെത്തണം. ഞാനിന്ന് കൊറച്ച് തെരക്കിലാ. ഉച്ചകഴിഞ്ഞ് വരൂലാ. വൈകുന്നേരം ബംഗ്ലാവിലേക്കുവാ.”

“ശരി മൊലാളീ.”

“ഞാൻ മേലേക്കളത്തിലൊന്ന് കയറീട്ട് ഉടനെ പോകും. പറഞ്ഞതെല്ലാം ഓർമ്മയുണ്ടല്ലോ.”

ഉസ്മാൻ തലയാട്ടി.

പതിനൊന്നുമണിക്ക് കോഫിബോർഡ് മീറ്റിങ്ങുണ്ട്. മണിപത്തര കഴിഞ്ഞു. കാൽമണിക്കൂറിനകം അങ്ങെത്താം. കളത്തിലൊന്നു ചെന്നു നോക്കാതെ പോയാൽ ഒരു സമാധാനമുണ്ടാകില്ല. മീറ്റിങ്ങിന് അഞ്ചു മിനിറ്റ് താമസിച്ചാലും കുഴപ്പമില്ല. മേലെചെന്ന് കുഞ്ഞൻ മേസ്തിരിക്കുവേണ്ട നിർദ്ദേശങ്ങൾ കൊടുത്തിട്ട് പെട്ടെന്നുതന്നെ വണ്ടിയിൽ കയറി. കുഞ്ഞൻ മേസ്തിരി കാര്യത്തിനുപോരും. പണിക്കാരെക്കൊണ്ട് നയത്തിൽ പറഞ്ഞു പണിയെടുപ്പിച്ചോളും. ഉസ്മാൻ വിശ്വസ്തനാണെങ്കിലും പോര. പണിക്കാരോട് വളരെ നയത്തിൽ വേണം നില്ക്കാൻ. അവരുടെ ന്യായമായ ആവശ്യങ്ങൾ സാധിച്ചുകൊടുക്കുക തന്നെ വേണം. കാപ്പി ഉണക്കാനിടാനും മഴ വരുമ്പോൾ ചാക്കിലാക്കാനും അവരുടെ കൂടെയിറങ്ങുമ്പോൾ അവർക്ക് സന്തോഷം. അവരും മനുഷ്യരാണല്ലോ. ബുദ്ധിമുട്ടുവരുമ്പോൾ അല്ലറ ചില്ലറ കളവുകൾ ചെയ്യുന്നത് അപ്പപ്പോൾ തടയും. അല്ലെങ്കിൽ അവരതു മുതലെടുക്കും. ഉപ്പയെപ്പോലെ മുൻകോപിയായിരുന്നു. ഇവിടെ വന്നതിനുശേഷമാണ് പതംവച്ചത്.

“എടാ കാലം മാറി. ഉപ്പയെപ്പോലെ മൂക്കത്ത് അരിശവും കൊണ്ടു നടക്കല്ലേ. ഒന്നു പറഞ്ഞ് രണ്ടിന് അടിക്കാൻ കൈ പൊന്തിക്കുന്ന സ്വഭാവം മാറ്റ്. നിന്റെ കാര്യം ബിചാരിച്ച് എപ്പളും മനസ്സിൽ തീയാ.”

ഉമ്മ പതിവായി പറയാറുള്ളതാണ്. കാലം മാറിയപ്പോൾ മാറാതെ തരമില്ലെന്നായി. ഉമ്മ ഇവിടെ വന്നിട്ട് ഏറെ നാളായി. കാപ്പി പറി കഴിഞ്ഞതും ചെന്നു കൂട്ടിക്കൊണ്ടുവരണം. ഉമ്മ വന്നാൽ വീടാകെ ഉണരും. ഉമ്മ വരുന്നെന്നറിയുമ്പോഴേ തുടങ്ങും നഫീസ ഒരുക്കങ്ങൾ. ഉമ്മയ്ക്കിഷ്ടമുള്ളത് ഓരോന്നും ഉണ്ടാക്കിക്കൊടുക്കാൻ അവൾക്കും ഉത്സാഹം തന്നെ. കല്യാണം കഴിഞ്ഞപ്പോൾ അവൾക്ക് ചായ ഉണ്ടാക്കാൻ പോലും അറിയില്ലായിരുന്നു. എല്ലാം ഉമ്മയാണ് പഠിപ്പിച്ചത്.

കോഫിബോർഡിൽ പോകുന്നതിനുമുമ്പ് രാവിലെ നഫീസ ഏല്പിച്ച സാധനങ്ങളുടെ ലിസ്റ്റ് ഹാജ്യാരുടെ പീടികയിൽ ഏല്പിച്ചു. തിരിച്ചുവരുമ്പോഴേക്ക് സാധനം എടുത്തുവയ്ക്കാൻ ഏർപ്പാടാക്കി. മീറ്റിങ് കഴിഞ്ഞ് ഹാജ്യാരുടെ പീടികയിൽനിന്ന് സാധനങ്ങളുമെടുത്ത് വീട്ടിലെത്തിയപ്പോൾ മണി രണ്ട്. ജീപ്പ് ഷെഡ്ഡിൽ കയറ്റി നേരെ കളത്തിലേക്ക്

നടന്നു. പണിക്കാർ കാപ്പി ഇളക്കി ചിക്കുകയാണ്.

"ഇനി എത്ര ദിവസത്തെ ഉണക്കുണ്ട്?"

"ഒരുമൂന്നീസം മതി."

അപ്പോഴാണ് ഉസ്മാനെ കണ്ടത്. ഉസ്മാന് ചോറ് വീട്ടിലാണ്. അത്യാവശ്യം വീട്ടുപണികളിൽ അവൻ നഫീസയെ സഹായിച്ചോളും. "കേട്ടോ ഉസ്മാനേ, രാത്രിയാകുമ്പോ നല്ല ഒണർച്ചവേണം. പോക്കരാജിന്റെ കളത്തീന്ന് എമ്പാടും കാപ്പി കളവുപോയീന്നാ കേട്ടത്."

"മൊലാളി ബേജാറാവണ്ട. ഞാനും കുഞ്ഞനും ഒരുപോള കണ്ണടയ്ക്കലില്ല. പിന്നെ ഞമ്മളെ റോക്കീം ടൈഗറുമില്ലേ? ഓലെ കൊര കേട്ടാ ഒരുവിധക്കാര് വെറയ്ക്കും."

"നായയ്ക്ക് ചോറു കൊടുത്തോ?"

"കൊടുത്തു."

ചോറു വിളമ്പി കാത്തിരിക്കുകയായിരുന്നു നഫീസ. ചോറ് തിന്നപ്പോൾ വല്ലാത്ത ക്ഷീണം. ഒന്നു കിടക്കാനാണ് തോന്നിയത്.

"മൂന്നരമണിയാകുമ്പോ കുട്ട്യോളെ വിളിക്കാൻ ബാപ്പൂനെ അയക്കാൻ മറക്കണ്ട."

കിടക്കാൻ പോകുമ്പോൾ ഓർമ്മിപ്പിച്ചു. പറഞ്ഞില്ലെങ്കിൽ അവളതു മറക്കും. അടുക്കളക്കാര്യത്തിലൊഴികെ അവൾക്കൊന്നിലും ശ്രദ്ധയില്ല. കൃഷി അവൾക്കും ഇഷ്ടമാണ്. നല്ലൊരു പച്ചക്കറിത്തോട്ടം അവളുടെ വകയായുണ്ട്. ഊണ് കഴിഞ്ഞാൽ നേരെ തോട്ടത്തിലെത്തും. ഒന്നു കിടക്കുന്ന പതിവുപോലുമില്ല. ടേപ്പ് റിക്കോർഡർ ഓൺ ചെയ്തു. ദുബായിക്കാരനോട് ഈയിടെ വാങ്ങിയ ഡക്കാണ്. ഉഗ്രൻ സൗണ്ട്. പാട്ട് പണ്ടേ ഇഷ്ടമാണ്. സ്കൂളിൽ പഠിക്കുന്ന കാലത്ത് പാട്ടിന് സമ്മാനം കിട്ടിയിട്ടുണ്ട്. ടെൻഷൻ വരുമ്പോൾ പാട്ടു കേൾക്കുക അന്നേ പതിവാണ്. പഠിക്കുന്ന കാലത്ത് ഒരു പോക്കറ്റ് റേഡിയോ സ്വന്തമായുണ്ടായിരുന്നു. കോഴിവളർത്തലും കൃഷിയുമൊക്കെ അന്നേ ഹോബിയായിരുന്നു. അഞ്ചുപത്തു കോഴികളുണ്ടായിരുന്നു. മുട്ട ഉമ്മയ്ക്ക് വില്ക്കും. അങ്ങനെ സമ്പാദിച്ചതുകൊണ്ടാണ് റേഡിയോ വാങ്ങിയത്.

മക്കളെ വളർത്താൻ വേണ്ടി കഷ്ടപ്പെടുന്ന ഉമ്മയെയാണ് ഓർമ്മ വച്ചതു മുതൽ കാണുന്നത്. ഉപ്പയുടെയും വല്യുപ്പയുടെയും ഇടയിൽക്കിടന്ന് വീർപ്പുമുട്ടുന്ന ഉമ്മയെ കാണുമ്പോൾ കരളിൽ വേദന. ഉപ്പയും വല്യുപ്പയും പണക്കാർ. എന്നിട്ടും ഉമ്മയ്ക്ക് ഏതു കാലവും പണത്തിന് ഞെരുക്കം. ഇതിനിടയിൽക്കിടന്ന് മക്കൾ വീർപ്പുമുട്ടരുതെന്ന് ഉമ്മ ആശിച്ചിരുന്നു. വല്യുപ്പയുടെ പിടിവാശിമൂലം ഉമ്മയ്ക്ക് ഉപ്പയുടെ കൂടെ ചെന്ന് താമസിക്കാൻ സാധിച്ചില്ല. പണിതവീടെല്ലാം ഉപ്പ വില്ക്കുകയും ചെയ്തു. പുത്തൻപുര ഉമ്മയ്ക്ക് എഴുതിവയ്ക്കുമെന്ന് അവസാനകാലത്ത് വല്യുപ്പ പറയാറുണ്ടായിരുന്നു. മക്കളുടെ ഭാഗ്യദോഷംകൊണ്ടാകാം അതു നടന്നില്ല.

"എന്റെ മക്കളെ കൂട്ടത്തിൽ നിന്നെപ്പോലൊരു വാശിക്കാരനില്ല. അടി

ക്കണക്കിന് പിഞ്ഞാണങ്ങളാ നീയൊരുത്തൻ പൊട്ടിച്ചു തീർത്തത്.” ഉമ്മ ഇപ്പോഴും പറയാറുണ്ട്. എന്തിനും വാശിയായിരുന്നത്രെ.പ്ലെയിറ്റ് ആരു കഴുകിയാലും തൃപ്തിയില്ല. തന്നത്താൻ കഴുകി വെള്ളം വാലാൻ വേണ്ടി രണ്ടു വിരൽകൊണ്ട് തൂക്കിപ്പിടിക്കും. താഴെ വീണ് ഉടയുകയും ചെയ്യും. അവയൊക്കെ വിലപിടിച്ചതും വിദേശത്തുനിന്ന് കൊണ്ടുവന്നതുമായിരുന്നു എന്നു പറഞ്ഞാണ് ഉമ്മ ഇപ്പോഴും സങ്കടപ്പെടുന്നത്.

ഓരോതവണ പ്ലെയിറ്റ് താഴെയിട്ടു പൊട്ടിക്കുമ്പോഴും ഉമ്മയുടെ വക ചൂരൽക്കഷായം ഉറപ്പാണ്. അതോടെ അന്നുമുഴുവൻ ഭക്ഷണമില്ല. ആരോടും മിണ്ടാട്ടവും ഉരിയാട്ടവുമില്ല. ഉമ്മാമയാണ് നല്ല വാക്കുപറഞ്ഞ് ഇണക്കുന്നത്. മുട്ടപ്പൊരിച്ചതോ പഴം പൊരിച്ചതോ ഒക്കെ സ്പെഷ്യലായിട്ട് ഉണ്ടാക്കിത്തരുകയും ചെയ്യും. രാവിലത്തെ ചായകുടി കഴിഞ്ഞാൽ ഉമ്മാമ ഒരു പലകയുമിട്ട് അടുക്കളത്തളത്തിൽ ഇരിക്കും. ഉച്ചയ്ക്കലത്തെ കൂട്ടാനുള്ള പച്ചക്കറി അരിയുക, കൂട്ടാനുള്ള തേങ്ങ മസാലകൾ ചേർത്തു കണക്കാക്കിക്കൊടുക്കുക. അങ്ങനെ അനേകം നുറുങ്ങുപണികളുണ്ട് ഉമ്മാമയ്ക്ക്. സ്കൂളില്ലാത്ത ദിവസങ്ങളിൽ ഉമ്മാമയുടെ വാലായി എന്നും കൂടെ ഉണ്ടാകും. വല്യക്കാക്ക അടുക്കളരാമൻ എന്നു വിളിച്ചുപരിഹസിക്കുന്നത് വകവയ്ക്കാറില്ല. വാലായി നടക്കുന്നതുകൊണ്ട് ഗുണമുണ്ട്. ഇടയ്ക്കിടെ തിന്നാനെന്തെങ്കിലും ഉമ്മാമ ഒപ്പിച്ചുതരും.

കുംഭംമീനമാസക്കാലത്ത് ഉമ്മാമയ്ക്ക് തിരക്കൊഴിഞ്ഞ നേരമില്ല. മഴ വരുന്നതിനുമുമ്പ് നെല്ലുമുഴുവൻ പുഴുങ്ങി ഉണക്കി പത്തായത്തിലാക്കണം. വേനലിലാണ് മരപ്പുളി പാകമാകുന്നത്. അത് ഉണക്കി കുരുകളഞ്ഞ് ഉപ്പുചേർത്ത് ഉരുളകളാക്കി ഭരണികളിലാക്കണം. മഴക്കാലമായാൽ കടൽ ഇറകി മറയും. തോണിക്കാരൊന്നും കടലിലിറങ്ങില്ല. അതുകൊണ്ടുതന്നെ പച്ചമീൻ കണികാണാനും കിട്ടില്ല. അതിനാൽ വേനലിൽ തിരണ്ടി, സ്രാവ്, ചെമ്മീൻ, മുതലായവ വാങ്ങി കഴുകി വൃത്തിയാക്കി ഉപ്പു പുരട്ടി ഉണക്കി കലങ്ങളിലാക്കി ഉറികളിൽ സൂക്ഷിക്കുന്നു. വല്യുപ്പയ്ക്ക് വെള്ളരിക്കൃഷിയുണ്ട്. വേനലിലാണ് വെള്ളരി പഴുക്കുന്നത്. സ്വർണ്ണനിറമുള്ള വെള്ളരി കൂട്ടിയിരിക്കുന്നത് കാണാൻ നല്ല ചേക്കാണ്. ഓലവളയങ്ങളിൽ വെള്ളരി കലവറയിലെ ഉത്തരത്തിൽ കെട്ടിത്തൂക്കുന്നു. മാങ്ങ പഴുക്കുന്നതും വേനലിൽത്തന്നെ. എവിടെനോക്കിയാലും അപ്പോൾ മാങ്ങയായിരിക്കും. മൽഗോവ, നീലം, ഓളോർ... എന്തെല്ലാം തരം മാങ്ങകൾ! മാങ്ങാച്ചാറെടുത്ത് പായിലൊഴിച്ച് ഉണക്കി മാങ്ങാക്കച്ചുണ്ടാക്കുന്നു. മൂത്ത മാങ്ങകൾ തെരഞ്ഞെടുത്ത് വാട്ടി ഉപ്പിലിട്ടു സൂക്ഷിക്കുന്നു. ഇതെല്ലാം കണ്ടും കേട്ടും അറിഞ്ഞും ഉമ്മാമയുടെ പിന്നാലെ നടക്കുമ്പോൾ നേരം പോകുന്നതറിയില്ല. മഴക്കാലത്ത് നാട്ടിൽ മിക്കവരും മുഴുപ്പട്ടിണിയിലായിരിക്കും. ഒരുനേരം പോലും കഞ്ഞിവയ്ക്കാത്ത വീടുകളും ധാരാളം. കഞ്ഞിവച്ചാൽ തൊട്ടുകൂട്ടാൻ പലപ്പോഴും ഒന്നും ഉണ്ടായെന്നുവരില്ല. വാസ്തവത്തിൽ അവർക്കു കൊടുക്കാനായിട്ടാണ് മാങ്ങ ഉപ്പിലിട്ട് സൂക്ഷിക്കുന്നത്. പലപ്പോഴും കഞ്ഞിവയ്ക്കാനുള്ള അരിയും ഉമ്മാമതന്നെ കൊടുക്കേണ്ടിവരും. കർക്കിടകം കടപ്പുറത്തെ തോണിക്കാർക്ക് പഞ്ഞമാസമാണ്.

കാറ്റും കോളും കാരണം ദിവസങ്ങളോളം കടലിൽതോണി ഇറക്കാൻ കഴിഞ്ഞെന്നുവരില്ല. അവരുടെ മക്കളും ഭാര്യമാരും ഉച്ചനേരത്ത് കഞ്ഞി വെള്ളത്തിനായി പുത്തൻപുരയിലെ അടുക്കളക്കോലായയിൽ നിരന്നിരിക്കും.

"വെറും വെള്ളം കൊടുക്കല്ലേ കദീസാ. ഈരണ്ടു കയിലു വറ്റു കൂടി ഇട്ടേക്കണം." ഉമ്മാമയുടെ താക്കീത്.

വെള്ളരിക്കറി, മോരു കാച്ചിയത്, ഉപ്പുമാങ്ങ, തേങ്ങാച്ചമ്മന്തി, പപ്പടം ചുട്ടത്, ഉണക്കമീൻ പൊരിച്ചത് ഇതൊക്കെയാണ് മഴക്കാലമായാൽ പുത്തൻപുരയിൽ ഊണിനുള്ള വിഭവങ്ങൾ. ഇപ്പോഴും ആ സ്വാദ് നാവിലുണ്ട്. ഇപ്പോൾ മീൻ പൊരിച്ചതും ഇറച്ചിക്കറിയുമൊക്കെ ഉണ്ടാകാറുണ്ടെങ്കിലും പുത്തൻപുരയിലെ ഊണിന്റെ സ്വാദ് കിട്ടാറില്ല.

വല്യുപ്പയുടെ സ്വത്തിൽ കാലോഹരിപോലും ഉമ്മയ്ക്ക് കിട്ടിയിരുന്നില്ല. പുരുഷന് രണ്ടോഹരി, സ്ത്രീക്ക് ഒന്ന്.. അതാണ് ഇസ്ലാമിക നിയമം. കൂട്ടത്തിൽ വിളവുകുറഞ്ഞപറമ്പുകളാണ് ഉമ്മയുടെ ഓഹരിയായി കിട്ടിയത്. എന്നിട്ടും ഉമ്മ അതുകൊണ്ട് എല്ലാ ആവശ്യങ്ങളും നിറവേറ്റി. അന്യരുടെ മുതലു കണ്ട് മോഹിക്കരുത്. ആരേയും അനുകരിക്കാനും ശ്രമിക്കരുത്. കളവും വഞ്ചനയും കാണിച്ച് ഒന്നും നേടരുത്. കിട്ടുന്നതു കൊണ്ട് തൃപ്തിപ്പെട്ടു കഴിയുന്നവരോടാണ് അള്ളാഹുവിന് പ്രിയം. ചെറുപ്പം മുതൽ ഇതൊക്കെ കേട്ടാണ് വളർന്നത്. പഠിപ്പില്ലെങ്കിലും ഉമ്മയ്ക്ക് വിവരമുണ്ടായിരുന്നു. അസാമാന്യ ക്ഷമാശീലം ഉമ്മയുടെ കൂടപ്പിറപ്പായിരുന്നു. ഉപ്പയെ ഒഴിവാക്കി ഉമ്മയെ വേറെ കെട്ടിക്കാൻ വല്യുപ്പ പെടാപ്പാടുപെട്ടു. വല്യുപ്പ വിചാരിച്ചാൽ ഏതു കോടീശ്വരനെയും ഉമ്മയ്ക്ക് ഭർത്താവായി കിട്ടുമായിരുന്നു. ഉമ്മ കൂട്ടാക്കിയില്ല. തലയിലെഴുത്ത് മായ്ക്കാൻ ഉപ്പ വിചാരിച്ചാൽ ആവുമോ? എന്നായിരുന്നത്രേ ചോദ്യം.

കഷ്ടപ്പാടുകൾക്കു മുന്നിൽ പതറാത്ത ഉമ്മയാണ് ഓർമ്മകളിൽ നിറഞ്ഞു നില്ക്കുന്നത്. പ്രയാസങ്ങളും ബുദ്ധിമുട്ടുകളും കുട്ടികളെ അറിയിക്കാതിരിക്കാൻ ഉമ്മ ശ്രമിക്കുമായിരുന്നു. വല്യക്കാക്ക വഴിതെറ്റിപ്പോയതിനെക്കുറിച്ച് ആരെങ്കിലും സൂചിപ്പിച്ചാൽ ഉമ്മ പറയും. "ഓന്റെ വിധി അതായിരിക്കും."

ആരേയും ഒരിക്കലും കുറ്റപ്പെടുത്തുന്നത് കേട്ടിട്ടില്ല. മക്കൾ അന്യരുടെ കീഴിൽ പണിയെടുക്കുന്നതും മറ്റുള്ളവരെ ആശ്രയിക്കുന്നതും ഉമ്മയ്ക്കിഷ്ടമല്ല.

"പണിയെടുക്കുന്നെങ്കിൽ ഗവൺമെന്റിന്റെ കീയില് നിക്കണം. അല്ലെങ്കിൽ നിങ്ങള് കച്ചോടം ചെയ്തോളിൻ എന്നാ മറ്റൊരുത്തനെ തൊയണ്ടല്ലോ."

എന്നായിരുന്നു ഉമ്മയുടെ അഭിപ്രായം. റസാക്ക് ഡിഗ്രി എടുക്കാത്തതിൽ ഉമ്മയ്ക്ക് ഇന്നും ആധിയാണ്. പഠിക്കാൻ മോശമായിരുന്നെങ്കിലും റസാക്കിനു കലയിൽ താല്പര്യമുണ്ട്. നന്നായി ചിത്രം വരയ്ക്കും. ഒരുപാട് വായിക്കും. പഠിക്കുമ്പോഴും അതിലൊക്കെയായിരുന്നു അവന്റെ ശ്രദ്ധ. വരയും എഴുത്തും കൊണ്ടൊന്നും ഇക്കാലത്ത് കഴിഞ്ഞുകൂടാൻ

ആവില്ല. അതുകൊണ്ടാണ് അവനെ കച്ചവടത്തിനു പിടിച്ചിരുത്തിയത്. അതെന്തായാലും നന്നായി. റസാക്കൊഴികെ ബാക്കിയെല്ലാവരും നന്നായി പഠിക്കുമായിരുന്നു. അതുകൊണ്ടുതന്നെ എല്ലാവരും ഉദ്യോഗസ്ഥരുമായി. താനും റസാക്കും മാത്രം വഴി മാറിപ്പോയി. എങ്കിലും പേടായില്ല. ഇപ്പോൾ ഉമ്മയ്ക്ക് സമാധാനവും സ്വസ്ഥതയുമുണ്ട്. മുമ്പില്ലാത്തതും അതായിരുന്നല്ലോ.

മണി നാലടിക്കുന്നത് കേട്ടപ്പോൾ എഴുന്നറ്റു. ഓരോന്നോർത്ത് ഒരുപാട് നേരംകിടന്നുപോയി. ഇനി കിടന്നാൽ ശരിയാവില്ല. ഉടനെ കളത്തിലെത്തണം.

“നബീസാ, ചായ.”

കുളിമുറിയിലേക്കു നടക്കുമ്പോഴേ വിളിച്ചുപറഞ്ഞു. കളത്തിൽചെന്നപ്പോൾ പണിക്കാർ കാപ്പി ചാക്കിൽ നിറയ്ക്കുകയാണ്.

“നല്ലണം ഒണങ്ങീനോ പഹയരേ? ഒരു ലോഡ് കാണ്വോ? മമ്മതേ?”

“ഒണക്കം പാകാ. ഇനി ഒണങ്ങിയാ ആക. ഒരു ലോഡിൽ കുറയൂലാ.”

“ഇതും മേലേക്കളത്തിലുള്ളതും നാളെ കയറ്റണം. എന്നാ സമാധാനമായി. എന്നിട്ടുവേണം ചെന്ന് ഉമ്മയെ കൂട്ടിക്കൊണ്ടരാൻ.”

“നേരാ മൂപ്പത്തി ഇബിടെ വന്നിട്ടിപ്പം നാളെത്രയായി.”

“ഉമ്മാക്ക് ഇവിടത്തെ തണുപ്പ് പിടിക്കൂലാ. ദൂരയാത്ര അധികം വേണ്ടാന്നാ ഡോക്ടറും പറയുന്നത്. എന്നാലും ഇടക്കൊന്ന് മാറി നിന്നില്ലെങ്കിൽ ഉമ്മാക്ക് ശരിയാവൂലാട്ടോ.”

“ഡാ ശൈത്താനേ. പച്ചക്കുരുമുളകിന്റെ കൂടെ ഉണങ്ങിയത് കലത്തല്ലേ.”

കളത്തിന്റെ തെക്കേ അറ്റത്തിരുന്ന് കുരുമുളക് ചാക്കിലാക്കുന്ന നഞ്ചയ്യനോട് റഷീദ് കയർത്തു.

ജീപ്പു വരുന്ന ഒച്ചകേട്ട് ഗേറ്റിലേക്കു നോക്കി. ഒന്നിച്ചു പഠിച്ച റഹ്മാനാണ്. റഹ്മാൻ ഇവിടത്തെ സർക്കിൾ ഇൻസ്പെക്ടറാണ്. അതൊരു വലിയ സഹായമാണ്. ഇന്നിനി ഒരു പണിയും നടക്കില്ലെന്നു മാത്രം. ഇടയ്ക്കിടെ വന്ന് സൊറപറഞ്ഞിരിക്കുക അവന്റെ പതിവാണ്.

“തിരക്കിലാണോ? ഞാനിന്ന് ഓഫ് ഡ്യൂട്ടിയാണ്. അതുകൊണ്ട് ഒന്ന് കൂടിക്കളയാമെന്നു കരുതി. രാവിലെ മുതൽ തോക്കുമേന്തി നടക്കുന്നു. ഒരുശിരൻ മുയലിനെ കിട്ടി. കുറച്ച് കൊറ്റികളുമുണ്ട്. നഫീസയുടെ കൈപ്പുണ്യമാലോചിച്ചപ്പോൾ നാവിൽ വെള്ളം. പിന്നെ ഇരുത്തം കൊണ്ടില്ല. നേരെയിങ്ങു പോന്നു.”

“അതിനെന്താ? സന്തോഷമുള്ള കാര്യമല്ലേ. കയറി ഇരിക്ക്. കൂലിക്കാരെയൊന്നു പറഞ്ഞയച്ചിട്ട് ഞാനും കൂടാം. ആരാ അവിടെ? ഇതൊന്നെടുത്ത് അകത്തേക്ക് കൊടുക്ക്.”

“തെരക്ക് കൂട്ടണ്ടാ. പണി കഴിഞ്ഞിട്ട് വന്നാ മതി.” റഹ്മാൻ അകത്തേക്കു കയറുമ്പോൾ പറഞ്ഞു.

പന്ത്രണ്ട്

ബീപാത്തുഹജ്ജുമ്മ കുളിയും ചായകുടിയും കഴിഞ്ഞ് ഉമ്മറത്തിരുന്ന് *ഖുറ്ആൻ* ഓതുകയായിരുന്നു. രണ്ടുപുറം ഓതുമ്പോഴേക്ക് നേരം ഉച്ചയാകും... ഇരുന്നപ്പോഴേ അവർ വിചാരിച്ചതാണ്. ക്ലോക്കിൽ മണി പന്ത്രണ്ട് മുട്ടുന്നത് കേട്ടു. അപ്പോഴേക്ക് പോർച്ചിൽ ഒരു കാറു വന്നു നിന്നു. സൂക്ഷിച്ചു നോക്കിയിട്ടും കാറിൽ നിന്നിറങ്ങിയവരെ അവർക്കു പിടികിട്ടിയില്ല.

"സൈനു, ആരോ വന്നു." അവർ അകത്തേക്കുനോക്കി വിളിച്ചു പറഞ്ഞു.

"ഇത്താത്താ, ഇത് ഞാനാ, മൊയ്തു."

"അള്ളാണെ മോനേ. എനക്ക് തിരിഞ്ഞില്ല. ദൂരെക്കായ്ച തീരെ ഇല്ല. ഇന്റെ കൂറ്റ് കേട്ടപ്പളാ ആളെത്തിരിഞ്ഞത്. നീ എപ്പളാ ബന്നത്?"

"ഇന്നലെ രാത്രി വണ്ടിക്കാ എറണാകുളത്ത്ന്ന് എത്തിയത്. ഇക്കാക്കാന്റാടെ കൂടി രാത്രി. ഇക്കൊല്ലം ഹജ്ജിനു പോകുന്നുണ്ട്. ടിക്കറ്റ് ശരിയായിട്ട് രണ്ടീസായതേ ഉള്ളൂ. അടുത്താഴ്ച പോണം."

"നീ ഒറ്റക്കാ?"

"അല്ല. കുഞ്ഞിബ്ബിയുണ്ട്. നിങ്ങളെ കണ്ട് വിവരം പറയാൻ വന്നതാ. കാണാനുള്ളോരെയൊക്കെ കണ്ടിട്ട് ഇന്നന്നെ മടങ്ങണം."

"ബേണ്ടിയത് തന്നെ മോനേ. ഹജ്ജിന് പോണേന്റെ മുന്നം എല്ലാരേം കണ്ട് തെറ്റുകുറ്റങ്ങളേറ്റു പറഞ്ഞ് പൊരുത്തപ്പെടീക്കണം. നീ എത്തര നാളുകൂടിറ്റ് ബന്നതാ. ചോറ് ബെയിക്കാണ്ടെ ബിടൂലാ. നീ എന്താ കുഞ്ഞിബ്ബീ വന്ന കാലുമ്മല് നിന്നുകളഞ്ഞത്? ഇരിമോളെ. സൈനു. മൊയ്തുക്കാക്കായാ ബന്നത്. ഓനിക്ക് ചായ കൊടുക്ക്. നല്ല കടുപ്പം മേണട്ടോ. ഓനിക്ക് പണ്ടേ ചായക്ക് നല്ല കടുപ്പം മേണം."

“നിങ്ങള് പഴേതൊന്നും മറന്നിട്ടില്ല. അല്ലേ? സൈനൂന്റെ ചായ ഉശിരനാ. എനക്ക് പണ്ടും ഇഷ്ടാ ഓളെ ചായ. നീ വല്ലാതെ മെലിഞ്ഞുപോയല്ലോ. പുതിയാപ്ല നാട്ടിലില്ലേ?”

“ണ്ട്. കോടതീപ്പോയതാ. ഇരിക്കീ ഇരിക്കമ്മായി.”

സൈനു ഡ്രോയിങ് റൂമിലെ ഫാൻ ഓൺചെയ്ത് അകത്തേക്കു നടക്കുമ്പോൾ പറഞ്ഞു.

“ഇന്ന് ചോറു തിന്നാതെ വിടൂലാട്ടോ.” ചായയുമായി എത്തിയ സൈനു പറഞ്ഞു.

“ഞമ്മക്ക് ഒരുപാട് സ്ഥലത്ത് പോകാനുണ്ട് മോളേ. ചോറ് തിന്നാൻ പിന്നൊരിക്കൽ വരാം.”

“അതൊന്നും പറഞ്ഞാൽ പറ്റൂലാ. ഇന്ന് ചോറ് ഇവിടന്നാ.”

“അതാ മോനേ നല്ലത്. നിന്നെ ഒന്ന് നല്ലോണം കണ്ടിട്ട് നാളെത്രയായി.” ഹജ്ജുമ്മകൂടി നിർബ്ബന്ധിച്ചപ്പോൾ മൊയ്തു വഴങ്ങി.

“എന്നാ ഒരു കാര്യം ചെയ്യ്. ആ ചോറും കൂട്ടാനും വിളമ്പിക്കോ. വേഗം പോണം.”

“ഇതാ ഇപ്പോത്തരാം.” ഉത്സാഹത്തോടെ അടുക്കളയിലേക്കു നടക്കുമ്പോൾ സൈനു പറഞ്ഞു:

ആങ്ങളയും പെങ്ങളും പഴംപുരാണം പറഞ്ഞിരിക്കുന്നതിനിടയിൽ സൈനു നെയ്ച്ചോറും കോഴി വറുത്തരച്ചതും മൊയ്തുക്കാക്കയ്ക്ക് ഇഷ്ടമുള്ള മാങ്ങാച്ചമ്മന്തിയുമൊക്കെ റെഡിയാക്കി.

“ചോറ് ശരിയായി. വിളമ്പട്ടെ?” സൈനു വന്നു ചോദിച്ചപ്പോഴാണ് മൊയ്തു വാച്ചിൽ നോക്കിയത്.

“റബ്ബേ, മണി രണ്ടായി. വേഗം ചോറെടുത്തോ മോളേ. പുതിയാപ്ലാ വരൂലേ?’

“അവരെക്കാത്താൽ ശരിയാവൂലാ. എത്തുമ്പോ മൂന്നരയാകും.” ചോറ് തിന്ന് അവരിറങ്ങിയപ്പോൾ ബീപാത്തുഹജ്ജുമ്മ കട്ടിലിൽ ചെന്നു കിടന്നു. ഉമ്മ മരിച്ചതിനുശേഷം മൊയ്തുവിനെ വളർത്തിയത് അവരാണ്. ചെറുപ്പത്തിലേ ഒരു പതിഞ്ഞമട്ടുകാരൻ. ഉമ്മയില്ലാത്തതുകാരണം ഏറെ ലാളിച്ചാണ് വളർത്തിയത്. വാശി കുറച്ചു കൂടുതലായിരുന്നു. എന്തിനും ഇത്താത്ത വേണം. ഇപ്പോഴും അങ്ങനെ തന്നെ. ഇത്താത്തയുടെ വാക്ക് തട്ടില്ല. അതുകൊണ്ടാണല്ലോ സമയമില്ലാഞ്ഞിട്ടും ഊണിനു നിന്നത്. നാട്ടിൽ വന്നാൽ ഇവിടെ വരാതെ പോകില്ല. “ഞാനും എന്റെ ഓളും തട്ടാനും.” എന്ന മട്ടിലാണ് ജീവിതമെന്നുമാത്രം. ആരുടെയും ഗുണത്തിനുമില്ല. ദോഷത്തിനുമില്ല.രണ്ടു പെൺമക്കളുള്ളതിനെ വിവാഹം കഴിച്ചുകൊടുത്തു. മകന് ജോലിയുമായി. മകന്റെ കല്യാണവും കഴിഞ്ഞു. എല്ലാ ഭാരങ്ങളും തീർത്തിട്ടാണ് ഹജ്ജിന് പുറപ്പെട്ടിരിക്കുന്നത്. അതു തന്നെയാണ് വേണ്ടതും.

“ഞാൻ വലുതായി പണി കിട്ടിയാൽ പിന്നെ ഇത്താത്താന്റെ കഷ്ടപ്പാടെല്ലാം തീരും.” പണ്ടത്തെ പങ്കപ്പാടുകൾ കാണുമ്പോൾ അവൻ പറ

യുമായിരുന്നു. പറഞ്ഞതുമിച്ചം. കല്യാണം കഴിക്കുന്നതുവരെ എല്ലാ പെരുന്നാളിനും കുട്ടികൾക്ക് തുണി എടുത്തുകൊടുക്കുമായിരുന്നു. എറ ണാകുളത്ത് താമസമായതിൽപ്പിന്നെ വല്ലപ്പോഴുമാണ് കാണുന്നത്. എന്നാലും വന്നുകാണുന്നുണ്ടല്ലോ. അതുതന്നെ സമാധാനം. എവിടെയായാലും വേണ്ടില്ല. നല്ല രീതിയിൽ കഴിയുന്നുണ്ടെന്നു കേട്ടാൽ മതി.

മൊയ്തു പ്ലെയിനിലാണ് ഹജ്ജിനു പോകുന്നത്. അതുകൊണ്ടു തന്നെ വലിയ പ്രയാസമൊന്നും ഉണ്ടാവില്ല. ഒരു മാസം കൊണ്ട് എല്ലാം കഴിഞ്ഞ് തിരിച്ചെത്താം. കപ്പലിൽ തേർഡ് ക്ലാസിൽ കയറിയാണ് താൻ പോയത്. ഉമ്മയേയും കൂട്ടി പ്ലെയിനിൽ ഹജ്ജിനു പോകണമെന്ന് കരീ മിന് ഏറെ ആശയുണ്ടായിരുന്നു. ശാഹിദ അറിഞ്ഞപ്പോൾ മുടക്കി. ആ സാരമില്ല. ഹജ്ജിനുപോകുമ്പോൾ കുറച്ച് കഷ്ടപ്പെട്ടതുകൊണ്ട് ഗുണമ ല്ലാതെ ദോഷമാവില്ല. ആയിഷയുടെയും പുതിയാപ്ലയുടെയും കൂടെയാണ് ഹജ്ജിനു പോയത്. ഫസ്റ്റ് ക്ലാസിൽ അയക്കണമെന്നായിരുന്നു ആൺമ ക്കളുടെ മോഹം. ആയിഷയും പുതിയാപ്ലയും തേർഡ് ക്ലാസിലേ ഉള്ളൂ എന്നു ശഠിച്ചു. സുഖിക്കാനല്ലല്ലോ പോകുന്നത്. കഷ്ടപ്പാടുകൾ സഹി ക്കാമെന്നുതന്നെ കരുതി. രണ്ടുകൊല്ലം കഴിഞ്ഞ് ഒന്നിച്ചുപോകാമെന്ന് റഷീദ് പറഞ്ഞതാണ്. എസ്റ്റേറ്റു വാങ്ങിയതുകാരണം അവൻ കുറച്ചു വിഷമത്തിലായിരുന്നു. ആരോഗ്യമുള്ളകാലത്തുവേണം ഹജ്ജിനു പോകാൻ. ഒരുപാട് ചടങ്ങുകൾ അനുഷ്ഠിക്കാനുള്ളതാണ്. വല്ല അസു ഖവും വന്നുകിടപ്പിലായാൽ യാത്ര വെറുതെയായി. പറമ്പുവിറ്റാണ് സൈനുവിന്റെ കല്യാണം നടത്തിയത്. എല്ലാം കഴിഞ്ഞപ്പോൾ കുറച്ചു പണം മിച്ചം വന്നു. അവരവർക്ക് ആവുന്നതുപോലെ സഹായിക്കാൻ മക്കൾ തയ്യാറായി മുന്നോട്ടുവന്നു. സ്വന്തം പണംകൊണ്ടുതന്നെ ഹജ്ജു ചെയ്യണമെന്നുണ്ടായിരുന്നു. പടച്ചവന്റെ അനുഗ്രഹംകൊണ്ട് അത് സാധി ക്കുകയും ചെയ്തു. കപ്പലിലായതുകൊണ്ട് മൂന്നു മാസത്തോളം അവി ടെതാമസിച്ച് എല്ലാം സാവകാശം ചെയ്യാനും സാധിച്ചു. കപ്പൽയാത്ര നരകംതന്നെ ആയിരുന്നു, മൂന്നുനിലയുള്ള കപ്പൽ. മൂന്നാം നിലയിൽ ബാൽക്കണി. സീറ്റ് തീവണ്ടിയിലേതുപോലെതന്നെ. കപ്പലിലുള്ളവർ മുഴു വൻ ഹജ്ജുയാത്രക്കാരാണ്. പലനാട്ടുകാർ. പല ഭാഷക്കാർ. അധികവും വൃത്തിയും വെടിപ്പുമില്ലാത്തവർ. ബംഗാളികളും പട്ടാണികളുമൊക്കെയുണ്ട്. കുളിമുറിയൊക്കെ വൃത്തികേടാക്കിയിടും. സ്ത്രീകൾക്കും പുരുഷ ന്മാർക്കും വെവ്വേറെയായി പത്തിരുപത് കുളിമുറികളുണ്ട്. എങ്കിലും രാവിലെ മണിക്കൂറുകളോളം കാത്തുനിന്നാലെ കുളിമുറി ഒഴിഞ്ഞുകിട്ടൂ. കുളിമുറിക്ക് പുറത്ത് കമ്പിയഴിയിട്ട വരാന്ത. അവിടെ നിന്നാൽ ഇരമ്പി മറിയുന്ന കടൽ കാണാം. കുളിമുറിയിൽ തിരക്കായതുകൊണ്ട് അധി കവും വരാന്തയിലിരുന്നാണ് പല്ലു തേക്കുക. അങ്ങോട്ടു പോകുമ്പോൾ കപ്പൽ കോളിൽപ്പെട്ടു. കപ്പലിനേക്കാൾ ഉയരത്തിൽ ആഞ്ഞടിക്കുന്ന തിര മാലകൾ പേടിപ്പെടുത്തി. കുളിമുറിയിൽ പോകാൻതന്നെ ഭയമായിത്തു ടങ്ങി. കപ്പൽ ചരിയുന്നതുപോലെ തോന്നും. പിടിയൊന്നു വിട്ടാൽ അല

റുന്ന കടലിൽ. പലരും കടൽച്ചൊരുക്കു പിടിച്ച് കിടപ്പിലായി. ആരോഗ്യ മുള്ള കാലമായതുകൊണ്ട് എല്ലാറ്റിനോടും മല്ലിട്ട് നില്ക്കാൻ കഴിഞ്ഞു. കപ്പലിലെ ഭക്ഷണം മഹാമോശം. തേർഡുക്ലാസുകാർക്ക് പരിപ്പും ചോ റുമാണ് ഉച്ചയ്ക്ക്. രാവിലെയാകട്ടെ രണ്ടുകഷണം റൊട്ടിയും. രാത്രിയിൽ കിട്ടുന്ന തന്തൂരിച്ചപ്പാത്തിയാകട്ടെ റബ്ബറുപോലെ. പച്ചക്കറികൂട്ടാൻ വെള്ളം പോലെ. ഒരു രുചിയുമില്ല. വായിലിട്ടാൽ ഓക്കാനം വരും. ബോംബെ യിൽനിന്ന് കപ്പൽകയറാൻ നേരം കരീം വലിയൊരു കാർബോർഡ് പെട്ടി ഏല്പിച്ചിരുന്നു. ബോംബെവരെ അവനും കൂടെ ഉണ്ടായിരുന്നു. പെട്ടി നിറയെ തീറ്റസാധനങ്ങളായിരുന്നു. ആപ്പിൾ, മുന്തിരി, ബിസ്കറ്റ്, അങ്ങനെ പലതും. പൊടിയരി, അവൽ തുടങ്ങി പല സാധനങ്ങളും നാട്ടിൽനിന്നു തന്നെ കരുതിയിരുന്നു. കപ്പലിലായതുകൊണ്ട് ഇഷ്ടംപോലെ സാധന ങ്ങളെടുക്കാം. പൊടിയരി അടുക്കളയിൽ കൊടുത്താൽ കഞ്ഞിവച്ചുത രും. അടുക്കളക്കാരന് ഇടയ്ക്കെന്തെങ്കിലും കൈമടക്കിയാൽ മതി. അതൊക്കെ ഉള്ളതുകൊണ്ടാണ് പട്ടിണി കിടക്കാതെ ഒത്തത്. അങ്ങോ ട്ടുപോകുമ്പോൾ ഹജ്ജിനെക്കുറിച്ചല്ലാതെ മറ്റൊരു ചിന്തയുമില്ലായിരുന്നു. റൗളാശരീഫി (നബിയുടെ ഖബർസ്ഥാനം) ലെത്താനുള്ള തിടുക്കമായി രുന്നു മനസ്സു നിറയെ. വിശപ്പും ദാഹവുമൊന്നും മനസ്സിനെ തരിമ്പും അലട്ടിയില്ല. സദാസമയം അല്ലാഹു അക്ബർ എന്ന തക്ബീർധ്വനി മുങ്ങി ക്കേൾക്കാം. അത്യാവശ്യത്തിനുമാത്രം സംസാരം. ഭക്തിനിർഭരമായ അന്തരീക്ഷം. അള്ളാഹുവിനെ മാത്രം ഓർത്തുകൊണ്ട് നിസ്കാരവും ഓത്തുമായി കഴിയുന്ന ജനക്കൂട്ടം. അറിവും വിവരവുമുള്ള മുസ്ലിയാക്ക ന്മാരും തങ്ങന്മാരും ഏറെയുണ്ടാകും കൂട്ടത്തിൽ. സമയം കിട്ടുമ്പോൾ അവർ ഹജ്ജിനെക്കുറിച്ചും അതിന്റെ അനുഷ്ഠാനങ്ങളെക്കുറിച്ചും വിശ ദമായി പറഞ്ഞുതരും. സദാസമയം അന്യപുരുഷന്മാരുടെ ഇടയിൽ കഴി ച്ചുകൂട്ടുക ആദ്യമൊക്കെ വിഷമമായിരുന്നു. വീട്ടിലും പുറത്തും അത് ശീലിച്ചിട്ടില്ല. പർദ്ദയിട്ടാണ് ഇരിപ്പ്. എന്നാലും അസ്വസ്ഥത. മരം കൊണ്ടുള്ള സീറ്റിൽ കിടക്കവിരിച്ചാണ് രാത്രി കിടപ്പ്. രാവിലെ കിടക്ക തെറുത്തുവയ്ക്കും. താഴത്തെ സീറ്റിൽ താനും ആയിഷയും. രണ്ടാമ ത്തേതിൽ പുതിയാപ്ല. ബാക്കിയുള്ളതിൽ വടകരക്കാരായ മൂന്നുപേർ. നാട്ടിൽവച്ച് പുതിയാപ്ലയുടെ മുന്നിൽപ്പോലും ഇരിക്കുന്ന പതിവില്ല. പർദ്ദ യ്ക്കുള്ളിൽ വീർപ്പുമുട്ടി. പത്തുദിവസം ശരിക്കും വിഷമിച്ചു.

കപ്പലിന്റെ മൂന്നാംനിലയിൽ നിന്നാൽ കാണാത്ത അതിശയങ്ങളില്ല. ആഞ്ഞടിക്കുന്ന തിരമാലകൾക്കിടയിൽ മാനത്തോളം ഉയരത്തിൽ പുള ഞ്ഞുചാടുന്ന മീനുകൾ. വൈകുന്നേരങ്ങളിലാണ് മൂന്നാം നിലയിലെ ത്തുക. അവിടെച്ചെന്നാൽ നേരം പോകുന്നതറിയില്ല. കേരളത്തിന്റെ നാനാ ഭാഗത്തും നിന്നെത്തുന്നവരെ പരിചയപ്പെടുന്നതും അവിടെവച്ചാണ്. കാസർകോഡ് മുതൽ കന്യാകുമാരിവരെയുള്ള വിവിധ സ്ഥലങ്ങളിൽ നിന്നെത്തുന്നവർ ഒന്നിച്ചു കൂടുമ്പോൾ നാട്ടിലെത്തിയതുപോലെ നാട്ടിൽനിന്നു കൊണ്ടുവരുന്ന ഭക്ഷണസാധനങ്ങൾ അന്യോന്യം

കൈമാറും. സന്ധ്യമയങ്ങുന്നതോടെ കോടാനുകോടി നക്ഷത്രങ്ങൾ ഉദിച്ചു പൊന്തുന്നതു പോലെ കപ്പലിലെ വിളക്കുകൾ മിന്നിത്തുടങ്ങുന്നു. കടലിൽ ചിലപ്പോൾ വേറെയും കപ്പലുകൾ കാണും. പലനിറത്തിലുള്ള വിളക്കുകൾ മിന്നിത്തിളങ്ങുന്ന കപ്പലുകൾ ദൂരെ നിന്നുകാണാൻ നല്ല ചേലാണ്. അതിലൊന്നും അധികം മയങ്ങി നില്ക്കാൻ തോന്നാറില്ല. മക്കയിലെത്താനുള്ള തിടുക്കമായിരിക്കും എല്ലാവർക്കും. ബുദ്ധിമുട്ടൊന്നും കൂടാതെ ഹജ്ജുകർമ്മം നിറവേറ്റാൻ കഴിയണമെന്ന പ്രാർത്ഥനമാത്രമേ അവരുടെ മനസ്സിൽ കാണൂ.

ജിദ്ദയിലെത്തുന്നതിന്റെ തലേദിവസം കപ്പൽ നടുക്കടലിൽ ഇരുമ്പിടുന്നു. കപ്പലിലെ ഹജ്ജുയാത്രക്കാർക്ക് കുളിച്ച് വൃത്തിയായി ഹജ്ജുവേഷം ധരിക്കാൻവേണ്ടിയാണ് കപ്പൽ നിർത്തുന്നത്. അന്ന് എല്ലാവരും നഖംവെട്ടി താടിവടിച്ച്, കുളിച്ച് മനസ്സും ശരീരും ഒരുപോലെ ശുദ്ധമാക്കി വെള്ള വസ്ത്രം ധരിക്കുന്നു. ഈ ചടങ്ങാണ് ഇഹ്റാംകെട്ടൽ. അന്നേ ദിവസം പ്രത്യേക പ്രാർത്ഥനകളും ഉണ്ടായിരിക്കും.

സ്ത്രീകൾ ദേഹം മുഴുവൻ മറയുന്ന വെള്ളവസ്ത്രം ധരിക്കണം. മുൻകൈയും മുഖവും മാത്രമേ പുറത്തുകാണുകയുള്ളൂ. ഒരു തലനാരിഴ പോലും പുറത്ത് കാണുന്നത് ശിക്ഷാർഹമാണ്. ആണുങ്ങൾ ഇഹ്റാം കെട്ടിയാൽ ഷർട്ടുപോലുള്ള തുന്നിയ വസ്ത്രങ്ങൾ ഇടരുത്. ഒരു വെളുത്ത മുണ്ട് ഉടുക്കും. ഒന്ന് തോളത്തും. ഹജ്ജിനു എത്തിച്ചേരുന്ന ലക്ഷക്കണക്കിനു പുരഷന്മാരുടെവേഷം ഇതാണ്. അള്ളാഹുവിന് ധനികനെന്നോ ദരിദ്രനെന്നോ വ്യത്യാസമില്ലെന്നാണ് ഇതു കാണിക്കുന്നത്. ഹജ്ജിനെത്തിച്ചേരുന്ന മക്കരാജാവിന്റെ വേഷവും ഇതുതന്നെ. സ്ത്രീകളും പുരുഷന്മാരും ഒത്തുചേർന്ന് അള്ളാഹുവിന്റെ തിരുനാമങ്ങൾ ഉറക്കെ ചൊല്ലിക്കൊണ്ടാണ് ജിദ്ദയിൽ കപ്പലിറങ്ങുക.

കപ്പലിറങ്ങിയാൽ കസ്റ്റംസ് പരിശോധന കഴിഞ്ഞാലേ മക്കയിലേക്കു പുറപ്പെടാനാവൂ. ഓരോരുത്തരുടെയും "മുത്തവഫുകൾ" (തീർത്ഥാടക സഹായി) ജിദ്ദയിലെ മുസാഫിർഖാനിലെ കാത്തുനില്പുണ്ടാവും. പിന്നീട് എല്ലാറ്റിനും സഹായികളായി അവരുടെ ആൾക്കാരുമുണ്ടായിരിക്കും. മക്കയിലേക്കുള്ള യാത്രയ്ക്ക് ബസ് ഏർപ്പാടാക്കുന്നതും അവർതന്നെ. മക്കയിലെത്തുന്നതും അവരുടെ വകയായി ഊണുണ്ട്. അതുകഴിഞ്ഞാൽ ത്വവാഫിന് പുറപ്പെടണം. കഅബ വലംവെക്കുന്ന ചടങ്ങാണ് ത്വവാഫ്. ത്വവാഫ് ചെയ്യുന്ന സമയത്ത് ഹജുറുൽ അസ്വാദ് എന്ന കറുത്തകല്ല് മുത്താൻ അവസരം കിട്ടുന്നത് തീർത്ഥാടകർ പുണ്യമായി കരുതിയിരുന്നു. ഏഴു പ്രാവശ്യം കഅബയെ വലംവയ്ക്കണം. അതുകഴിഞ്ഞാൽ രണ്ടു റക്കഅത്ത് നിസ്കാരം കഴിഞ്ഞ് തലയിൽനിന്ന് രണ്ടിഴ മുടിവെട്ടുന്നു. ഇത്രയും കഴിഞ്ഞാലേ ഇഹ്റാമിൽനിന്ന് മോചിതരാവൂ. ഇബ്രാഹിം നബിയുടെ കാലടയാളം ഒരു കണ്ണാടിപ്പെട്ടിയിൽ സൂക്ഷിച്ചിട്ടുണ്ട്. ഇതാണ് ഇബ്രാഹിം മഖാം. ഇവിടെ പ്രത്യേക പ്രാർത്ഥനകൾ അനുഷ്ഠിക്കുക പതിവാണ്. ഈ ചടങ്ങു പൂർത്തിയാക്കുന്നതോടെ ആണുങ്ങൾ താമസ

സ്ഥലം അന്വേഷിച്ച് പുറപ്പെടുകയായി. വീട് ശരിയാകുന്നതുവരെ മുതവഫിന്റെ വീട്ടിൽ താമസിക്കാം.

മക്കയിലെ കഅബദേവാലയമാണ് 'ഹറം.' ഹറമിനടുത്ത് തന്നെ ഭാഗ്യവശാൽ വീടുകിട്ടി. വീടെന്നു പറഞ്ഞാൽ ഒരു മുറി. അതിൽവരെയും രണ്ടുപേർ. അവർ കൊടിയത്തൂർക്കാരായിരുന്നു. അതിനോട് ചേർന്ന് കുളിമുറി. നിലത്ത് കിടക്കകൾ വിരിച്ച് അവനവന്റെ പെട്ടികൾ വച്ചു അതിരിടുന്നു. ഒരു ഭാഗത്ത് വെപ്പ്. മണ്ണെണ്ണ സ്റ്റൗ നാട്ടിൽനിന്നു പുറപ്പെടുമ്പോഴേ കൂടെ കരുതിയിരുന്നു. ഉച്ചയ്ക്കും രാത്രിയും ചോറുതന്നെ. കൈയിൽ കിട്ടുന്ന പച്ചക്കറികൾ അരിഞ്ഞിട്ട് മല്ലിയും മുളകും ചേർത്ത ഒരു കറി ഉണ്ടാക്കും. എന്നും അതുതന്നെ. ചോറ് പൊതുവെ ഇഷ്ടമുള്ള കൂട്ടത്തിലല്ല. എരിവും പുളിയുമില്ലാത്ത കൂട്ടാൻ കൂടി ആകുമ്പോൾ ഒരുവറ്റുപോലും ഇറങ്ങില്ല. അവില് വെള്ളത്തിലിട്ട് പഞ്ചസാരയും ചേർത്ത് രാവിലെ കഴിക്കും. രാത്രിയാകുമ്പോൾ വിശന്നു തളർന്നിരിക്കും. എന്നാലും ചോറു തിന്നാനാവില്ല. ആപ്പിളോ മുന്തിരിയോ ഒക്കെ തിന്നാണ് വിശപ്പടക്കുന്നത്.

തിന്നുംകുടിച്ചും മദിക്കാനല്ലല്ലോ മക്കയിലെത്തുന്നത്. അതുകൊണ്ട് ശരീരം തളർന്നാലും മനസ്സ് തളരില്ല. വീട് ഹറമിനടുത്തായതുകൊണ്ട് അഞ്ചുനേരവും അവിടെച്ചെന്നാണ് നിസ്കരിക്കുക. ബാക്കിസമയം കഅബയുടെ അടുത്തെവിടെയെങ്കിലുമിരുന്ന് നിസ്കാരവും പ്രാർത്ഥനയുമായി കഴിയും. അറിഞ്ഞും അറിയാതെയും ചെയ്ത എല്ലാ തെറ്റുകൾക്കും വേണ്ടി അള്ളാഹുവിനോടു മാപ്പിരക്കും. അവശ്യങ്ങൾ സാധിപ്പിച്ചുതരാൻ മനമുരുകി തേടും.

ഹജ്ജ് അടുക്കുന്തോറും തിക്കും തിരക്കും കൂടും. പിന്നെ പേടിയാണ്. തിരക്കിൽപ്പെട്ട് വല്ല അപകടവും സംഭവിച്ചാലോ? അസുഖം വന്നു കിടപ്പിലായാലോ? മനസ്സ് കലങ്ങും. ലക്ഷക്കണക്കിന് ആൾക്കാരുടെ ഇടയിലേക്കാണ് പോകേണ്ടത്. തിരക്കിൽപ്പെട്ട് നൂറുകണക്കിന് ആൾക്കാരാണ് ദിവസവും കൺമുന്നിൽ മരിച്ചുവീഴുന്നത്. ആയിഷ കൈയിലെ പിടുത്തം വിടില്ല. കൂട്ടം തെറ്റിപ്പോയാൽ അന്യോന്യം കാണാതെ ദിവസങ്ങളോളം കഴിയേണ്ടിവരും. ഒരിക്കൽ കൈവിട്ടുപോയതാണ്. അങ്ങോട്ടുമിങ്ങോട്ടും ഓടുന്നതുകണ്ട് ഒരു മലയാളി ചെറുപ്പക്കാരനാണ് സഹായിച്ചത്. മുതവഫിന്റെ പേരും താമസസ്ഥലവും എത്താനുള്ള അടയാളങ്ങളും പറഞ്ഞുകൊടുത്തു. അവൻ താമസസ്ഥലത്ത് എത്തിച്ചു. അപ്പോഴേക്ക് ഉമ്മയെ കാണാനില്ലെന്നു പറഞ്ഞ് ആയിഷ ബഹളം തുടങ്ങിയിരുന്നു. അതിനടുത്തെവിടെയോ അന്ന് തീപിടുത്തമുണ്ടായത്രേ. ഉമ്മ അതിൽപ്പെട്ടുപോയോ എന്നും പറഞ്ഞായിരുന്നത്രെ നിലവിളി. അതിനുശേഷം കൈ മുറുകെ പിടിച്ചുകൊണ്ടാണ് നടപ്പ്.

"നിങ്ങളെ ആങ്കുട്ട്യോളോട് ഉത്തരം പറയാൻ ഞാനാളല്ല. പുറപ്പെടുന്ന സമയത്ത് പയ്യ്കരയുംപോലെയല്ലേ ഓരോരുത്തര് നെലവിളിച്ചത്. എന്തെങ്കിലും പറ്റിയാൽ ഞമ്മള് നോക്കീലാന്നേ ഓര് പറയൂ" പുതിയാ

പ്ലയുടെ വക താക്കീത്.

"പടച്ചവന്റെ കൃപകൊണ്ട് ഒന്നും പറ്റീലാല്ലോ."

എന്നുമാത്രം പറഞ്ഞു താമസം മൂന്നാം നിലയിൽ. പത്തിരുപത് പടിയെങ്കിലും കയറണം. മുകളിലെത്താൻ. എന്നാലും അഞ്ചുനേരവും ഹറമിലെത്തും. പടികൾ കയറിയിറങ്ങാൻ ഒരു ബുദ്ധിമുട്ടും തോന്നിയില്ല. ഇപ്പോൾ ഇവിടത്തെ മാളികയിൽപ്പോലും കയറാറില്ല. വർഷം പത്തു പതിനഞ്ചു കഴിഞ്ഞു എന്നകാര്യം മറക്കുന്നില്ല. എന്നാലും അന്ന് പ്രായത്തേക്കാൾ കവിഞ്ഞ ആരോഗ്യമുണ്ടായിരുന്നു. ഉമ്മയെ പ്ലെയിനിൽ കയറ്റി ഒരിക്കൽക്കൂടി ഹജ്ജിനു കൊണ്ടുപോകണമെന്നും പറഞ്ഞ് റഷീദ് നടക്കുന്നുണ്ട്. പ്ലെയിനിൽ കയറി അവിടെ എത്തിയാൽ പോരല്ലോ അവിടത്തെ തിക്കിലുംതിരക്കിലും ചെന്ന് ഹജ്ജുകർമ്മങ്ങൾ നിറവേറ്റണ്ടേ? അതിനുള്ള ആരോഗ്യമില്ല. മോഹവുമില്ല.

ഹജ്ജു കഴിയുന്നതുവരെ നാടിനെക്കുറിച്ചുള്ള ചിന്തയേ ഇല്ലായിരുന്നു. ബുദ്ധിമുട്ടുകൾ ഏറെയുണ്ടായിട്ടും മനസ്സ് മടുത്തതുമില്ല. രാവിലെ രണ്ടു മണിക്കൂറാണ് വെള്ളംകിട്ടുക.ച ഒരു കുളിമുറി കൊണ്ട് എല്ലാവരുടെയും കാര്യങ്ങൾ നടത്തണം. അടുക്കളപ്പണികൾ ആയിഷ ചെയ്തോളും. എന്നാലും എന്തെങ്കിലുമൊക്കെ സഹായിച്ചുകൊടുക്കും. ബാക്കിനേരം മുഴുവൻ പ്രാർത്ഥനതന്നെ. വിശപ്പും ദാഹവുമൊന്നും അപ്പോൾ അറിയാറില്ല.

ദുർഹജ്ജ് എട്ടിനാണ് ഹജ്ജുൽ ഉംറ. മക്കയിൽനിന്ന് ഉംറ എടുത്തതിനുശേഷം മദീനയിലേക്ക് പുറപ്പെടുന്നു. ഒമ്പതാം രാവിലാണ് അറഫയിലേക്കുള്ള യാത്ര. അറഫ വിശാലമായ മരുഭൂമിയാണ്. പാറപ്പുറത്ത് തമ്പു കെട്ടിയാണ് താമസം. അറഫയിൽവച്ചും രാവും പകലും പ്രാർത്ഥനതന്നെ അവിടെവച്ച് പ്രത്യേകം കർമ്മങ്ങൾ നടത്താനുണ്ട്. പ്രത്യേകപ്രാർത്ഥനയുമുണ്ട്. അറഫയിൽ വച്ചുചെയ്യുന്ന പുണ്യകർമ്മങ്ങൾക്ക് പ്രത്യേകം പ്രതിഫലമുണ്ട്. പാപങ്ങൾ തീർച്ചയായും പൊറുക്കപ്പെടും. അവിടെ ചെയ്യാനുള്ള കർമ്മങ്ങളെല്ലാം അനുഷ്ഠിച്ച് അസ്തമയത്തോടെ മുസ്തലിഫയിലേക്കു പുറപ്പെടുന്നു. മുസ്തലിഫയിലെത്തുന്നതും അള്ളാഹുവിനെ സ്തുതിച്ചു രണ്ടു റക്കഅത്ത് നിസ്കാരം. അതു കഴിഞ്ഞേ മറ്റു ചടങ്ങുകളുള്ളൂ. അവിടെ ഒരു ദിവസം താമസിക്കണം. അവിടെ നിന്നു പെറുക്കിയ കല്ലുകളുമായാണ് പിറ്റേദിവസം മിനായിലേക്കു പുറപ്പെടുന്നത്. അവിടെയാണ് കല്ലേറ് ഒരു തൂണിനു നേരെയാണ് കല്ലെറിയേണ്ടത്. ചെകുത്താനെയാണ് കല്ലെറിയുന്നതെന്നാണ് വിശ്വാസം. തൂണിനു ചുറ്റും കെട്ടിയ കിടങ്ങിനകത്താണ് കല്ലുകൾ ചെന്നുവീഴേണ്ടത്. അങ്ങനെ മൂന്നു സ്ഥലങ്ങളിലായി ഏഴു തവണ കല്ലെറിയണം.

മൂന്നാം ദിവസം മക്കയിൽ തിരിച്ചെത്തുന്നു. അവിടെവച്ച് ബലി നടത്തുക നിർബ്ബന്ധമാണ് ആട് കാള, ഒട്ടകം. അവനവന്റെ കഴിവിനും ഇച്ഛയ്ക്കുമനുസരിച്ച് ഏതു മൃഗത്തിനെയും ബലി കഴിക്കാം. അതുകഴിഞ്ഞ് വീണ്ടും കഅബയെ വലംവെയ്ക്കൽ. സഫാ മർവാ മലകൾക്കിടയിൽ

അങ്ങോട്ടുമിങ്ങോട്ടും ഏഴു തവണ നടത്തം. പ്രത്യേകം പ്രാർത്ഥനകളും നിസ്കാരവും ഇതെല്ലാം മുറപോലെ കഴിഞ്ഞാലേ ഹജ്ജ് പൂർത്തിയാവുകയുള്ളൂ. എല്ലാം മുറ തെറ്റിക്കാതെ ചെയ്യാൻ കഴിഞ്ഞതുതന്നെ വലിയ അനുഗ്രഹം.

അവിടെ വച്ചുള്ള പ്രാർത്ഥനകൾ പടച്ചവൻ തള്ളിക്കളയില്ല. ഹജ്ജു കഴിയുന്നതോടെ അതുവരെ അറിഞ്ഞും അറിയാതെയും ചെയ്ത പാപങ്ങളെല്ലാം പെറുക്കപ്പെട്ട് പിറന്നുവീണ കുഞ്ഞിനെപ്പോലെ പരിശുദ്ധരായിത്തീരും എന്നാണ് പറഞ്ഞിട്ടുള്ളത് ഹജ്ജു കഴിഞ്ഞാണ് റൗള കാണാൻ മദീനയിലേക്കു പോയത്. അതുകൊണ്ട് തിരക്കു കുറവായിരുന്നു. നബിയുടെ ഖബറിടം സന്ദർശിക്കാൻ അവസരം തന്നതിന് മനസ്സറിഞ്ഞു പടച്ചവനെ സ്തുതിച്ചു. റൗളാ ശരീഫിൽ നിന്നു പ്രാർത്ഥിച്ചാൽ അവന്റെ സകലപാപങ്ങളും അള്ളാഹു പൊറുത്തുകൊടുക്കും. മദീനയിൽ വേറെയും ഒരുപാട് പള്ളികളുണ്ട്. അവിടെയെല്ലാം പോകാനും പ്രാർത്ഥിക്കാനും അവസരം കിട്ടി. എവിടെച്ചെന്നാലും ഒരേയൊരു പ്രാർത്ഥനമാത്രം:

"പാപം പൊറുത്തുതരണേ, നരകത്തീയിൽനിന്നു കരകയറ്റണേ."
മദീനയിൽനിന്ന് തിരിച്ചെത്തിയതിന്റെ പിറ്റേന്ന് ജിദ്ദയിലേക്കു തിരിച്ചു. അതിന്റെ പിറ്റേന്നായിരുന്നു മടക്കക്കപ്പൽ. പള്ളിയിൽ പോകും വഴിയിൽ ഇരുപുറവും കടകളാണ്. മക്കൾക്കും പേരക്കുട്ടികൾക്കും കൊടുക്കാനായി പലതും വാങ്ങിയിരുന്നു. നിശ്ചിത തുക കൊണ്ടുപോകാനേ അനുവാദമുള്ളൂ. അതുകൊണ്ട് അവിടെ കഴിഞ്ഞുകൂടാൻ തന്നെ ബുദ്ധിമുട്ടാണ്. നാട്ടിലെത്തിയാൽ തിരിച്ചയക്കണമെന്നുള്ള വ്യവസ്ഥയിൽ പണം കടം തരാൻ ഹാജിമാരും തയ്യാറുണ്ടായിരുന്നു. അതുകൊണ്ടാണ് സാധനങ്ങൾ വാങ്ങാൻ കഴിഞ്ഞത്. നാട്ടിലെത്തിയതും അണപൈ തീർത്ത് അവരുടെ വീടുകളിൽ എത്തിച്ചുകൊടുത്തു.

മടക്കയാത്രയ്ക്ക് കപ്പലിൽ കയറിയതോടെ മനസ്സുമുഴുവൻ നാട്ടിൽത്തന്നെ. അപ്പോഴേക്കും ആരോഗ്യവും നന്നേ ക്ഷയിച്ചിരുന്നു. ഹജ്ജുചെയ്യുക എന്നത് ശാരീരികമായും മാനസികമായും പ്രയാസമുള്ള പണിയാണ്. കപ്പലിലെത്തിയതോടെ ആകെ തളർന്നു. മക്കളെക്കുറിച്ചുള്ള ചിന്ത തളർച്ച ഏറ്റി. അങ്ങോട്ടുപോകുമ്പോഴുള്ള ഭക്തിയും ആരാധനയുമൊന്നും ഇങ്ങോട്ടു വരുമ്പോൾ ആർക്കുമില്ല. എല്ലാവരുടെ കൈയിലും പാട്ടുപെട്ടികൾ. ഉറക്കെയുള്ള പാട്ടുകൾ, അവനവൻ വാങ്ങിക്കൂട്ടിയ സാധനങ്ങളുടെ മെഹബുപറച്ചിൽ ഇതൊക്കെത്തന്നെയേ കേൾക്കാനുണ്ടായിരുന്നുള്ളൂ.

ബോംബെയിലെത്തി കസ്റ്റംസ് പരിശോധന കഴിഞ്ഞു പുറത്തെത്തിയതും റഷീദ് കാത്തുനില്ക്കുന്നു. അവനെ കണ്ടതും അണപൊട്ടി. ഓടിച്ചെന്നൊരു പിടുത്തമായിരുന്നു. അവൻ വല്ലാതെ അമ്പരന്നു. അവന്റെ കണ്ണുകളും നിറഞ്ഞു.

"എന്താ ഉമ്മാ? എന്തുപറ്റി? സുഖമില്ലേ?"

"ഒന്നൂല്ല മോനേ. ഏറെ നാളത്തെ ആശ നിറവേറ്റാൻ പടച്ചോൻ എത്തിച്ചു തന്നല്ലോ. തിരിച്ചെത്തി നിങ്ങളെയൊക്കെ കാണാൻ പറ്റൂന്ന് അവിടത്തെ തിരക്കു കണ്ടപ്പോൾ കരുതിയതല്ല."

അള്ളാഹുവിനോട് എങ്ങനെ നന്ദി പറയണമെന്നറിയാതെ വീർപ്പുമുട്ടി. പണ്ടൊക്കെ രണ്ടും കല്പിച്ചാണ് ഹജ്ജിനിറങ്ങുന്നത്. ആർക്കെങ്കിലും കടം കൊടുക്കാനുണ്ടെങ്കിൽ കൊടുത്തു തീർക്കും. കൊടുക്കാൻ കഴിഞ്ഞില്ലെങ്കിൽ അവരെച്ചെന്നുകണ്ട് മാപ്പു പറയും. സ്വന്തക്കാരെയും ബന്ധക്കാരെയും ചെന്നുകണ്ട് തെറ്റുകുറ്റങ്ങൾ ഏറ്റുപറഞ്ഞ് മാപ്പിരക്കും. സമ്മതം വാങ്ങും. സന്തുബന്ധുക്കൾ വിളിച്ചു സൽക്കരിക്കുകയും പതിവായിരുന്നു. ഇന്ന് എല്ലാ പതിവുകളും മാറിയിരിക്കുന്നു. പലരും ഹജ്ജിനുപോയി തിരിച്ചെത്തിയാലാണ് ബന്ധുക്കൾ വിവരമറിയുന്നത്. ഒരു മാസം തികയുന്നതിനുമുമ്പ് പോയവർ തിരിച്ചെത്തും. എല്ലാ കർമ്മങ്ങളും ഭക്തിയോടെ ചെയ്യുന്നവർ ചുരുക്കം. മാനം നേടാൻ വേണ്ടി മാത്രം ഹജ്ജിനു പോകുന്നവരും ധാരാളം. പണത്തിനു വറുതിയില്ലാത്തതുകൊണ്ട് ഹജ്ജിനു പുറപ്പെടുന്നവരുടെ എണ്ണവും കൂടിയിരിക്കുന്നു. അതോടെ അതിന്റെ പവിത്രത കുറഞ്ഞില്ലേ എന്നു തോന്നിപ്പോകാറുണ്ട്. അങ്ങനെയൊക്കെ ചിന്തിക്കുന്നതേ പാപം. കഴിവുള്ളവന് ഹജ്ജ് നിർബ്ബന്ധം. ഹജ്ജുകഴിഞ്ഞ് അവിശ്വാസിയായി നടക്കുന്നവർ പാപിയാകം.

മനസ്സുകൊണ്ടെങ്കിലും അന്യരെ ദുഷിച്ചതിന് അവർ പടച്ചവനോട് മാപ്പിരന്നു. തളത്തിലെ ക്ലോക്കിൽ മണി നാലടിക്കുന്നതു കേട്ടപ്പോൾ അവർ എഴുന്നേറ്റു. നാലുമണി മുട്ടിയാൽ സൈനു ചായയ്ക്ക് വെള്ളം വയ്ക്കും. വൈകുന്നേരത്തെ നിസ്കാരം പൂർത്തിയാകുന്നതിനുമുമ്പ് അവൾ ചായയുമായി എത്തുകയും ചെയ്യും. ഇവിടെ എല്ലാം മണിക്കണക്കാണെന്നു പറഞ്ഞ് ആങ്ങളമാർ വെറുതെയല്ല അവളെ പരിഹസിക്കുന്നത്.

പതിമൂന്ന്

രാത്രി പതിനൊന്നുമണി. വീട്ടിലെല്ലാവരും നല്ല ഉറക്കം. ഓഫീസ് മുറിയിലിരുന്ന് കേസു പഠിക്കുകയാണ് ശംസുദ്ദീൻ വക്കീൽ. ഫോൺ ബെൽ നിർത്താതെ അടിച്ചു.

"ഏതു ബോറനാണോ എന്തോ?"പിറുപിറുത്തുകൊണ്ടാണ് വക്കീൽ എഴുന്നേറ്റത്. പന്ത്രണ്ടുമണിക്ക് ഫോൺചെയ്ത് കുശലം ചോദിക്കുന്ന സുഹൃത്തുക്കളുണ്ട് വക്കീലിന്. അതുകൊണ്ട് പാതിരാത്രിയിൽ ഫോണടിച്ചാലും ഞെട്ടലൊന്നും തോന്നാറില്ല. സാവകാശം ചെന്ന് ഫോണെടുത്തു.

"ഹലോ ശംസുദ്ദീൻ ഹിയർ." കരകരശബ്ദം മാത്രം. ഫോൺ വയ്ക്കാൻ തുടങ്ങിയപ്പോഴാണ് നദീറയുടെ ശബ്ദം കേട്ടത്.

"അങ്കിൾ, നദീറയാണ്. സൈനുത്താത്തയില്ലേ.?"

"നല്ല ഉറക്കമാണല്ലോ. എന്താ മോളേ വിശേഷം?"

"ബാപ്പയ്ക്ക് സീരിയസാണ്. സെക്കന്റ് അറ്റാക്ക്. ഉപ്പൂമയെ കാണണമെന്ന്."

"ശരി ഞാനിപ്പോൾത്തന്നെ വിളിച്ച് വിവരം പറയാം. ഉടനെ അങ്ങോട്ടയക്കാനുള്ള ഏർപ്പാടുണ്ടാക്കാം. ബാപ്പയ്ക്ക് കൂടുതലാണോ? എന്തെങ്കിലും ഉണ്ടെങ്കിൽ ഉടനെ വിളിക്കാൻ മടിക്കരുത് കേട്ടോ."

"അങ്കിൾ ബാപ്പ... ഒന്നും പറയാൻ വയ്യ. ഞാൻ ഹോസ്പിറ്റലിലേക്ക് പോവുകയാണ്. വന്നാലുടൻ വിളിക്കാം."

ഫോൺ വച്ചിട്ടും നദീറയുടെ തേങ്ങൽ കാതിൽ. കൂടുതലല്ലെങ്കിൽ അവർ ഈ അർദ്ധരാത്രി വിളിക്കുമോ? എന്താണ് ചെയ്യേണ്ടതെന്നറിയാതെ കുറച്ചുനേരം തരിച്ചിരുന്നു. ഖാദറിക്കയെ ഉടനെ ഫോൺചെയ്തു. വിവരമറിയിക്കുകയാണ് നല്ലതെന്നു തോന്നി. കുറേനേരം റിങ് ചെയ്ത

ശേഷമാണ് ഫോണെടുത്തത്. മൂപ്പർ നേരത്തെ ഉറങ്ങുന്ന കൂട്ടത്തിലാണ്. മദ്രാസിൽ നിന്നുകിട്ടിയ വിവരം അറിയിച്ചു. ഉടനെ എത്താമെന്നു പറഞ്ഞ് ഖാദറിക്ക ഫോൺ കട്ടുചെയ്തു. പുള്ളി അസ്വസ്ഥനാണെന്ന് ശബ്ദം കേട്ടാലറിയാം.

സൈനുവിനെ ഉണർത്തിയാലോ എന്ന് ആലോചിച്ചപ്പോഴേക്ക് അവൾ വാതില്ക്കലെത്തി. ഫോണിൽ പറഞ്ഞതെല്ലാം കേട്ടിരിക്കുന്നു എന്ന് അവളുടെ മുഖം കണ്ടാലറിയാം.

“എന്താ വല്യക്കാക്ക്?” മുഴുവനാക്കുന്നതിനുമുമ്പ് കരച്ചിൽ തുടങ്ങി.

‘‘പേടിക്കാനൊന്നുമില്ല. വെറുതെ ബഹളമുണ്ടാക്കി ഉമ്മയെ ഉണർത്തണ്ട.” വക്കീൽ ശാസിച്ചു.

“നെഞ്ചുവേദനയായിട്ട് ആശുപത്രിയിൽ അഡ്മിറ്റ് ചെയ്തിരിക്കുന്നു എന്നാണ് നദീറ വിളിച്ചു പറഞ്ഞത്. ഉമ്മയെ കാണണമത്രേ. ഉമ്മയും നീയും അതിരാവിലെ പുറപ്പെട്ടോളൂ. ട്രെയിൻ കാത്താൽ ശരിയാവില്ല. കോയമ്പത്തൂരിൽനിന്ന് പതിനൊന്നുമണിക്കൊരു ഫ്ളൈറ്റുണ്ട്. അതിരാവിലെ കാറിൽ പുറപ്പെട്ടാൽ പതിനൊന്നിനുമുമ്പ് അവിടെ എത്താം. ഖാദറിക്ക എത്തിയിട്ട് ഉമ്മയോട് വിവരം പറഞ്ഞാൽ മതി.” പറഞ്ഞുതീരുന്നതിനുമുമ്പ് പോർച്ചിൽ കാറു വന്നു നിന്ന ശബ്ദം കേട്ടു. സൈനു ഓടിച്ചെന്നു വാതിൽ തുറന്നു. അനക്കം കേട്ട് ഉണർന്ന ബീപാത്തു ഹജ്ജുമ്മ തളത്തിലെത്തിയിരുന്നു. ഖാദറിനെ കണ്ടപ്പോൾ അവരുടെ മുഖത്ത് അമ്പരപ്പ്.

“നീയെന്താടാ ഈ നേരം കെട്ടനേരത്ത്? എന്താ സംഗതി?”

“അതു പിന്നെ. വല്യക്കാക്കാ... ആശുപത്രി..”

“എന്താന്നുവെച്ചാ പറയെടാ. എന്റെ മോനിക്ക് എന്താ പറ്റ്യേത്”

‘‘ബേജാറാകാനൊന്നുമില്ല. പെട്ടെന്നെന്തോ സുഖമില്ലാതെ ആസ്പത്രീലാക്കി. നമുക്ക് അവിടംവരെ ഒന്നുപോയാലോ?”

“അയിനിപ്പം ബണ്ടിയുണ്ടോ?”

“തീവണ്ടിയിൽ ഉമ്മക്കാവൂലാ. നമുക്ക് കോയമ്പത്തൂരിൽചെന്നിട്ട് പ്ലെയിനിൽ പോകാം.”

“അള്ളാ എന്റെ മോനിക്ക് നീയേ തുണയുള്ളൂ. റബ്ബേ.”

“അവർ കൈ ഉയർത്തി ഉറക്കെ തേടി.

“ഉമ്മ ചെന്ന് കിടന്നോളൂ. പുലരാൻ നേരം വിളിക്കാം.”

“കെടന്നാ ഒറക്കം വരൂലാ. ഞാൻ ചെന്ന് ഒളു എടുത്ത് നിസ്കരിക്കട്ടെ.”

“എല്ലാരുടേം സങ്കടം തീർത്തുകൊടുക്കുന്ന ഒരുത്തൻ മോളിലുണ്ടല്ലോ. ഓനോടല്ലാതെ ആരോടാ എന്റെ സങ്കടം പറയ്വാ? യാ ഇലാഹീ, നീ എന്റെ മോനെ കാത്തോളണേ..” കുളിമുറിയിലേക്കു നടക്കുമ്പോൾ അവർ പറഞ്ഞു.

ശംസുദ്ദീൻ വക്കീൽ കോയമ്പത്തൂരുള്ള സുഹൃത്തിനെ വിളിച്ച് ടിക്കറ്റു ബുക്കുചെയ്യാൻ ഏർപ്പാടാക്കി. ഉടനെ ആളയച്ചു വേണ്ടതു

ചെയ്യാമെന്ന് സുഹൃത്ത് ഏറ്റു. പ്ലെയിൻ ടിക്കറ്റ് കിട്ടിയാൽ വൈകുന്നേരത്തിനുമുമ്പ് മദ്രാസിലെത്താം. ഭർത്താവും ഇക്കാക്കയ്ക്കും ചായ ഉണ്ടാക്കിക്കൊടുത്തിട്ട് സൈനു ഉമ്മയുടെ മുറിയിൽ ചെന്നു. അവർ നിസ്കാരപ്പായിലിരുന്ന് രണ്ടു കൈയും മേലോട്ടുയർത്തി പ്രാർത്ഥനയിലാണ്. കണ്ണിൽ നിന്ന് കുടുകുടെ വെള്ളം ചാടുന്നുണ്ട്. സൈനു ചെന്ന വിവരം അറിഞ്ഞതേയില്ല. ഏറെ നേരം അങ്ങനെ നില്ക്കാൻ അവൾക്കായില്ല. പൊട്ടിപ്പോകുമെന്നു തോന്നിയപ്പോൾ നിയന്ത്രിച്ചു.

"ഉമ്മായ്ക്ക് കുടിക്കാനെന്തെങ്കിലും തരട്ടെ? കണ്ണീരടക്കി ചോദിച്ചു.

"ആ.... നീയോ? എന്താ ചോദിച്ചത്?"

"കുടിക്കാൻ..."

"ഒന്നും വേണ്ട. നീ ചെന്നു കിടന്നോ."

"പെട്ടി എടുത്തുവെച്ചിട്ട് കിടന്നോളാം."

"ഇപ്പോ കിടന്നോ. ഞാൻ പുലരാനാവുമ്പം വിളിക്കാം." സൈനു ഒന്നും മിണ്ടാതെ മുറി വിട്ടു. ഉമ്മയുടെ മനസ്സ് തിളച്ചു മറിയുകയായിരുന്നു. തസ്ബീഹ് കൈയിലുണ്ടെങ്കിലും ഒന്നും ഉരിയാടാനാവുന്നില്ല. മനസ്സു നിറയെ കരീം മാത്രം. മൂത്ത കുട്ടിയായതുകാരണം എല്ലാവരുടേയും ഓമന. അരയിലും കഴുത്തിലും കൈയിലുമായി പത്തുപവന്റെ പൊന്നാണ് ഉപ്പ ഇട്ടുകൊടുത്തത്. ചെറുപ്പത്തിൽ എന്നും അസുഖം. വാശി പിടിച്ചുള്ള കരച്ചിൽ. അസുഖക്കാരനായതുകൊണ്ട് പറയുന്നതെല്ലാം ചെയ്തുകൊടുക്കുമായിരുന്നു. ചിലപ്പോൾ രാത്രി എണീറ്റിരുന്ന് കുടയും പിടിച്ച് മുറ്റത്തിറങ്ങണമെന്ന് പറഞ്ഞ് അലമുറയിടും. ഏറെ കരഞ്ഞാൽ ദണ്ണമിളകുമല്ലോ എന്നു പേടിച്ച് ഉടനെ പറയുന്നത് സാധിപ്പിച്ചു കൊടുക്കും. പാതിരാത്രിയിൽ അവന്റെ കരച്ചിൽ കേട്ട് വീടു മുഴുവനും ഉണരുക പതിവാണ്. അവന്റെ ഉപ്പയ്ക്ക് രാത്രി ഉറക്കം ഞെട്ടിയാൽ കലിയിളകും. വല്യുപ്പയാണ് എല്ലാ വാശിക്കും കൂട്ട്. കുട്ടി ജീവിച്ചിരിക്കുമെന്ന് ആരും കരുതിയതല്ല. കാണാത്ത വൈദ്യന്മാരില്ല. എന്നിട്ടൊന്നും കുറഞ്ഞില്ല. രാത്രിയാകുമ്പോൾ കുട്ടി പിടഞ്ഞു നിലവിളിക്കും. അവസാനം കേളപ്പൻ വൈദ്യരുടെ ഒരുനെയ്കൊണ്ടാണ് ശമനം കിട്ടിയത്. എല്ലാം അള്ളാഹുവിന്റെ കാരുണ്യം. ഇപ്പോഴും അവനിൽത്തന്നെ വിശ്വാസം.

ഉമ്മയോട് അത്യധികം കൂറും സ്നേഹവുമുള്ള കുട്ടിയായിരുന്നു. വിധിയാണ് അവനെ തന്നിൽനിന്ന് അകറ്റിയത്. ആരെയും കുറ്റപ്പെടുത്തിയിട്ട് കാര്യമില്ല. അവർ സമാധാനിച്ചു. ചെറുപ്പത്തിലേ പതിഞ്ഞ മട്ടുകാരൻ. ഒച്ചയും ബഹളവും ഇഷ്ടമല്ല. പണിക്കാരോടുപോലും കയർത്തു സംസാരിക്കാറില്ല. ശാഹിദയാണെങ്കിൽ ഭയങ്കര അരിശക്കാരി. ആരോടും തട്ടിക്കയറിയേ വർത്തമാനം പറയൂ. ബാപ്പയും ആങ്ങളമാരും കൊഞ്ചിച്ചുവളർത്തി. അതിന്റെ ഫലം അനുഭവിച്ചത് പാവം കരീമായിരുന്നു. എല്ലാകാര്യങ്ങളും അവൾ വിചാരിച്ചതുപോലെ നടക്കണം. അണുവിട തെറ്റിയാൽ ബഹളം.... ലഹള പേടിച്ചാണ് അവൻ ആദ്യമാദ്യം എല്ലാം ചെയ്തുകൊടുത്തത്. പിന്നീട് ഓരോന്നായി അവന്റെ പിടിയിൽ നിന്നുവിട്ടു. പോഴ

ത്തക്കാരൻ തന്നെ അവൻ.

ഒരു ചെറിയ ജലദോഷപ്പനി വന്നാൽ മക്കൾക്ക് ഉമ്മ അടുത്തു വേണം. ഇപ്പോഴും അതിനു മാറ്റമില്ല. കുട്ടികളെ പണ്ടേ അങ്ങനെയാണ് ശീലിപ്പിച്ചത്. അസുഖം വന്നാൽ അവരുടെ അടുത്തു നിന്ന് മാറില്ല. ആരെങ്കിലും നിർബ്ബന്ധിച്ചാലാണ് ഭക്ഷണം കഴിക്കുക. അതു കാണുമ്പോൾ ഉപ്പയ്ക്ക് കലി.

“ഊണും ഉറക്കവുമില്ലാതെ തടി കേടു വരുത്തിക്കോ. മരുന്നു വാങ്ങാൻ ഉപ്പയുണ്ടല്ലോ. നിനിക്ക് മാത്രമേ മക്കളുള്ളൂ? കുഞ്ഞന്റെ ബെരത്തം മാറുമ്പളത്തിന് കെടപ്പിലായാൽ.. ഞാൻ തിരിഞ്ഞു നോക്കില്ല.”

ഉപ്പയുടെ വാക്കുകളിൽ അരിശത്തേക്കാൾ ഏറെ സങ്കടം. ഒമ്പതാം ക്ലാസിൽ പഠിക്കുന്ന കാലത്താണ് കരീമിന് ടൈഫോയിഡ് പിടിച്ചത്. അന്നവൻ ഹോസ്റ്റലിലായിരുന്നു. പനി കൂടിയപ്പോൾ വീട്ടിലേക്കയച്ചു. താനന്ന് വീട്ടിലുണ്ടായിരുന്നില്ല. ഇത്താത്തയുടെ കൂടെ കോയമ്പത്തൂരായിരുന്നു. വിട്ടുമാറാത്ത പനി കാരണം ദേഹം വല്ലാതെ ക്ഷീണിച്ചു. സ്ഥലം മാറിനിന്നു നോക്കാൻ ഡോക്ടർ പറഞ്ഞതനുസരിച്ച് പോയതായിരുന്നു. ഇത്താത്തയും പുതിയാപ്ലയും നിർബ്ബന്ധിച്ചപ്പോൾ പോകാതിരിക്കാൻ കഴിഞ്ഞില്ല. അവർക്കവിടെ സ്വന്തം വീടുണ്ട്. മരക്കച്ചവടവുമുണ്ട്. രണ്ടു മാസത്തോളം അവിടെ താമസിച്ചപ്പോൾ ആരോഗ്യം മെച്ചപ്പെട്ടു. പനിയും മാറി. പെട്ടെന്നായിരുന്നു നാട്ടിലേക്കു പോകാനുള്ള തീരുമാനം. അപ്പോഴേ ഉള്ളിലൊരാളൽ. രാത്രിയിലാണ് ഇത്താത്തയുടെ വീട്ടിലെത്തിയത്. ആങ്ങള പോക്കർകുട്ടി അവിടെ കാത്തിരിക്കുന്നുണ്ടായിരുന്നു. വിവരമറിഞ്ഞപ്പോൾ നാട്ടിലെത്താൻ തിടുക്കമായി. പേടിക്കാനൊന്നുമില്ലെന്നു സമാധാനിപ്പിച്ചിട്ടും ഉടനെ നാട്ടിലേക്കു പുറപ്പെട്ടു.

നട്ടപ്പാതിരയ്ക്കാണ് അവിടെ എത്തിയത്. മയക്കത്തിന്റെ തളർച്ചയിലായിരുന്നു കരീം. ചുട്ടുപൊള്ളുന്ന പനി. അവന്റെ ഉപ്പ അടുത്തുതന്നെ ഇരിക്കുന്നുണ്ടായിരുന്നു. വിളിച്ചിട്ട് അനക്കമില്ല. വല്ലാതെ അന്ധാളിച്ചു വേഷംപോലും മാറാതെ ഒരേ ഇരിപ്പായിരുന്നു. നാലു ദിവസം കുട്ടി അതേ കിടപ്പായിരുന്നു അതിനുശേഷം പനി ഇറങ്ങിത്തുടങ്ങി. ഡോക്ടർ എന്നും വീട്ടിൽ വന്ന് മരുന്നു കുത്തിവയ്ക്കും. ഒരുമാസത്തോളം അവൻ ആ കിടപ്പു കിടന്നു.

“ഉമ്മ നഴ്സ് ആകേണ്ടതായിരുന്നു. നിങ്ങളുടെ ശുശ്രൂഷകൊണ്ടാണ് മകൻ ഇത്രവേഗം മിടുക്കനായത്.” ഡോക്ടർ നാണുനായർ അഭിനന്ദിച്ചു.

അവന്റെ അടുത്തൊന്നെത്താൻ കഴിഞ്ഞിരുന്നെങ്കിൽ! ഉമ്മയെ കണ്ടാൽ അവന്റെ പാതി അസുഖം മാറും. നേരത്തിനും കാലത്തിനും മരുന്നും ഭക്ഷണവും കൊടുക്കാൻ ആരാണുള്ളത്? നിസ്കാരക്കുപ്പായം അഴിച്ചു മടക്കി പായ തെറുത്തുവച്ചു. എഴുന്നേറ്റപ്പോഴാണ് ഫോൺ വീണ്ടും മുഴങ്ങിയത്. മണിയടി കേട്ടപ്പോഴേ കരളിനകത്ത് എന്തോ കൊളുത്തിപ്പിടിച്ചപോലെ. ഖാദർ എന്തോ ഉറക്കെ പറയുന്നുണ്ട്. ഇംഗ്ലീഷിലാ

യതുകൊണ്ട് ഒന്നും മനസ്സിലായില്ല. ഉമ്മയെ കണ്ടപ്പോൾ അവൻ ഓടി വന്നു കെട്ടിപ്പിടിച്ച് അലമുറയിട്ടു.

"എന്താടാ കരീമിന്? ജാസ്തിയാ?"

"ഉമ്മാ, വല്യക്കാക്ക..."

"എന്റെ മോനേ..." അവർ അടിതെറ്റി വീഴാൻ ഭാവിച്ചു. ഖാദറും ശംസുദ്ദീനും കൂടി താങ്ങി കസേരയിലിരുത്തി.

"ഉമ്മാ ടിക്കറ്റ് ശരിയായിട്ടുണ്ട്. ഉടനെ പുറപ്പെടാം. മയ്യത്തെങ്കിലും.." ഖാദർ അണപൊട്ടി.

"വേണ്ട ഞാൻ വരുന്നില്ല. ഓന്റെ മൊകം എന്റെ ഖൽബിലുണ്ട്. നിങ്ങള് ഉടനെ പൊറപ്പെട്ടോളിൻ.... മയ്യത്തിനെ അധികനേരം വച്ച് ഇട ങ്ങാറാക്കാതെ എത്തിയ ഉടൻ മറവു ചെയ്യണം." അവരുടെ തൊണ്ട ഇട റിയിരുന്നു. എങ്കിലും വാക്കുകൾക്ക് കനം.

"റഷീദിനെ അറിയിച്ചോ?"

"അവൻ പുറപ്പെട്ടിട്ടുണ്ട്."

"ഓനെ കാക്കണ്ട. നിങ്ങള് പുറപ്പെട്ടോ. എല്ലാം വേണ്ട രീതിയിൽ നടത്തണം. ഒന്നിനും കൊറവു വരുത്തരുത്. ആള്വളെക്കൊണ്ട് പറയി ക്കാനിടയാക്കരുത്."

എണീറ്റ് അകത്തേക്കുനടക്കുമ്പോൾ അവർ പറഞ്ഞു. എല്ലാം ഉള്ളി ലൊതുക്കി. മക്കൾക്ക് ധൈര്യം കൊടുത്തു. കരച്ചിൽ അമർത്തി വേച്ചു വേച്ച് അകത്തേക്കു നടക്കുന്ന ഉമ്മയുടെ പിറകെ സൈനുവും ചെന്നു.

പതിനാല്

വീടു നിറയെ ആളുകൾ. അകത്തും പുറത്തും നിറയെ കസേര നിരത്തിയിരിക്കുന്നു. പല സ്ഥലങ്ങളിൽ നിന്നായി എത്തിയ ബന്ധുക്കളും സുഹൃത്തുക്കളും. നിശ്ശബ്ദമായ അന്തരീക്ഷം. ആരും അന്യോന്യം മിണ്ടുന്നില്ല. ഉള്ളൂർക്കരയിൽ നിന്ന് കാര്യസ്ഥൻ മമ്മതും സെയ്തുട്ടിഹാജിയുടെയും ആലിക്കുട്ടിഹാജിയുടെയും ബന്ധുക്കളും ആശ്രിതരുമൊക്കെ എത്തിച്ചേർന്നിട്ടുണ്ട്. വരുന്നവരെ സിഗററ്റും ചായയും കൊടുത്ത് ആദരിച്ചിരുത്തുന്നതും അവർതന്നെ.

എല്ലാം ഏർപ്പാടാക്കിയശേഷം മമ്മത് ഉമ്മയുടെ മുറിയുടെ വാതില്ക്കാൽ ഒരേ ഇരിപ്പാണ്. മമ്മതിന്റെ തോളിൽ കിടന്നാണ് കരീം വളർന്നത്. സെയ്തുട്ടിഹാജിയുടെ ആദ്യത്തെ പേരക്കുട്ടി. തലയിലും തറയിലും വയ്ക്കാതെയാണ് വളർത്തിയത്. കാണാനും എന്ത് ചേലായിരുന്നു. വളർന്നപ്പോൾ തണ്ടും തടിയും ഒത്ത ചെറുപ്പക്കാരൻ. കണ്ടിട്ട് കൊല്ലം അഞ്ചാറായെങ്കിലും ആ മുഖം ഇപ്പോഴും മനസ്സിലുണ്ട്. കറുത്തിട്ടാണെങ്കിലും നല്ല ഐശ്വര്യമുള്ള മുഖം. ബാപ്പയെപ്പോലുള്ള തലയെടുപ്പുള്ളവൻ. അതിനുചേർന്ന വേഷങ്ങൾ. എപ്പോൾ കണ്ടാലും സുഖവിവരങ്ങൾ അന്വേഷിക്കും. മക്കളുടെ പേരുപോലും ഓർമ്മയുണ്ടായിരിക്കും. ഓരോരുത്തരുടെയും കാര്യങ്ങൾ എടുത്തുചോദിക്കും വേണ്ടെന്നു പറഞ്ഞാലും നൂറോ അമ്പതോ ഉറുപ്പിക പോക്കറ്റിലിട്ടുതരും. ഹജ്ജുമ്മയുടെ കിടപ്പ് കണ്ട് സഹിക്കാനാവുന്നില്ല.

“അമ്മായി എന്തെങ്കിലും കുടിച്ചോ മോളേ?” പലരോടും ചോദിച്ചു. ഉത്തരമില്ല.

ബീപാത്തുഹജ്ജുമ്മയുടെ മുറിയിൽ കാലുകുത്താൻ ഇടമില്ല. തലശ്ശേരിയിൽനിന്നും ഉള്ളൂർക്കരയിൽനിന്നുമെത്തിയവർ. അവർക്കെല്ലാം

ബീപാത്തുഹജ്ജുമ്മയോട് കൂറും സ്നേഹവുമുണ്ട്. ആവുന്ന കാലത്ത് ഹജ്ജുമ്മ പലരേയും സഹായിച്ചിട്ടുണ്ട്. ആരെയും വെറുംകൈയോടെ മടക്കി അയക്കുന്ന പതിവ് അവർക്കില്ലായിരുന്നു. നാട്ടിലായിരുന്നപ്പോൾ ചുറ്റുവട്ടത്തുള്ള ആർക്കെങ്കിലും അസുഖമാണെന്നു കേട്ടാൽ ആദ്യം എത്തുന്നത് ഹജ്ജുമ്മയായിരിക്കും. കൂടെ പണിക്കു നില്ക്കുന്ന സ്ത്രീകൾക്ക് അസുഖം വന്നാൽപ്പോലും അവർ ചെന്ന് നോക്കും. മരുന്നിനുള്ള പണവും കഞ്ഞിക്കുള്ള അരിയും കൊടുത്തയക്കും. നാട്ടുകാർക്കു മുഴുവൻ അവർ അമ്മായിയായിരുന്നു. ഉള്ളൂർക്കര മുഴുക്കെ എത്തിയിട്ടുണ്ട്. ജ്യേഷ്ഠത്തി കദീജ അടുത്തുതന്നെ വിഷമിച്ചിരിക്കുന്നുണ്ട്. ആയിഷാത്ത എത്തിയതോടെ സൈനുവിന് സമാധാനമായി. അവർ വന്നയുടൻ ഹിസ്റ്റീരിയ ബാധിച്ചതുപോലെ നിലത്തുകിടന്നുരുണ്ട് അലമുറയിട്ടു. ആരൊക്കെയോ പിടിച്ചുകൊണ്ടുവന്ന് ഉമ്മയുടെ കട്ടിലിലിരുത്തി. അതോടെ ഉമ്മയെ കെട്ടിപ്പിടിച്ചായി നിലവിളി. എന്നിട്ടും ഉമ്മ കരഞ്ഞില്ല. കുറെ നേരം ഒപ്പാരിവച്ചപ്പോൾ അവൾ തളർന്നു. സൈനുവിനെ കണ്ട് വീണ്ടും കരച്ചിൽ തുടങ്ങി. അതുകഴിഞ്ഞപ്പോൾ അവർ വീട്ടുകാര്യങ്ങൾ സ്വയം ഏറ്റെടുത്തു.

ആയിഷയും കരീമും ഒന്നരവയസ്സിനു വ്യത്യാസമേയുള്ളൂ. രണ്ടുപേരും ഇണങ്ങിയും പിണങ്ങിയും വളർന്നതാണ്. ആങ്ങളമാരിൽ അവർക്ക് എന്നും ഏറ്റവും അടുപ്പം കരീമിനോടായിരുന്നു. പെങ്ങൾക്ക് എന്തെങ്കിലുമൊരത്യാവശ്യം വന്നാൽ ആദ്യം ഓടി എത്തുക കരീമായിരിക്കും. മരുമക്കളുടെ കല്യാണങ്ങൾക്ക് കരീം നേരത്തെ എത്തിച്ചേരും. ഭാര്യയുടെ വിലക്ക് കണക്കാക്കാതെ തന്നെക്കൊണ്ടാവുന്നതുപോലെ സഹായിക്കും. താങ്ങാനാവാത്ത ദുഃഖമുണ്ട് ആയിഷയ്ക്ക്. എന്തു ദുഃഖമുണ്ടായാലും ആയിഷ കാര്യം വിട്ടുകളിക്കില്ല. തന്റേടിയാണ്. കാര്യങ്ങൾ വേണ്ടവണ്ണം നോക്കി നടത്താനുള്ള കഴിവുമുണ്ട്.

വല്യക്കയുടെ മരണത്തേക്കാൾ സൈനുവിനെ തളർത്തിയത് ഉമ്മയുടെ കിടപ്പാണ്. വല്യക്ക മരിച്ചിട്ട് മൂന്നായി. കഞ്ഞിവെള്ളം മാത്രമാണ് ഉമ്മ കുടിച്ചത്. നിസ്കരിക്കാൻ മാത്രമാണ് കിടക്കയിൽനിന്ന് എഴുന്നേല്ക്കുന്നത്. ഒന്നുറക്കെ കരഞ്ഞെങ്കിൽ. സൈനു ആശിച്ചു. ഇടയ്ക്കിടെയുള്ള 'അള്ളാ' വിളിയല്ലാതെ മിണ്ടാട്ടമില്ല. കിടന്ന കിടപ്പിലും ചുണ്ടുകൾ ചലിക്കുന്നുണ്ട്. എന്തോ ഓതുകയായിരിക്കും.

"ഓലെത്തിയ വിവരം വന്നോ?" ആദ്യം ഇടയ്ക്കിടെ ചോദിച്ചിരുന്നു. എത്തിയെന്നറിഞ്ഞപ്പോൾ, "എല്ലാം കയിഞ്ഞ് ഓലെപ്പളാ മടങ്ങുന്നത്?" എന്നായി ചോദ്യം. അവർ അന്നുരാത്രിക്കു മുമ്പ് എത്തേണ്ടതാണ്. അവരേയും കാത്താണ് എല്ലാവരും ഇരിക്കുന്നത്.

ഉമ്മയുടെ തൊട്ടടുത്ത കട്ടിലിൽ കമിഴ്ന്നടിച്ചു കിടക്കുകയാണ് സൈനു. ആരെങ്കിലും വന്നു നിർബ്ബന്ധിച്ചാൽ കുറച്ചുനേരം എണീറ്റിരിക്കും. എന്തെങ്കിലും കഴിച്ചെന്നുവരുത്തി വീണ്ടും കിടക്കും. മൂത്തമ്മയുടെ മക്കളും ഇത്താത്തയും ഉള്ളതുകൊണ്ട് വീട്ടുകാര്യങ്ങൾ മുറപോലെ

നടക്കുന്നുണ്ട്. ഉമ്മയുടെ കിടപ്പുകാണുമ്പോൾ അവളുടെ ഇടനെഞ്ച് പൊട്ടുന്നതുപോലെ. ഓർമ്മവച്ചനാൾ തൊട്ട് ഇങ്ങനെയൊരു രൂപത്തിൽ ഉമ്മയെ കാണേണ്ടിവന്നിട്ടില്ല. എല്ലാം സഹിച്ചും പൊറുത്തും നടക്കുന്ന തന്റേടിയായ ഉമ്മയാണ് അവളുടെ മനസ്സു നിറയെ. അന്നവും വെള്ളവുമില്ലാതെ ഇങ്ങനെ കിടന്നാൽ ഉമ്മ തളർന്നുപോവില്ലേ? ഉമ്മയ്ക്കെന്തെങ്കിലും സംഭവിച്ചാൽ? ആലോചന അവിടെയെത്തുമ്പോൾ സൈനു തേങ്ങിപ്പോകും. കുറേ കഴിയുമ്പോൾ തേങ്ങൽ പൊട്ടിക്കരച്ചിലാകും. അപ്പോൾ അടുത്തിരിക്കുന്നവരുടെ ശാസന.

"മോളേ, നീ ഉമ്മാന്റെ ഖൽബ് ബേജാറാക്കല്ലേ. നീയല്ലേ ഉമ്മാനെ സമാധാനിപ്പിക്കണ്ടോള്. ചെന്ന് കുളിച്ച് എന്തെങ്കിലും തിന്ന് മോളേ." നിർബ്ബന്ധം സഹിക്കാൻ കഴിയാതാവുമ്പോൾ സൈനു എണീറ്റുചെന്ന് കുളിച്ച് സാരിമാറി വീണ്ടും കിടക്കും. ആരൊക്കെയോ വരികയും പോകുകയും ചെയ്യുന്നു. പലരും അടുത്തുവന്ന് സമാധാനിപ്പിക്കുന്നുണ്ട്. അപ്പോൾ സങ്കടം ഏറും. തലയണ വായിൽ തിരുകി ഒച്ചയില്ലാതെ കരഞ്ഞു.

പെട്ടെന്നാണ് ഖാദറിക്കയുടെ ഒച്ച കേട്ടത്. യാത്രാക്ഷീണവും സങ്കടവുംകൊണ്ട് അവശനായ ഖാദറിക്ക വയസ്സനായതുപോലെ. കൂടെ ക്ഷീണിച്ച് അവശരായ റസാക്കിക്കയും ചെറീക്കയും. എല്ലാവരുടെ മുഖത്തും വിങ്ങിപ്പൊട്ടുന്ന സങ്കടം. അവർ വാതില്ക്കലെത്തിയപ്പോൾ മുറിയിൽ പിറുപിറുപ്പിന്റെ മർമ്മരം. മൂത്തമ്മയാണ് ഉമ്മയെ വിളിച്ചത്.

"ബീപാത്തു കുട്ട്യേളെത്തി."

"ഉമ്മാ..."

മക്കളുടെ കൂട്ടക്കരച്ചിൽ കേട്ട് ഉമ്മ എണീറ്റിരുന്നു.

"എന്റെ മോനേ നീ കണ്ടോടാ.. ഓന്റെ മൊകം നീ നല്ലോണം കണ്ടോ.. എന്റെ മോനേ.." അത്രയും പറഞ്ഞതും അവർ അനക്കമറ്റു വീണു. മക്കളെല്ലാരും ഓടിക്കൂടി. ആരോ വെള്ളം കൊണ്ടുവന്നു മുഖത്തു തളിച്ചു. കണ്ണുതുറന്നെങ്കിലും അവർക്ക് മിണ്ടാനാവുന്നില്ല. എന്തോ പറയാനുള്ളതുപോലെ മക്കളുടെ മുഖത്തേക്ക് കണ്ണും നട്ട് അവരങ്ങനെ കിടന്നു. അവരുടെ കണ്ണുകളിൽ അപ്പോൾ ശൂന്യത മാത്രം.

ഉമ്മയുടെ നോട്ടം ഏറെ കണ്ടുസഹിക്കാനുള്ള കരുത്ത് സൈനുവിനില്ലായിരുന്നു. അവൾ ഉറക്കെ നിലവിളിച്ചുകൊണ്ട് ഉമ്മയുടെ ശരീരത്തിലേക്കു വീണു.

അനുബന്ധം

ഒരു കിനാവ്

ഡോ. അയ്യപ്പപ്പണിക്കർ

“ആരാ അത്? വരൂ, വരൂ. ബി എം സുഹറയുടെ മഹത്ത്വമുള്ള കഥാപാത്രമല്ലേ? വലിയ ഒരു തറവാട്ടിലെ സൗഭാഗ്യവതിയായിപ്പിറന്ന് എല്ലാ ദുഃഖവും ഏറ്റുവാങ്ങി ജീവിതം മറ്റുള്ളവർക്കായി നിവേദിക്കുന്ന സ്നേഹമൂർത്തി. മലയാളനോവലിലെ നല്ലവരായ തറവാട്ടമ്മമാരുടെ കൂട്ടത്തിലേക്കു വന്നാട്ടെ.”

“മാപ്പിളപ്പെണ്ണുങ്ങൾ മുമ്പൊരിക്കലും ഒരു നോവൽ എഴുതാൻ മിനക്കെട്ടിട്ടില്ല.” എന്ന് സാക്ഷാൽ എൻ പി മുഹമ്മദ് പറയുന്നു. അത് ഈ പുസ്തകത്തിന്റെ ചരിത്രപരമായ പ്രാധാന്യം. ഉള്ളിലേക്കു കടന്നാലോ, അറബി കവയിത്രി നാസിക് അൽ മലൈക്കയുടെ ‘വേദനാഗീതങ്ങളി’ൽ പറയുന്നതുപോലെ വേദനയുടെ കൂടപ്പിറപ്പായി കഴിഞ്ഞുകൂടുന്ന അനേകം അമ്മമാരുടെ, പെങ്ങന്മാരുടെ പ്രതിനിധിയായി കഥയിൽ ഉടനീളം ദീപ്തി ചൊരിയുന്ന ബീപാത്തുഹജ്ജുമ്മയുടെ സൃഷ്ടിയിലൂടെ മുസ്ലീങ്ങളുടെ മാത്രമല്ല, എല്ലാ വർഗ്ഗത്തിലുള്ള ജനങ്ങളുടെയും ആന്തരികജീവിതം ചിത്രീകരിക്കുന്ന ഒരു കുടുംബകഥയാണിത്. ആദർശവല്ക്കരിക്കപ്പെട്ട ഒരു മാതൃകാമാതാവിന്റെ ചിത്രമല്ല ബീപാത്തുവിന്റേത്. നിത്യജീവിതസാധാരണമായ ഒരു ശുഭാന്തദുരന്തമാണത്. അവരോടൊപ്പം എത്രയോ മിഴിവുള്ള കഥാപാത്രങ്ങൾ ആ തറവാട്ടിൽനിന്ന് നമ്മുടെ മുമ്പിലെത്തുന്നു.സുഹറയുടെ ഈ കന്നികൃതിയിൽത്തന്നെ സൂക്ഷ്മമായ ജീവിതാവബോധം തിളങ്ങി നില്ക്കുന്നു. പലതരത്തിൽ ശ്രദ്ധേയമായ ഈ കൊച്ചുനോവലിന്റെ ഇതിവൃത്തവും കഥാരചനയും ഘടനയും ഭാഷാശൈലിയും.

116 പേജിലൊതുങ്ങുന്ന ഈ കുടുംബപുരാണത്തിൽ കാല്പനികമായ പ്രണയം ഒഴിവാക്കപ്പെട്ടിരിക്കുന്നു. പൈങ്കിളി നോവലിന്റെ

ലാഞ്ഛന പോലും കാണാൻ സാധിക്കാത്ത വിധത്തിൽ സാന്ദ്രമായ ജീവിതവ്യഗ്രത നോവലിൽ നിറഞ്ഞു നില്ക്കുന്നു. അലസമായ വർണ്ണനകൾ സ്വയം ഒഴിഞ്ഞുമാറിപ്പോയി എന്നു പറയുകയായും ശരി. സ്ത്രീ കഥാപാത്രങ്ങളോടൊപ്പം പുരുഷന്മാരും ഈ കൃതിയിൽ വ്യക്തിത്വം നേടി നില്ക്കുന്നു. സൈനു, ശാഹിദ, ആമിന തുടങ്ങിയവർ ബീപാത്തുവിന്റെ പാർശ്വവർത്തികൾ മാത്രമല്ല. വീട്ടിലും നാട്ടിലും അവരെ അറിയുന്നവർക്ക് അവർ വളർച്ചയെത്തിയ കഥാപാത്രങ്ങൾതന്നെ. സെയ്തുട്ടിഹാജിയും ആലിക്കുട്ടിഹാജിയും റഷീദും കരീമും മാത്രമല്ല, മമ്മതും അത്യമാനും ചാത്തപ്പനും ഡോക്ടർ നാണുനായരുപോലും മറക്കാനാവാത്ത വ്യക്തിത്വം നേടുന്നു. ചെറിയതെങ്കിലും സൂക്ഷ്മമായ ഉപാഖ്യാനങ്ങളിലൂടെ.

കഥാപാത്രങ്ങളുടെ സാമൂഹികവും കുടുംബപരവും വർഗ്ഗപരവുമായ ബന്ധം സുവ്യക്തമാക്കുന്ന രീതിയിലാണ് കഥനരീതിയും ഇതിവൃത്ത ബന്ധവും. പുത്തൻപുരയ്ക്കലെ നോമ്പുകാലം വർണ്ണിക്കുന്നതിന്റെ ചാരുത ശ്രദ്ധേയമാണ്. അതിലും ശ്രദ്ധേയമാണ് വീടിന്റെ വാസ്തുശില്പ ഘടനയുടെ വിവരണം, ചെറിയ ചെറിയ വാക്യങ്ങൾകൊണ്ട് സങ്കീർണ്ണമായ ഒരു അന്തഃപുരവർണ്ണന. അതുമാത്രം ഇവിടെ ഉദ്ധരിക്കട്ടെ.

“കൊട്ടാരംപോലുള്ള വീട്. രണ്ടു നിലമാളികയും മച്ചും. മുകളിൽ അഞ്ചുമുറികളും നീണ്ടവരാന്തയും നടുവകവും പൂമുഖവും. താഴെ ചുറ്റോടു ചുറ്റും വരാന്ത. നടുവിൽ കണ്ണാടിജ്ജനലുകളുള്ള പൂമുഖം. നടുവകം കഴിഞ്ഞാൽ ചെറിയ തളം. അവിടെയാണ് മുകളിലേക്കു കയറാനുള്ള ഗോവണി. അത് പുരുഷന്മാർക്കു മാത്രമുള്ളതാണ്. സ്ത്രീകൾക്ക് പിൻവശത്തെ തളത്തിൽ വേറെയുണ്ട്. അവിടെ നിന്നിറങ്ങുന്നത് വിശാലമായ നടുവകത്തേക്കാണ്. നടുവകത്ത് നാല് അറകൾ. നാലാമ്പാടും കുഴിമുറ്റവും. നടുവിൽ സിമന്റിട്ട ചെറിയ മുറ്റം. മീതെ കമ്പിവല പാകിയിട്ടുണ്ട്. അരമതിൽ കെട്ടി മുറ്റം വേർതിരിച്ചിരിക്കുന്നു. ചുറ്റുമുള്ള വരാന്തയിൽ നിറയെ മുറികൾ. അതിനെയാണ് നാലാമ്പാട് എന്നുപറയുന്നത്. പ്രസവമുറി, സാമാന മുറി അങ്ങനെ മുറികൾക്ക് പേരുകളുണ്ട്. തെക്കുവശത്ത് അടുക്കള, പണിക്കാരുടെ മുറികൾ, അവർക്കുള്ള കുളിമുറി എന്നിവ. കിഴക്കും പടിഞ്ഞാറും വരാന്ത. പടിഞ്ഞാറെ വരാന്തയിലാണ് കളം...

കുടുംബബന്ധങ്ങളുടെ നൂലാമാലകളും വ്യക്തിജീവിതത്തിന്റെ ഊരാക്കുടുക്കുകളും സമൂഹത്തിലെ ഉൾപ്പിരിവുകളും എല്ലാം ഈ വാസ്തുശില്പ വിവരണത്തിൽ ധ്വനിക്കപ്പെടുന്നു എന്നതു കൊണ്ടാണ് ഈ വിവരണം ശ്രദ്ധേയമാകുന്നത്. ഇതിവൃത്ത ഘടനയും വീടിന്റെ ഘടനയും ബന്ധപ്പെട്ടിരിക്കുന്നു. പുത്തൻപുരയിൽനിന്നു മാറി കോഴിക്കോട്ട് മൂന്നു മുറിയുള്ള വീട്ടിലേക്കു താമസം മാറ്റുമ്പോൾ ജന്മിസമ്പ്രദായത്തിൽ നിന്നു മാറി നവീന നാഗരികാന്തരീക്ഷത്തിലേക്കു കഥ നീങ്ങുകയാണ് ചെയ്യുന്നത്. പഴയകാലത്തെ കല്യാണ വർണ്ണനയും മൗലൂദ് ചടങ്ങിന്റെ വിവരണവും ഹജ്ജ് യാത്രക്കുറിപ്പും പ്രസവ ചരിത്രവുമെല്ലാം കഥയുടെ

മൊത്തം ഘടനയിൽ ഇത്തരത്തിലുള്ള ഒരു സമാന്തരത നിലനിർത്തുന്നു. നിസ്കാരങ്ങളുടെ ക്രമവും വീട്ടിലെ ജനനമരണങ്ങളുടെ നൈരന്തര്യവും ഭക്ഷണചര്യകളും രോഗചികിത്സകളുടെ അനിവാര്യതയും എല്ലാം ഈ ചെറിയ നോവലിന്റെ അവശ്യഘടകങ്ങളായിത്തീർന്ന് അതിന് ഉൾപ്പൊലിമ കൊടുക്കുന്നു; കഥാകാരിക്ക് എഴുതി തഴക്കം വന്നവർക്കുള്ള പക്വത അർപ്പിക്കുന്നു. ആഭരണങ്ങളുടെ പേരും വർണ്ണനയും ഒപ്പനപ്പാട്ടുകളുടെ ശീലുകൾ, മാർക്കക്കല്യാണത്തിന്റെ വിവരണം, കൃഷി, കച്ചവടം തുടങ്ങിയവയുടെ കണക്കുകൾ, കണ്ണന്റെ തേങ്ങാ മോഷണം എന്നിങ്ങനെ അനേകം ഖണ്ഡങ്ങളിലെ സൂക്ഷ്മമായ ഭാഷാപ്രയോഗം കൊണ്ട് നോവലിന്റെ അകത്ത് ഇതിന് വിസ്തൃതി ലഭിക്കുന്നു. പഴയ പ്രതാപവും പിന്നീടുള്ള പതനവും നിസ്സംഗതയോടെ വർണ്ണിക്കാൻ കഴിയുന്നത് വലിയ കാര്യമാണ്. മാപ്പിളമലയാളത്തിലെ അറബിവാക്കുകളുടെ പ്രയോഗം കഥാന്തരീക്ഷം സൃഷ്ടിക്കുന്നതിനു സഹായിക്കുന്നു. കഥാകഥനത്തിൽ ദൃശ്യമാകുന്ന തന്മയത്വത്തിന് ഒരു തെളിവാണ് സാന്ദർഭികമായ നർമ്മബോധ പ്രസരം.

“മൂപ്പരാരാ നരി അല്ലെല്ലനോ?”

“ഉമ്മാക്ക് എന്നെ നേരത്തെ പെറ്റൂടൈനോ?”

“ഓലിക്ക് ബേണോങ്കി പടിച്ചോട്ടെ. അടിച്ചുംകുത്തീം ഒന്നും ഓലെ പടിപ്പിക്കാൻ മാത്തരം ഇബിടെ ആരും ബളന്നിട്ടില്ല.”

പിന്നെ ആ കാറിന്റെ സീറ്റിനടിയിലെ പൂച്ചയും.... ഒരു നോവലാകുമ്പോൾ വിഭിന്ന രസങ്ങൾ മാറിമാറിവരും. അത് *കിനാവിൽ* ധാരാളമുണ്ട്.

സ്ത്രീകളുടെ കൃതികളെപ്പറ്റി എഴുതുമ്പോൾ മുൻകാല നിരൂപകർ ഇങ്ങനെ പറഞ്ഞിരുന്നു. “ഒരു സ്ത്രീ ഇത്രയം നന്നായി എഴുതിയല്ലോ.” അതുകൊണ്ട് സംഗതി കേമം.” അല്ലെങ്കിൽ “എത്ര നന്നായിരിക്കുന്നു. ഒരുസ്ത്രീയാണ് എഴുതിയതെന്ന് തോന്നുകയേയില്ല.” ഈ കൃതിയെ സംബന്ധിച്ചിടത്തോളം അത്തരം അഭിപ്രായങ്ങൾ ഉണ്ടാവില്ലെന്നു തോന്നുന്നു. “ഒരു സ്ത്രീയാണ് എഴുതിയത്. സ്ത്രീയുടെ കാഴ്ചപ്പാട് വരേണ്ടതാണ്. സ്ത്രീക്കുമാത്രം എഴുതാവുന്ന കാര്യങ്ങൾ വ്യക്തതയോടെ എഴുതിയിട്ടുണ്ട്. ശൈലിയിലും സ്ത്രീ വീക്ഷണം കാണാം.” എന്നൊക്കെയാവും പുതിയ നിരൂപകാഭിപ്രായഗതി.

എല്ലുറപ്പുള്ള ഒരുകഥ. തലക്കെട്ടിൽ മാത്രമേ കാല്പനികത എത്തിനോക്കുന്നുള്ളൂ. ഇതാണോ ശരിയായ പേര്? ദുർമ്മേദസ്സില്ലാത്ത പ്രതിപാദനം, സത്യസന്ധമായ ജീവിതദർശനം, മാനസികഭാവചിത്രീകരണത്തിന് കഥാപാത്രങ്ങളുടെ വിചാരധാരയോടൊപ്പം ബാഹ്യദൃഷ്ടി ചിത്രീകരണത്തിന് ഗ്രന്ഥകാരിയുടെ വർണ്ണനാവിവരണ ശൈലിപ്രയോഗം അന്തരീക്ഷസൃഷ്ടിക്ക് ഉപയുക്തമായ തോതിൽ മാത്രം ഭാഷണഭേദ വിന്യാസം. ഒരു കന്നിക്കൃതിയെക്കുറിച്ച് ഇത്രയുമേ ഇപ്പോൾ പറഞ്ഞുകൂടു. ഇനിയും എഴുതാനിരിക്കുന്നതല്ലേയുള്ളൂ.

9 789387 842434

Printed by Libri Plureos GmbH in Hamburg,
Germany